காவேரிப் பெருவெள்ளம் [1924]
படிநிலைச் சாதிகளில் பேரழிவின் படிநிலை

காவேரிப் பெருவெள்ளம் (1924)
படிநிலைச் சாதிகளில் பேரழிவின் படிநிலை
கோ. ரகுபதி (பி. 1975)

இளங்கலைப் பட்டத்தை நாசரேத் மர்காஷியஸ் கல்லூரியிலும், முதுகலை – முனைவர் பட்டங்களை மனோன்மணியம் சுந்தரனார் பல்கலைக்கழகத்திலும் பயின்றார். தமிழ்ப் பத்திரிகையில் நிருபராகவும் மனோன்மணியம் சுந்தரனார் பல்கலைக்கழக சமூக விலக்கல் மற்றும் உட்கொணர்வு கொள்கை ஆய்வு மையத்தில் இணை ஆராய்ச்சியாளராகவும், சேலம் மாவட்டம் ஆத்தூர் வடசென்னிமலை அறிஞர் அண்ணா அரசு கல்லூரி வரலாற்றுத் துறையில் உதவிப் பேராசிரியராகவும் பணியாற்றினார். தற்போது திண்டிவனம் திரு. ஆ. கோவிந்தசாமி அரசினர் கலைக் கல்லூரியில் வரலாறு கற்பிக்கிறார்.

மின்னஞ்சல்: ko.ragupathi@gmail.com

கோ. ரகுபதி

காவேரிப் பெருவெள்ளம் (1924)
படிநிலைச் சாதிகளில் பேரழிவின் படிநிலை

காலச்சுவடு பதிப்பகம்

அன்பார்ந்த வாசகருக்கு,
வணக்கம்.

காலச்சுவடு நூலை வாங்கியமைக்கு நன்றி.

நூலின் உள்ளடக்கம், உருவாக்கம், அட்டைப்படம் இன்ன பிற அம்சங்கள் பற்றிய உங்கள் கருத்துகளையும் ஆலோசனைகளையும் காலச்சுவடு வரவேற்கிறது. தகவல், எழுத்து, வாக்கியப் பிழைகள் தென்பட்டால் கட்டாயம் தெரிவித்து உதவுங்கள். நூல் தயாரிப்பில் கடும் குறைபாடு இருப்பின் மாற்றுப் பிரதி உங்களுக்குக் கிடைக்கக் காலச்சுவடு ஏற்பாடு செய்யும்.

மின்னஞ்சல்: publisher@kalachuvadu.com

காலச்சுவடு நாகர்கோவில் தலைமையகத்துக்கும் கடிதம் அனுப்பலாம்.

தங்கள்
எஸ்.ஆர். சுந்தரம் (கண்ணன்)
பதிப்பாளர் – நிர்வாக இயக்குநர்

காவேரிப் பெருவெள்ளம் (1924) படிநிலைச் சாதிகளில் பேரழிவின் படிநிலை ❖ ஆய்வு நூல் ❖ ஆசிரியர்: கோ. ரகுபதி ❖ © கோ. ரகுபதி ❖ முதல் பதிப்பு: டிசம்பர் 2019 ❖ வெளியீடு: காலச்சுவடு பப்ளிகேஷன்ஸ் (பி) லிட்., 669, கே.பி. சாலை, நாகர்கோவில் 629001

காலச்சுவடு பதிப்பக வெளியீடு: 935

kaaveerip peruveLLam (1924) Padinilai Saathikalil Perazhivin Padinilai ❖ Research Work ❖ Author: Ko. Ragupathi ❖ © Ko. Ragupathi ❖ Language: Tamil ❖ First Edition: December 2019 ❖ Size: Demy 1 x 8 ❖ Paper: 16 kg maplitho ❖ Pages: 240

Published by Kalachuvadu Publications Pvt. Ltd., 669 K.P. Road, Nagercoil 629001, India ❖ Phone: 91-4652-278525 ❖ e-mail: publications@kalachuvadu.com ❖ Wrapper printed at Print Specialities, Chennai 600014 ❖ Printed at Mani Offset, Chennai 600077

ISBN: 978-93-89820-00-3

12/2019/S.No. 835, kcp 2478, 18.6 (1) 9ss

பெருவெள்ளப் பிடிக்குள் சிக்கித் தத்தளித்து
மூச்சுத்திணறும் தருணத்தில்
கட்டுமரத்தோடும் படகோடும் ஓடோடிவந்து சாதி, மத,
இன, மொழி, வர்க்க, பாலின, வயது வேறுபாடின்றி
மக்களை மீட்டு உயிர்காக்கும் மீனவர்களுக்கு.

பொருளடக்கம்

நன்றி	13
முன்னுரை: ஆய்வின் தூண்டுகோல்	15
ஆவணங்கள்: சிறு குறிப்பு	18
கோட்பாட்டுப் புரிதல்	19
I. பெருவெள்ளம்: 1924க்கு முன்னும் பின்னும்	21
காவேரி வெள்ளம் (1911)	21
33பேரைக் கொன்ற வெள்ளம் (1913)	22
தாமிரபரணி வெள்ளம் (1923, 1925, 1931)	23
தஞ்சாவூர் வெள்ளம் (1933)	26
II. பெருவெள்ளமும் பேரழிவும்	28
மேற்கு மலையில் மாமழை	28
மலையை அழித்த மேற்கத்தியர்	32
மூன்றுமுறை தாக்குதல்	36
முதல் தாக்குதல் உதகை முதல் திருச்சிராப்பள்ளி வரை	37
திணறிய திருச்சிராப்பள்ளி	39
குலைந்த கொள்ளிடம்	41
தத்தளித்த தஞ்சாவூர்	43

சிதைந்த சீர்காழி	43
இரண்டாம் தாக்குதல்: பட்டகாலிலே பட்டது	44
மூன்றாம் தாக்குதல்: மிஞ்சியதும் பஞ்சாய்ப் பறந்தது	48
சாலையில் சாமிகள்	48
போக்குவரத்துத் தடையும் விளைவுகளும்	49
பொருளாதாரப் பேரிழப்பு	50
வாரிச்செல்லப்பட்ட வீடுகள்	50
திட்டுத்திட்டான நெற்களஞ்சியம்	52
வருமான இழப்பும் விலைவாசி உயர்வும்	54
மக்கள் இடப்பெயர்வு	55
பலிகொண்ட வெள்ளம்	55
நேரடியாய்க் கொன்றது	56
நோயால் கொன்றது	56
உருவான அநாதைகள்	58
III. பொழிவின் பொளிவைப் பொலிவாக்கல்	59
மரணப்பிடியிலிருந்து மீளல்	59
உயிர்காத்த மீனவர்	60
வீதிக்கு வந்த வாழ்க்கை	61
நிவாரணக் குழுக்கள்	62
நிவாரண நிதி	64
நிதி நிவாரணம்	64
வசிப்பிடமும் வீடும்	66
இலங்கை நிவாரண நிதி	68
நீர்நிலைகளை மீட்டலும் மாற்றலும்	71
அதிகாரிகளும் தொழிலாளர்களும்	71
கல்லணைக்குக் கூடுதல் கவனம்	72
தொழிலாளரைத் திரட்டுதல்	74
தொழிலாளர்: எண்ணிக்கை, ஊதியம் குறைப்பு	75

தொழிலாளரைக் கவர்ந்த கல்லணை	76
புனரமைப்பு: முன்னேற்றமும் தேக்கமும்	77
மணற்றிட்டு அகற்றம்	81
டிராம்வே வண்டிகள்	86
திருச்சிராப்பள்ளியை விரிவாக்கிய நியுட்டன்	89
IV. பேரழிவிலும் புனரமைப்பிலும் படிநிலை	90
சாதிப்படிநிலையும் புவிப்படிநிலையும்	90
செயற்கையை வீழ்த்திய இயற்கை	94
சுத்தமும் அசுத்தமும்	95
பேரழிவில் படிநிலை	96
பறையருக்கு நிவாரணம்	97
புகலிடத்தில் படிநிலை	98
படிநிலைப் புனரமைப்பு	98
பொதுப்பணியில் சாதி	99
சாதியா? மனிதரா?	100
V. *முடிவுரை: வரலாறு கற்பிக்கிறது*	101
புகைப்படங்கள்	105
சான்றுகள்	111
IX. **பிற்சேர்க்கைகள்**	
வெ.நா. சபாபதிதாசர், பூதவெள்ளச்சிந்து	117
குமரவேல் நாயனார், பரிதாபச்சிந்து	125
கு. வீறப்ப நாய்க்கர், பிரளயச் சிந்து	131
டி.எம். ஜன்னபா சாய்பு, காவேரி வெள்ளச்சிந்து	139
கோபாலகிருஷ்ண நாயுடு, அலங்கார சிந்து	143
ஆ. முருகேசவாண்டையார் T.S. கணேசன், விபரீத வெள்ளம்	151
கோ.ச. விநாயகமூர்த்தி செட்டியார், வெள்ளச்சிந்து	159
S.S.M. அர்த்தனாரிசாமி செட்டியார், வெள்ளச்சிந்து	165

S.S.M. அர்த்தனாரிசாமி செட்டியார், வெள்ளச்சிந்து, இரண்டாம் பாகம்	171
நா. சபாபதி தாசரால், விபரீத சிந்து	179
அ. ஆதிமூலநயினார், பரிதாப சிந்து	185
ரெங்கராஜா, கோலாகலச்சிந்து	193
முத்தையாபிள்ளை, தத்தளித்துமீண்ட சிந்து	203
மாணிக்க நாயகர், வெள்ளவிபத்துச் சிந்து	209
லெக்ஷ்மி அம்மாள், கொள்ளிடப்பெருக்குக் கும்மிப்பாட்டு	215
S.A. ராஜாராம், புழல்மாரி விபத்து சிந்து	223

நன்றி

ஆவணக்காப்பக நூலகத்தில் வெள்ளச் சிந்துகளைக் கண்டெடுக்க திரு. இ.ஜெகன் பார்த்திபன் (நூலகர்) பெருந்துணைபுரிந்தார். ஆவணக்காப்பக அலுவலர், பணியாளர் அரசு ஆவணங்களைப் பார்வையிடத் தந்தனர். பேராசிரியர் அ.கா. பெருமாள் வெள்ளச்சிந்துகளைப் படித்து வெளியிடத் தகுந்ததெனக் காலச்சுவடுக்குப் பரிந்துரைத்தார். திருச்சிராப்பள்ளி பெரியார் ஈ.வெ.ரா. அரசு கல்லூரித் தமிழ்ப் பேராசிரியர் க. காசிமாரியப்பன், வாசிப்பு ஓட்டத்தடையைக் களைந்து நூலைச் செம்மையாக்கினார். காலச்சுவடுப் பதிப்பாளர் கண்ணன் ஆர்வமுடன் நூலை வெளியிட்டார்.

முன்னுரை

ஆய்வின் தூண்டுகோல்

பிரித்தானிய இந்தியக் காலத்தில் வெளியான தலித் கலைப் படைப்புகளைத் தேடியபோது வெள்ளச்சிந்துகள் சில கிடைத்தன. தமிழகத்தில் பவானி, காவேரி, கொள்ளிடக் கரைகளில் 1924ஆம் ஆண்டு ஜூலை மாதம் ஏற்பட்ட பெருவெள்ளமும் அது விளைவித்த பேரழிவுகளும் வெள்ளச்சிந்துகளில் பாடப்பட்டுள்ளன. இவைபோன்ற சிந்துகளைத் தேடியபோது பூதச் சிந்து, பரிதாபச் சிந்து, பிரளயச் சிந்து எனப் பதினைந்து வெள்ளச் சிந்துகள் கிடைத்தன. இவற்றில் விருத்தம், வெண்பா, பல்லவி, அனுபல்லவி, நொண்டிச் சிந்து, கும்மிப்பாடல் எனத் தலைப்பிடப்பட்டுள்ளன. தமிழகத்தில் பவானி, காவேரி, கொள்ளிட ஆறுகளில் ஏற்பட்ட பெருவெள்ளப் பேரழிவுகள் பாடப்பட்டுள்ளன. அவற்றைப் படிக்கப்படிக்க என் கண்முன்னே சென்னைப் பெருவெள்ளச் (2015) சித்திரம் குறுக்கிட்டது. அதற்குக் காரணமில்லாமல் இல்லை. சென்னையில் பெருவெள்ளம் ஏற்பட்ட அன்று மதியம் திண்டிவனம் செல்வதற்காகத் தரமணியிலிருந்து வேளச்சேரிக்குப் பேருந்தில் சென்றேன். அங்கிருந்து தாம்பரம் செல்வதற்கு நீண்டநேரம் காத்திருந்தேன். நெருக்கடியைப் பொருட்படுத்தாமல் பேருந்து ஏறினேன். ஒவ்வொரு அடியாகப் பேருந்து நகர்ந்தது. வழிநெடுகிலும் சாலையை வெள்ளம் ஆக்கிரமித்திருந்தது. மேடுபள்ளம் தெரியவில்லை. மாலைப்பொழுதை இருள் கவ்வியது. சாலையோரம் மக்களின் கூக்குரல்கள் கேட்டன. சேலையூரில் பேருந்து

பழுதடைந்து சாலையின் நடுவில் நின்றது. கால் முட்டுக்கு மேல் வெள்ளம் இருந்தது. தட்டுத்தடுமாறி வெள்ளத்தில் நடந்தே தாம்பரத்துக்குச் சென்றேன். அங்குப் புறநகர்ப் பேருந்துகள் இல்லை. நடந்தே பெருங்களத்தூருக்குப் பலரும் செல்வதைப் பார்த்து நானும் நடந்தேன். அங்கும் பேருந்துகள் இல்லை. கனமழையும் இடியும் தொடர்ந்தன. வேறுவழியின்றி மீண்டும் நகரப் பேருந்தில் ஒரு மணி நேரத்திற்குள் தாம்பரத்திற்குத் திரும்பினேன். நண்பர் வீட்டில் இரண்டுநாள் தங்கினேன். பேருந்துகள் இயக்கப்பட்ட பின் திண்டிவனம் சென்றேன்.

சென்னைப் பெருவெள்ளச் (2015) செய்திகளைப் படித்தபோது காவேரிப் பெருவெள்ளப் பேரழிவை உணர முடிந்தது. என் சுயஅனுபவமும் சென்னைப் பெருவெள்ளத் தாக்கமும் காவேரி வெள்ளச்சிந்துகளைத் தொகுக்கும் எண்ணத்தை ஏற்படுத்தின. கலைப் படைப்புகளான வெள்ளச்சிந்துகள் கற்பனையா, அல்லது வரலாறா என்ற கேள்விகள் எழுந்தன. படைப்பாளிகளின் கற்பனை கலைப்படைப்பாக வெளிப்படும் என்றபோதிலும் *1924* ஆம் ஆண்டு ஜூலை மாதப் பெருவெள்ளத்தைப் பற்றித் தமிழகத்தில் பல பகுதிகளில் படைப்பாளிகள் வெள்ளச்சிந்துகளைப் பாடியுள்ளதால் அவற்றைக் கற்பனை என ஒதுக்க முடியவில்லை. அதேசமயம் அச்சிந்துகளை அடிப்படையாகக் கொண்டு பெருவெள்ளப் பேரழிவு வரலாற்றை எழுதவும் இயலாது. ஒரு நிகழ்வை உறுதியாகக் கூறுவதற்குக் கலைப்படைப்புகளை மட்டும் போதுமான ஆதாரங்களாகக் கொள்ள முடியாது. எனவே சிந்துகள் குறிப்பிடும் நிகழ்வை ஆவணங்களில் தேடினேன். வெள்ளம் ஏற்பட்டதாக வெள்ளச் சிந்துகள் கூறும் காலத்தில் வெளியான பத்திரிகைகள் அதைப் பதிவு செய்துள்ளன. *கிராமானுகூலன்* இதழ், "ஜலத்தட்டினால் குருவைப்பயிர்கள் வாடியும் நாத்தங்கால்கள் காய்ந்துகொண்டும் திண்டாடிய சமயத்தில் திடீரென்று மலையடிவாரத்தில் அதிக மழைபெய்து ஏராளமான வெள்ளம் வந்துவிட்டது. இதுவரையில் எவ்வருஷத்திலும் அவ்வளவு மழை பெய்ததும் கிடையாது, இவ்வளவு வெள்ளம் வந்ததும் கிடையாது என்று வயது முதிர்ந்த பெரியோர்கள் கூறுகின்றார்கள்" எனத் தலையங்கம் தீட்டியுள்ளது.[1] பெருமழைதான் வெள்ளத்திற்குக் காரணமென்னும் போதிலுங்கூட, வானத்தில் பல்லாயிரங்கோடி மைல்களுக்கு அப்பாலிருந்து சூரியமண்டத்தை நோக்கி வந்துகொண்டிருக்கிற கேதுதான் இந்த உலகப் பெருவெள்ளத்திற்குக் காரணமெனச் சோதிடர்கள் கூறியதாகப் *பாலபாரதி* பதிவு செய்தது.[2] இதன்மூலம்

---

1. *கிராமானுகூலன்* (ஜூலை & ஆகஸ்ட், 1924).

2. *பாலபாரதி* (ஐப்பசி, 1924).

வெள்ளச்சிந்துகள் கூறுகின்ற காவேரிப் பெருவெள்ளம் உண்மையென்று உணர்ந்தேன். தமிழகத்தில் பருவமழை இல்லாத காலத்தில் பெருவெள்ளம் எவ்வாறு ஏற்பட்டது என அடுத்த கேள்வி எழுந்தது. மலையடிவாரத்தில் பெய்த மழை என்று *கிராமானுகூலன்* இதழில்பொதுவாகவும் மைசூர், மலையாளம், கொச்சி, குடகுப் பகுதிகளில் பெய்தமழை என வெள்ளச் சிந்துகளில் குறிப்பாகவும் கூறப்பட்டுள்ளன. அவற்றில் மழைபொழிந்ததால் தமிழகத்தில் வெள்ளம் ஏற்பட்டதெனக் கூறவில்லை. எனவே, மலையடிவாரத்தில் பெய்த மழையளவைப் பார்த்தபோது அங்குக் கனமழை பொழிந்ததை அறியமுடிந்தது. இம்மழையால் கேரளாவிலும் பெருவெள்ளம் ஏற்பட்டுப் பேரழிவு உண்டானது. இது குறித்துப் பாட்டு, சிறுகதை, நாவல் போன்றவை படைக்கப்பட்டன. 'கேரளத்திலே வெள்ளப்பொக்கம்' *(1924)*, 'வெள்ளப்பொக்கம்' *(1924)*, 'அதிவதாவர்ஷம்' *(1925)* என மூன்று சிந்துகள் வெளியாயின. இது குறித்து நாவல்களும் சிறுகதைகளும் படைக்கப்பட்டன.[3] இதேகாலத்தில் ஆசிய, ஐரோப்பிய நாடுகளிலும் பெருவெள்ளம் ஏற்பட்டது. சீனாவில் ஏற்பட்ட பெரும் வெள்ளத்தால் ஐம்பதாயிரம் மக்கள் பாதிக்கப்பட்டதாகப் புள்ளிவிவரம் தெரிவிக்கிறது. இரஷ்யாவிலும் வெள்ளம் பெரும் பாதிப்பை ஏற்படுத்தியது. எனவே **1924**ஆம் ஆண்டுப் பெருவெள்ளம் உலகப் பிரளயம் என வர்ணிக்கப்பட்டது.

இயற்கையையும் மக்களையும் பேரிடர்கள் கடுமையாகத் தாக்குவதால் அதிலிருந்து தற்காத்துக் கொள்வதற்கான ஆய்வுகள் அறிவியல், சமூக அறிவியல், கலைப் புல ஆய்வாளர் கவனத்தைச் சமீப காலங்களில்தாம் ஈர்த்துள்ளன. பஞ்சம், தொற்றுநோய் குறித்த ஆய்வுகள் கவனப்படுத்தப்பட்ட அளவுக்குப் பெருவெள்ளம் குறித்த ஆய்வுகள் வரலாற்றுப் புலத்தில் இல்லை. இத்தகைய ஆய்வுகள் இந்தியாவில் இன்று தொடக்க நிலையில் இருக்கின்றன. அண்மையில் இயற்கைப் பேரிடர் வரலாற்றாய்வு எந்நிலையில் இருக்கிறது, அதன் தேவை என்ன என்பன போன்றவற்றை வலியுறுத்தும் கட்டுரையை எம். ஜுனும் எஃ. மால்ஷாகனும் வெளியிட்டனர்.[4] சென்னைப் பெருவெள்ளம் எவ்வாறு ஏற்பட்டது? பெருவெள்ளத் தாக்கத்திலிருந்து தற்காத்துக் கொள்வது எவ்வாறு என்பன குறித்து இந்தியத் தொழில்நுட்ப நிறுவனம், இந்திய அறிவியல் நிறுவனத்தைச்

---

3. Meenu Jacob, '1924 Flood of Tranvancore: A Literary Representation', *VISTAS* (Vol. 5, No. 1, 2016), downloaded at http://groupexcelindia.com.vistas/index.html on 22 June 2018.

4. M. June Ja, F. Mauelshagen, 'Disaster and Pre-industrial Societies: Historiographic Trends and Comparative Perspectives', *The Mediveal History Journal* (10, 1&2, (2007), pp. 1- 31.

சார்ந்த அறிவியல் ஆய்வாளர் சிலர் ஆய்வு மேற்கொண்டனர்.[5] பிரித்தானிய இந்தியாவில் நிகழ்ந்த வெள்ளம் பற்றிய ஆராய்ச்சிக் கட்டுரைகள், நூல்கள் எதுவும் இருப்பதாகத் தெரியவில்லை.

ஆவணங்கள்: சிறு குறிப்பு

அவ்வப்போது பெருவெள்ளங்கள் நிகழ்கிறபோதிலும் அவை பற்றிய பதிவுகள் எக்காலத்திலிருந்து கிடைக்கின்றன என்ற கேள்வி பெருவெள்ளம் ஏற்பட்டபோது கேட்கப்பட்டது. இயற்கைப் பேரழிவுகள் குறித்த வரலாறு வாய்மொழியாகவும் எழுத்தாகவும் இல்லையே எனப் புலம்பினர். "அப்பன் பாட்டன் காலமாய் யாருஞ்சொல்லவில்லையென..." அர்த்தனாரிசாமிச் செட்டியார் பாடினார்.[6] கடந்த நூறாண்டுகளில் தமிழ்நாட்டில் வெள்ளத்தினால் இவ்வளவு சேதம் ஏற்பட்டதில்லை என்று சொல்லப்படுகிறது எனப் *பாலபாரதி* பத்திரிகை 1924ஆம் ஆண்டு பதிவு செய்தது. மேற்குறிப்பிட்ட கேள்வி காலனியாட்சியாளரிடம் எழுந்தது. கோயம்புத்தூர் மாவட்டக் கையேட்டைத் தயாரித்த ஆசிரியர்கள், வெள்ளம் பற்றிய ஆதாரப்பூர்வ தரவுகள் பிரித்தானிய ஆட்சிக்கு முன்னர் இல்லை எனக் குறிப்பிடுகின்றனர். அவர்களுடைய கூற்றுப்படி, 1676ஆம் ஆண்டு ஏற்பட்ட வெள்ளத்தாலும் அதைத்தொடர்ந்து இரு ஆண்டுகள் கொடிய தொற்றுநோய்களாலும் ஐரோப்பிய மிஷனரிகள் உட்பட பொது மக்கள் பாதிக்கப்பட்டதை மதுரைப் பகுதியைச் சேர்ந்த இயேசுசபை கிறிஸ்துவ மிஷனரிகள் ரோம் நகரிலுள்ள தலைமையகத்துக்குப் பதினேழாம் ஆம் நூற்றாண்டில் கடிதங்கள் எழுதினர். இவைதாம் பெருவெள்ளம் குறித்த முதல் ஆவணங்கள்.[7] பிரித்தானிய ஏகாதிபத்திய இந்தியாவில் பெருவெள்ளம் பற்றிப் பதிவு செய்யப்பட்ட ஆவணங்களின்படி தமிழகத்தில் 1906, 1907, 1911, 1913, 1914, 1915, 1916, 1917, 1920, 1924, 1925, 1926, 1930 எனப் பல ஆண்டுகள் தொடர்ந்து பெருவெள்ளங்கள் ஏற்பட்டதை அறியமுடிகிறது. இவற்றில் 1924ஆம் ஆண்டுப் பெருவெள்ளம் பெரும் பாதிப்பை விளைவித்ததால் அது குறித்து ஏராளமான ஆவணங்கள் கிடைக்கின்றன. அப்போது பலரும் வெள்ளச் சிந்துகளை வெளியிட்டனர்.

---

5. B. Narasimhan, S.M. Bhallamudi, A. Mondal, S. Gosh, P. Mujumdar, *Chennai Floods*, 2015: *A Rapid Assessment* (Bangalore: Interdisciplinary Centre for Water Research & Indian Institute of Science, 2016).

6. S.S.M. அர்த்தனாரிசாமிச் செட்டியார், *பவானி காவேரி நதிகளின் வெள்ளச்சிந்து* (பவானி: கோல்டன் பிரஸ், 1924), ப. 2.

7. K.N. Krishnaswami & A.R. Cox, *Statistical Appendix and Supplement to the Revised District Manual (1898) for Coimbatore District* (Madras: The Superintendent, Government Press, 1933), p. 124.

கோட்பாட்டுப் புரிதல்

பெருவெள்ளப் பேரழிவு நிகழ்ந்த போதெல்லாம் கனமழையும் ஆறுகளில் ஆக்கிரமிப்புமே காரணங்கள் எனப் பொதுவாகக் கூறப்படுகின்றன. சமூகத்தில் வலுவானவர் ஆக்கிரமிப்பைச் சுட்டுவதில்லை. ‘மக்கள்’ பாதிக்கப்பட்டனர் எனப் பொத்தாம் பொதுவாகக் கூறப்படுகிறது. இந்துமதப் படிநிலைச் சாதியச் சமூகத்தைக் கணக்கில் கொள்ளாமல் அவ்வாறு கூறுவது தவறான கண்ணோட்டம் ஆகும். சமூகத்தில் தாழ்த்தப்பட்ட சாதியினரின் வாழிடம் தாழ்வான, அசுத்தமான பகுதியிலும் ஒடுக்குகின்ற சாதியினரின் வாழிடம் மேடான, சுகாதாரமான பகுதியிலும் இருக்கிறபோது பெருவெள்ளப் பாதிப்பிலும் வேறுபாடுகள் இருக்கும். ஆகவே மக்கள் பாதிக்கப்பட்டனர் எனக் கூறுவதற்குப் பதிலாக எந்தெந்தச் சாதியினருக்கு என்னென்ன பாதிப்புகள் ஏற்பட்டன என ஆராய்வது அவசியம். இப்பேரழிவு ஆய்வில் சாதியக் கோட்பாடுகளைப் பொருத்திப் பார்க்க வேண்டிய தேவை என்ன, பெருவெள்ளப் பேரழிவில் சாதியப் படிநிலை இருப்பது ஏன் என்ற கேள்விக்கான பதிலை அம்பேத்கர், ஜான் மென்சர், லூயிதூமோ ஆகியோரின் சாதி குறித்த கோட்பாடுகள் வழியாகப் புரிந்துகொள்ளலாம். மாமழையும் பெருவெள்ளமும் இயற்கை என்றபோதிலும் அதனால் ஏற்படுகிற பேரழிவுக்கு அரசியல், பொருளாதாரம் முக்கியக் காரணங்களாக இருக்கின்றன.

திண்டிவனம் **கோ. ரகுபதி**
10.10.2019

பெருவெள்ளம்: 1924க்கு முன்னும் பின்னும்

கடந்த காலத்தில் ஏற்பட்ட பெருவெள்ளத்தை அறிவது எதிர்காலத்தில் பெருவெள்ளம் நிகழும்போது அதை எதிர்கொள்ளத் துணைபுரியும். கிடைக்கின்ற ஆவணங்களின்படி 1126ஆம் ஆண்டு வடவாற்காடு, தென்னாற்காடு மாவட்டங்களில் பெருவெள்ளம் ஏற்பட்டது. வாழ்விடங்கள் அழிந்தன. பயிர்கள் அழிந்ததால் பெரும் பஞ்சம் ஏற்பட்டது. இது சோழநாட்டில் எதிரொலித்ததைக் கோவிலடிக் கல்வெட்டு தெரிவிக்கிறது.[1] மதுரைப் பகுதியில் 1676ஆம் ஆண்டு, ஏற்பட்ட பெருவெள்ளம் தாக்கத்தை ஏற்படுத்தியதை அறியமுடிகிறது. 1877ஆம் ஆண்டு, தாமிரபரணி ஆற்றில் 27 அடி உயரத்திற்கு வெள்ளம் சென்றது. இதன் தாக்கத்தை அறிய இயலவில்லை. 1905, 1906, 1911ஆம் ஆண்டுகளில் காவேரியில் பெருவெள்ளம் ஏற்பட்டது. 1913ஆம் ஆண்டில் கொள்ளிடத்திலும், 1914, 1915ஆம் ஆண்டுகளில் தாமிரபரணியிலும், 1916 ஆம் ஆண்டில் சேலத்திலும், 1917ஆம் ஆண்டில் வடவாற்காட்டிலும் வெள்ளம் ஏற்பட்டது.[2]

காவேரி வெள்ளம் (1911)

1911ஆம் ஆண்டு பெருவெள்ளம் ஏற்பட்டதை விவேகசிந்தாமணி, "மற்றெவ்வருஷத்தைக் காட்டிலும் இவ்வருஷத்தில் காவிரி நதியில் வெள்ளம் அளவுக்கு

---

1. சி. கோவிந்தராசனார், சி.கோ. தெய்வநாயகம், *சோழர் வரலாறு* (தஞ்சாவூர்: அன்னம், 2010), ப. 119.

2. *விவேக சிந்தாமணி* (1911), Vol. XIX, No. 5, p. 160.

மிஞ்சிப் பெருகிவிட்டது. மேற்கு மலைத்தொடரில் அந்த நதி உற்பத்தியாகும் ஸ்தானத்தில் மழை சரமாரியாகப் பொழிந்ததே இம்மாதிரியான வெள்ளம் பெருக்கெடுத்ததற்குக் காரணம் என்று தெரிகிறது" என்றது. இப்பெருவெள்ளத்தால் மைசூர் சமஸ்தானத்திலும் சுமார் 800 குடும்பத்தினர் வீடுகளை இழந்து உணவு உடையின்றித் தவித்தனர். பாதிக்கப்பட்ட மக்களுக்கு நிவாரணம் வழங்குவதற்காக மைசூர் நிவாரண நிதி ஏற்படுத்தப்பட்டது. இதற்கு மைசூர் அரசு இரண்டாயிரம் ரூபாய் நிதி கொடுத்தது. அப்பெருவெள்ளம் தமிழ்நாட்டில் ஆற்றோரக் குடிசைகளை வாரிச் சென்றது. கும்பகோண வட்டத்தில் கருப்புருண்டைக் கிராமத்தில் உடைப்பு ஏற்பட்டதால் சுமார் நூறு குடிசைகள் அழிந்தன. கும்பகோணத்தை வெள்ளம் சூழ்ந்தது. உடல் வலிமையுடையோர் மரங்களில் ஏறித் தப்பினர். சில இடங்களில் உயிரிழப்பு ஏற்பட்டது. காவேரி நதியில் கீழக்கரையிலிருந்து மேலக்கரைக்குச் சென்ற பரிசல் கவிழ்ந்தும் உயிரிழப்பு ஏற்பட்டது.

33பேரைக் கொன்ற வெள்ளம் (1913)

1913 நவம்பர் மாதம் விருத்தாசலம் பகுதியில் இருபத்தெட்டு அங்குலம் மழை பொழிந்தது. வெள்ளாறு, மணிமுத்தாறுகளில் வெள்ளம் ஏற்பட்டது. மணிமுத்தா நதியில் 13.5அடி உயரத்திற்கு வெள்ளம் சென்றது. பெலாந்துறை அணைக்கு மேல் 23அடி உயரத்துக்கு வெள்ளம் ஏற்பட்டது. இதனால் 1913ஆம் ஆண்டு நவம்பர் பத்தாம் நாள் நடுஇரவுக்குப் பின்னர் ஆற்றின் இரு கரைகளுக்கு மேலே மிகுதியான வெள்ளம் சென்றது; அந்த அணையின் பதினேழு மதகுகளில் பன்னிரு மதகுகள் அடித்துச் செல்லப்பட்டன; அணையின் இருகரைகளிலும் பேருடைப்பு ஏற்பட்டது. ஆற்றின் வலப்புறம் வழிந்தோடிய தண்ணீராலும் வீராணம் ஏரியின் நீர்ப்பிடிப்புப் பகுதிக்கு வந்த வெள்ளத்தாலும் அந்த ஏரியில் பதினாறு பகுதிகளில் உடைப்புகள் ஏற்பட்டன. வீராணம் ஏரிக்கு வரும் கால்வாய் ஏழு அடி அளவுக்கே தண்ணீரைத் தாங்கும் திறன் கொண்டிருப்பினும் பத்தாம் நாள் 12.5அடி உயரத்திற்குத் தண்ணீர் சென்றதால் ஏரியின் வடிகால் பகுதி முற்றிலும் தகர்ந்தது; இரண்டு மதகுகள் அடித்துச் செல்லப்பட்டன. வெள்ளாற்றின் வலக்கரையில் வழிந்தோடிய வெள்ளம் ராஜவாய்க்கால், வாலாஜா ஏரிக்குள் சென்றது. இதனால் மூன்றரை மைல் நீளமுடைய ராஜவாய்க்காலில் இரண்டு மைல் நீளப்பகுதி அழிந்தது. வாலாஜா ஏரியில் இரண்டு குறுக்கணைகள் பாதிப்படைந்தன; நீரைத்தேக்கும் கரையில் ஐந்து இடங்களில் உடைப்புகள் ஏற்பட்டன. இதனால்

ஏற்பட்ட வெள்ளம் கடலூர் வட்டப் பெருமாள் ஏரிக்குள் புகுந்து அங்குப் பதினாறு இடங்களில் உடைப்பை ஏற்படுத்தியது. இந்த வெள்ளம் சிதம்பரம் வட்ட விவசாய நீர்ப்பாசனத்தில் பெரும்பாதிப்பை விளைவித்தது. சாலையில் ஐந்து அடி முதல் ஒன்பது அடி உயரத்திற்கு வெள்ளம் சென்றது. சிதம்பரம் வட்டத்தில் பெரும்பாலான கிராமங்களையும் சிதம்பரம், போர்ட்டோநோவா நகரங்களில் பெரும்பாலான தெருக்களையும் வெள்ளம் சூழ்ந்தது. 1913 நவம்பர் பத்தாம் நாளன்று கெடிலம் ஆற்றில் வெள்ளம் ஏற்பட்டதால் திருப்பாதிரிப்புலியூர், கடலூர் பழைய நகரம் செல்லும் சாலை ஆகியன பாதிப்படைந்தன; சிதம்பரம், போர்டோநோவோ, புதுச்சத்திரம் ஆலப்பாக்கம் ஆகிய பகுதிகளில் பல இடங்களில் தண்டவாளத்தில் உடைப்புகள் ஏற்பட்டன. சிதம்பரம், கடலூர் வட்டங்களில் பெரும்பாலான சாலைகளை வெள்ளம் அடித்துச் சென்றது. மணிமுத்தா நதியில் ஏற்பட்ட உடைப்பின் காரணமாக விருத்தாசல நகரம் வெள்ளத்தால் பாதிக்கப்பட்டது. சிதம்பரத்தில் 248 கிராமங்களும் விருத்தாசலத்தில் 48 கிராமங்களும் கடலூரில் 14 கிராமங்களும் பெரும் பாதிப்புக்குள்ளாகின. சிதம்பரத்தில் 11, 579 வீடுகளும் விருத்தாசலத்தில் 894 வீடுகளும் கடலூரில் 667 வீடுகளும் என மொத்தம் 13,450 வீடுகள் அழிந்தன. இவற்றின் அக்கால மதிப்பு ஒரு லட்சத்து எண்பதாயிரம் ஆகும். சுமார் 5000 ஆடுகள் வெள்ளத்தில் செத்தன. மேலும் சிதம்பரத்தில் முப்பது பேர், விருத்தாசலத்தில் மூன்று பேர் என மொத்தம் முப்பத்துமூவர் பலியாயினர்.[3]

தாமிரபரணி வெள்ளம் (1923, 1925, 1931)

1923ஆம் ஆண்டு டிசம்பர் மாதம் 23ஆம் நாளன்று இரவு கனமழை பெய்ததால் தாமிரபரணி ஆற்றில் வெள்ளம் ஏற்பட்டது. 15ஆம் நாள் இரவு எட்டு மணி முதல் 16ஆம் நாள் காலை எட்டு மணி வரை 23செ.மீக்கு மேல் மழை பெய்ததால் தாமிரபரணி ஆற்றில் திருநெல்வேலி – பாளையங்கோட்டைப் பாலத்திற்கு மேல் 25 அடி உயரத்துக்கு வெள்ளம் பாய்ந்தது. பதினாறாம் நாள் இரவு இருபது செ.மீக்கு மேல் மழைபெய்ததால் 17ஆம் நாள் காலை ஒன்பது மணியளவில் பாலத்திற்கு மேலே 31 அடி அளவுக்கு வெள்ளம் பாய்ந்தது. தாமிரபரணி ஆற்றின் இருபுறத்திலுமுள்ள வீரராகவபுரம், கொக்கிரகுளப் பகுதிகள் வெள்ளத்தில் மூழ்கின; சில தெருக்களில் பத்தடி உயரத்துக்குத் தண்ணீர் இருந்தது. மாவட்ட ஆட்சியர் அலுவலக வளாகச் சுற்றுச்சுவருக்குள்

3. *Madras District Gazetteers South Arcot District Vol. II* (Madras: The Superindent Government Press, 1932), pp. xxxix - xl.

மூன்றடி உயரத்துக்கு வெள்ளம் சூழ்ந்தது. நயினார்குளத்தில் உடைப்பு ஏற்பட்டதால் திருநெல்வேலி ரயில்நிலையப் பகுதி அழிந்தது; ரயில் எந்திரங்கள் கவிழ்ந்தன; ரயில் நிலையம் முற்றிலும் சிதைந்தது; ரயில்வே ஊழியர்கள் ரயில் பெட்டிகளில் ஏறி தஞ்சம் அடைந்தனர். கொக்கிரகுளத்தில் இருந்த மாவட்ட ஆட்சியர் அலுவலகம், நீதி மன்றம் ஆகியன வெள்ளத்தில் மூழ்கின; ஆவணங்கள் பல அழிந்தன; பிற பகுதிகளுடன் தொடர்பு துண்டிக்கப்பட்டது. ரயில்நிலையத்துக்குக் கிழக்கே ஒருமைல் தூரத்துக்கு வெள்ளத்தால் தண்டவாளம் அடித்துச் செல்லப்பட்டது.

திருநெல்வேலி, திருச்செந்தூர், திருவைகுண்ட வட்டங்கள் பெரும் பாதிப்புக்குள்ளாயின. நான்குநேரி வட்டம் குறைந்த பாதிப்புக்குள்ளானது. முதல் மூன்று வட்டங்களில் ஆற்றங்கரை களில் பெருத்த உடைப்புகள் ஏற்பட்டன. திருவைகுண்ட வட்டத்தில் ஆற்றின் வலக்கரையில் இரண்டு முதல் ஐந்து பர்லாங் நீளத்திலும் அதே வட்டத்தில் சுமார் எட்டுக் கிராமங்களில் ஆற்றின் இடப்புறத்தில் பன்னிரண்டு இடங்களிலும் உடைப்புகள் ஏற்பட்டன. இந்த வெள்ளம் திருவைகுண்டம் அருகே பெரியகுளத்திற்குச் சென்றது. அக்குளத்தில் 23 இடங்களில் உடைப்புகள் ஏற்பட்டன. மருதூர் மேல், கீழ்க்கால்வாயில் 43 இடங்களில் உடைப்புகள் ஏற்பட்டன. வடக்குப் பிரதானக் கால்வாயில் ஒன்பது இடங்களில் சுமார் ஒன்றரை மைல் நீளத்திற்கும் தெற்குப் பிரதானக் கால்வாயில் நான்கு இடங்களிலும் கொற்கையன் கால்வாயில் ஓர் இடத்தில் 1.5 மைல் நீளத்திற்கும் உடைப்புகள் ஏற்பட்டன. திருநெல்வேலி மாவட்டத்திலேயே பெரியகுளமான திருச்செந்தூர் வட்டத்திலுள்ள கடம்பாக் குளத்தில் ஆறு இடங்களில் உடைப்புகள் ஏற்பட்டன. இதனால் ஆத்தூர்க் கால்வாய் முற்றிலும் அழிந்தது. நல்லூரில் இரு குளங்களில் 34 இடங்களில் உடைப்புகள் ஏற்பட்டன.[4] திருநெல்வேலி வட்டத்தில் மொத்தமுள்ள 101 குளங்களில் 55 குளங்களில் உடைப்புகள் ஏற்பட்டன; இதனால் 1.32 லட்ச ரூபாய் நட்டம் ஏற்பட்டது. 336 நீர்ப்பாசனக்கால்வாய்களில் ஏற்பட்ட பாதிப்பு உட்பட அம்மாவட்டத்தில் ஏற்பட்ட நட்டத்தின் மொத்த மதிப்பு 15 லட்ச ரூபாய் ஆகும். இதில்பாதி ஏழைகளின் வீடுகளுக்கு ஏற்பட்ட சேதத்தால் விளைந்ததாகும். ரூ. 1.5 லட்ச மதிப்பில் வேளாண் நிலத்திற்குப் பாதிப்பு ஏற்பட்டது.

திருநெல்வேலி – கொல்லம் ரயில் பாதையில் பெரும் பாதிப்பு ஏற்பட்டது. திருநெல்வேலி – திருச்செந்தூர் ரயில் பாதையில்

---

4. 'கடல் வற்றினாலும் கடம்பா வற்றாது' எனக் கடம்பா குளம் குறித்து அந்தப் பகுதிகளில் கூறுவதுண்டு. அந்த அளவிற்கு அது பெரியது.

ஆழ்வார்திருநகரி – நாசரேத், குரும்பூர் – காயல்பட்டினம் ஆகிய பகுதிகளில் சுமார் 3.5 மைல் தூரப்பாதை முற்றிலும் அழிந்தது. இந்தப் பாதிப்பைச் சீரமைப்பதற்கு ஒரு மாதத்திற்கு மேலானது. திருநெல்வேலி, பாளையங்கோட்டை, திருவைகுண்டம், திருச்செந்தூர் வட்டங்களில் சாலைப் பாதிப்பைச் சீரமைப்பதற்கு மூன்று லட்ச ரூபாய் செலவு ஆனது. தாமிரபரணியின் இருபுறமும் அமைந்துள்ள கான்சாபுரம், சீவலப்பேரி ஆகிய கிராமங்கள் பெரும் பாதிப்புக்குள்ளாயின. கான்சாபுரத்தை நோக்கிச் சிற்றாறு பாய்ந்தது; அது அங்கு இருந்த 293 வீடுகளில் 240 வீடுகளை அழித்தது. ஏரல் ஒன்றியத்தில் 1,300 வீடுகளை அழித்ததோடு சுமார் 3000 பேரை வீடற்றோராக்கியது. சுமார் இருபதாயிரம் ஆடு மாடுகள் இறந்தன.[5] வெள்ளத்தால் பாதிக்கப்பட்ட வேளாண் நிலத்தைச் சீர்படுத்துவதற்கு இரண்டு லட்ச ரூபாய் ஆனது.[6]

1925ஆம் ஆண்டு தாமிரபரணியில் மீண்டும் பெருவெள்ளம் ஏற்பட்டது. அந்த ஆண்டு டிசம்பர் மாதம் ஏழாம் நாளுக்கும் பன்னிரண்டாம் நாளுக்கும் 22ஆம் நாளுக்கும் 29ஆம் நாளுக்கும் இடைப்பட்ட நாட்களில் கனமழை பொழிந்தது. எட்டாம் நாள் காலை பத்து மணிக்குத் தாமிரபரணி – பாளையங்கோட்டை பாலத்திற்கு மேல் 25.5அடி அளவுக்கு வெள்ளம் சென்றது. சேரன்மகாதேவி ரயில் பாலத்தில் உடைப்பு ஏற்பட்டதால் திருவனந்தபுரத்திற்கான போக்குவரத்து பத்து நாட்களுக்குத் துண்டிக்கப்பட்டது. 1923ஆம் ஆண்டு வெள்ளத்தைப்போல் 1925ஆம் ஆண்டு வெள்ளத்திலும் திருநெல்வேலி, திருவைகுண்டம், திருச்செந்தூர் வட்டங்கள் பாதிப்படைந்தன. ஆற்றில் ஏற்பட்ட பாதிப்பைச் சீரமைப்பதற்கு நான்கு லட்ச ரூபாய் ஆனது. தனியார் சொத்துக்களுக்கு ஏற்பட்ட சேதம் சுமார் இரண்டரை லட்சம் ஆகும். தொடர் வெள்ளத்தை எதிர் கொள்ள பாதுகாப்பு ஏற்பாடு செய்யத் திட்டமிடப்பட்டது. இதற்கு மூன்று லட்ச ரூபாய் ஆகுமெனக் கணக்கிடப்பட்டது. இந்தப் பணம் திருவைகுண்ட அணைக்கட்டைச் சீரமைத்தல், மதகுகள் அமைத்தல் போன்ற பணிகளைச் செய்வதற்குத் திட்டமிடப்பட்டது. இந்த வெள்ளத்தால் திருநெல்வேலியில் ஐநூறு வீடுகள் அழிந்தன இதில் நான்கில் ஒரு பங்கு மண் சுவர்களால் ஆன பனையோலை வேயப்பட்ட வீடுகள் ஆகும். விவசாயிகள் கடன் சட்டப்படி பத்தாயிரம் ரூபாயும் நில மேம்பாட்டுக்கடன் சட்டப்படி இருபதாயிரம் ரூபாயும் அழிந்த வீடுகளுக்கும் புன்செய் நிலப் பாதிப்புகளுக்கும் நிவாரணப்பணி செய்ய ஒதுக்கப்பட்டது.

5. *லக்ஷ்மி* (டிசம்பர், 1923).

6. 1923ஆம் ஆண்டு தாமிரபரணி ஆற்றில் ஏற்பட்ட வெள்ளம் குறித்துப் பாடப்பட்ட வெள்ளச் சிந்து பின்னிணைப்பில் உள்ளது.

பாதிக்கப்பட்ட ஏழைகளுக்கு இலவசமாகப் பனை மரம் வழங்குவதற்கு ஏற்பாடு செய்யப்பட்டது.[7]

1931ஆம் ஆண்டு வடகிழக்குப் பருவமழை குறைந்த அளவே பெய்தது ஆனால் அந்த ஆண்டு டிசம்பர் மாதம் பத்துப்பதினொன்று ஆகிய நாட்களில் திடீரெனக் கனமழை பெய்ததால் தாமிரபரணி ஆற்றில் வெள்ளம் ஏற்பட்டது. இதனால் திருவைகுண்ட வட்டத்தில் பெரும் பாதிப்பு ஏற்பட்டது. திருவைகுண்ட அணைக்கட்டுக்கு உட்பட்ட பல பகுதிகளில் உடைப்புகள் ஏற்பட்டன. மருதூர்கீழக்கால் கால்வாயில் பன்னிரண்டு இடங்களில் உடைப்புகள் ஏற்பட்டன. பொதுப்பணித்துறையால் பராமரிக்கப்பட்டு வந்த பதின்மூன்று குளங்கள் பாதிப்படைந்தன. திருவைகுண்டம் பெரியகுளத்தில் பதின்மூன்று இடங்களில் உடைப்புகள் ஏற்பட்டன. திருவைகுண்ட வட்டத்தில் சுமார் இரண்டாயிரம் ஏக்கர் நெல்வயல் சேறும்சகதியுமாக ஆனது. அந்த ஆண்டு ஏற்பட்ட வெள்ளத்தால் கோவில்பட்டி வட்டத்தில் பதினான்கு பேர் இறந்தனர். பெரும்பாலும் ஏழைகளின் குடிசைகள் அழிந்ததால் சுமார் 10,000 பேர் பாதிக்கப்பட்டனர். வருவாய்த்துறையின் பராமரிப்பில் இருந்த 143 குளங்கள் பாதிப்படைந்தன. இந்த வெள்ளத்தால் ஏற்பட்ட சேதம் சுமார் 6.59 லட்சம் ஆகும். திருநெல்வேலி மாவட்டத்தில் மேற்குறிப்பிட்ட மூன்று வெள்ளங்களினால் வீடுகளுக்கு ஏற்பட்ட சேதம் ஏராளம். எனவே, ஆற்றங்கரைகளை ஒட்டித் தாழ்வான பகுதியில் வாழக்கூடாது என்றும் தாமிரபரணி நீரைக் கடலுக்கு உடனடியாகக் கொண்டு சேர்ப்பதற்கான ஏற்பாடுகளைச் செய்ய வேண்டும் என்றும் பரிந்துரை செய்யப்பட்டது.[8]

தஞ்சாவூர் வெள்ளம் (1933)

1900ஆம் ஆண்டு ஜூலை, ஆகஸ்ட் மாதங்களில் தஞ்சாவூர் மாவட்டத்தில் ஏற்பட்ட வெள்ளம் சீர்காழி வட்டத்தில் 14,000 ரூபாய் மதிப்புள்ள சொத்துக்களை அழித்தது. பெரும்பாலான பாதிப்புகளைக் கொள்ளிட ஆறு விளைவித்தது. 1903ஆம் ஆண்டு நவம்பர் மாதம் ஏற்பட்ட பெருவெள்ளம் சென்னை – தரங்கம்பாடி பாலத்தை நொறுக்கியது. 1930ஆம் ஆண்டில் பெருவெள்ளம் ஏற்பட்டது. கோரமண்டலக் கடற்கரையில் அக்டோபர் 22 அன்று புயல் உருவானது. அது நாகப்பட்டினம்,

---

7. *MLCP*, (9 February 1926), Vol. XXVII, pp. 222 – 223.

8. K.N. Krishnaswami and C.A. Souter, *Statistical Appendix Together With a Supplement to the District Gazetteer (1917) for Tinnevelly District* (Madras: The Superintendent, Government Press 1934, pp. 214 – 217).

கடலூர் ஆகிய பகுதிகளுக்கு இடையே கடந்ததால் தஞ்சைமாவட்டத்தில் வழக்கத்திற்கு மாறாகக் கூடுதல் மழை பொழிந்தது. நாகப்பட்டினத்தில் அக்டோபர் 22ஆம் நாள் முதல் 23ஆம் நாள் வரை 41 செ.மீ. மழையும் திருச்சிராப்பள்ளியில் 24ஆம் நாள் 32.4 செ.மீ. மழையும் பெய்தது. இதனால் காவேரியிலும் அதன் கிளை ஆறுகளிலும் வெள்ளம் சென்றதால் உடைப்புகள் ஏற்பட்டன. அப்புயல் பின்னர் மேற்குத் திசை நோக்கி நகர்ந்தது. இதனால் திருச்சிராப்பள்ளி, கோயம்புத்தூர் மாவட்டங்களில் சில பகுதிகளும் நீலகிரியில் சில பகுதிகளும் பாதிப்படைந்தன. இம்மாவட்டங்களில் மழை பொழிந்த சில மணி நேரங்களிலேயே பாசன ஏரிகளில் ஏற்பட்ட வெள்ளம் ஆபத்தான நிலையை எட்டியது; பல இடங்களில் உடைப்புகள் ஏற்பட்டன. இதனால் விளைநிலங்கள் நீரில் மூழ்கின. தஞ்சாவூர், நன்னிலம், மன்னார்குடி, பாபநாச வட்டங்கள் கடுமையாகப் பாதிக்கப்பட்டன. சீர்காழி, மயிலாடுதுறை வட்டங்கள் குறைந்த அளவிலும் கும்பகோணம், பட்டுக்கோட்டை, அறந்தாங்கி ஆகிய பகுதிகள் மிதமான பாதிப்பையும் எதிர்கொண்டன. இம்மழையால் கொள்ளிட ஆற்றில் உடைப்பு ஏற்படவில்லை. ஆனால் பிற ஆறுகளில் உடைப்புகள் ஏற்பட்டன. தஞ்சாவூர், பாபநாசம், நன்னிலம், மன்னார்குடி, திருத்துறைப்பூண்டி, நாகப்பட்டின வட்டங்கள் பாதிக்கப்பட்டன. சிலர் இறந்தனர். நலிந்தோரின் வீடுகள் ஆயிரக்கணக்கில் அழிந்தன. 800 ஏக்கர் நிலம் சேறானது. ஒரு லட்சம் ஏக்கரில் விளைந்த பயிர்கள் அழிந்தன. நீர்ப்பாசனம் பாதிப்படைந்தது. ரயில் தண்டவாளம் முறிந்தது. தஞ்சாவூர் அருகே பசுபதிகோயில், திருச்சிராப்பள்ளி அருகே திருவெறும்பூர் ஆகிய பகுதிகளில் தண்டவாளங்கள் பெருத்த சேதமடைந்தன. இதற்காக 1924ஆம் ஆண்டு வெள்ள நிவாரண நிதியிலிருந்து ரூபாய் ஐயாயிரத்தை நிவாரண நிதியாக அரசாங்கம் வழங்கியது.[9]

---

9. K.N. Krishnaswami Ayyar, *Satistical Appendix Together With a Supplement to the District Gazetteer (1906) for Tanjore District* (Madras: The Suprintendent, Government Press, 1933), pp. 190 -194.

பெருவெள்ளமும் பேரழிவும்

மேற்கு மலையில் மாமழை

வெள்ளம் ஏற்பட்டால் 'எதிர்பாராத மழை', 'வரலாறு காணாத மழை' எனக்கூறி மழையைக் குற்றவாளிக் கூண்டில் நிறுத்துகின்றனர். பிரித்தானிய – இந்திய அரசு, வெள்ளச் சிந்துகள், பத்திரிகைகள் காவேரிப் பெருவெள்ளத்திற்கு மாமழைதான் காரணமெனக் குற்றம் சுமத்தின. எனவே மழையளவு வரலாற்றைக் காண்பது தேவை. 1836ஆம் ஆண்டு முதல் மழையளவு பதியப்பட்டதாகத் தெரிகிறது. அவ்வாண்டில் கடல்மட்டத்திலிருந்து இருநூறு அடி உயரத்தில் திருவனந்தபுர மலையில் மழையளவுக்கருவி நிறுவப்பட்டது. முதன்முதலில் ஜான் கால்ட்காட் என்பவர் மழையளவைப் பதிவு செய்தார். அப்புள்ளிவிவரம் கிடைக்கவில்லை. பின்னர் ஜான் பிரவுன் அப்பணியை மேற்கொண்டார். அப்போது கன்னியாகுமரியில் 147.32 செ.மீ., திருவனந்தபுரத்தில் 185.42 செ.மீ., கொல்லத்தில் 239 செ.மீ. மழையளவும் மிக அதிகபட்சமாக 754.38 செ.மீ. மழையளவு பீர்மேட்டுப் பகுதியிலும் பதிவானதாகக் குறிப்புகள் உள்ளன. இது எந்த ஆண்டுக்கான புள்ளி விவரம் எனத் தெரியவில்லை.[1] பின்னர் 1870ஆம் ஆண்டு முதல் மழையளவுப்பதிவு கிடைக்கிறது. அட்டவணை அ. 1870ஆம் ஆண்டு முதல் 1925ஆம் ஆண்டு வரை ஜனவரி முதல் டிசம்பர்

---

1. S. Ramanath Aiyar, V.L. Sastri, *Travancore of To-Day* (Madras: Oriental Encyclopedia, 1920), p. 12.

அட்டவணை: அ.

1870ஆம் ஆண்டு முதல் 1925ஆம் ஆண்டு வரை பெய்த மழையளவு (செ.மீட்டரில்)

வ. எண்	மாவட்டம்	ஜன.	பிப்.	மார்.	ஏப்.	மே	ஜூன்	ஜூலை	ஆக.	செப்.	அக்.	நவ.	டி.ச.	மொத்தம்
1.	மலபார்	0.83	0.63	2.0	8.0	19.6	79	88	47	20	24	13.36	3	305.23
2.	உதகை	3	3	3.25	9	15	25	37.05	25.14	19.35	27	15	7.49	189
3.	கோவை	1.44	0.71	1.57	4.39	9	4	1.55	5.30	8	16	11	3.32	68.02
4.	சேலம்	1.21	0.66	1.16	3.47	10.26	5.51	7.23	11.48	14.63	15.34	10.16	3.07	84.22
5.	திருச்சி	2.66	1.16	1.06	3.37	8.58	3.53	4.19	9.06	12.26	17.06	14.07	7	84
6.	தஞ்சை	3.32	1.67	2.03	2.51	4.82	3.53	5.02	10.43	11.93	7.78	19.76	17.27	111.68
7.	தென் ஆற்காடு	4.14	1.24	0.86	1.90	4.67	4.36	7.95	13.08	15.44	22.58	26.84	13.35	115.29

வரை பவானி, காவேரி ஆறுகளின் நீராதார மாவட்டங்கள், அவை பாய்ந்தோடும் மாவட்டங்களில் பொழிந்த சராசரி மழையளவைத் தெரிவிக்கின்றது. வடகிழக்குப் பருவமழைக் காலத்தில் வழக்கமாகப் பொழியும் மழையளவைவிட மேற்குத் தொடர்ச்சி மலைப் பகுதிகளில் தென்மேற்கு பருவமழைக் காலத்தில் பொழியும் மழையளவு பன்மடங்குக் கூடுதல் என்பதை அட்டவணை அ. தெரிவிக்கிறது. அட்டவணை தெரிவிக்கின்ற மழையளவைவிடக் கூடுதலாகவும் தமிழகத்தின் பிற பகுதிகளில் மழை பொழிந்தது. 1913ஆம் ஆண்டு திருச்சிராப்பள்ளி மாவட்டம் உடையார்பாளையத்தில் 194 செ.மீ. மழையும், 1917ஆம் ஆண்டு லால்குடி, அரியலூரில் 159 செ.மீ. மழையும் பெய்தது.[2] 1884ஆம் ஆண்டு தஞ்சாவூர் மாவட்டம் திருவாரூரில் 224 செ.மீ. மழையும், 1913ஆம் ஆண்டு சீர்காழியில் 262 செ.மீ. மழையும் நெடுவாசலில் 226 செ.மீ. மழையும் தரங்கம்பாடியில் 221 செ.மீ. மழையும் நாகப்பட்டினத்தில் 218 செ.மீ. மழையும் பெய்தது.[3] 1884ஆம் ஆண்டு தென் ஆற்காடு மாவட்டத்தில் 219 செ.மீ. மழையும் 1903ஆம் ஆண்டு திட்டக்குடியில் 261 செ.மீ. மழையும் 1913ஆம் ஆண்டு சிதம்பரத்தில் 257 செ.மீ. மழையும் பொழிந்தது.[4]

மாவட்டப் புள்ளிவிபரக் கையேடுகளிலிருந்து மேற்குறிப்பிட்ட புள்ளிவிவரங்கள் எடுக்கப்பட்டன. கேரளாவில் 1924 ஜூலை 12 முதல் கனமழை நீடித்தது. இது ஜூலை 20, 21 ஆகிய நாட்களில் மேலும் அதிகரித்தது. வயநாட்டிலும் அவ்வட்ட மலைத்தொடரின் கீழ்ப்பகுதியிலும் மாமழை பொழிந்தது. ஜூலை 12 முதல் 24 வரை உள்ள நாட்களில் வாயித்திரி என்ற பகுதியில் 263 செ.மீ. மழை பொழிந்தது. அங்கு ஜூலை 16ஆம் நாள் மட்டும் 34 செ.மீ. மழை பெய்தது. மனான்தாடி என்ற இடத்தில் 114 செ.மீ. மழை பெய்தது. ஜூலை 16, 17 ஆகிய நாட்களில் 53.34 செ.மீ. மழை பொழிந்தது.[5] தென்மேற்குப் பருவமழைக் காலத்தில் தென் கர்நாடக மாவட்டத்தில் தவறாமல் தோராயமாக 369 செ.மீ. மழை பொழியும். அன்றைய சென்னை மாகாணத்தின் எந்த மாவட்டத்திலும் இந்த அளவுக்கு மழை பொழியவில்லை. குறைந்தபட்ச அளவாக 1881ஆம் ஆண்டு

---

2. *Madras District Gazetteers Statistical Appendix for South Arcot District* (Madras: The Superintendent, Government Press, 1931), pp. 98-99.

3. *Madras District Gazetteers Statistical Appendix, Together with a Supplement to the Disctrict Gazeetteer (1906) for Tanjore District* (Madras: The Superintendent, Government Press, 1933), p. 190.

4. மேலது.

5. K.N. Krishnaswamy Ayyar & T.G. Rutherford, *Statistical Appendix for Malabar District* (Madras: The Superintendent, Government Press, 1933), p. xxxii.

251 செ.மீ. மழையும் 1874ஆம் ஆண்டு அதிகபட்சமாக 467 செ.மீ. மழையும் பொழிந்தது.[6] அம்மாவட்டத்தில் 1924 ஜூலை மாதத்தில் குறைந்தபட்சமாக 97 செ.மீ. முதல் அதிகபட்சமாக 155 செ.மீ. வரை மழை பொழிந்தது.[7] இதுபோல் நீலகிரியிலும் தொடர்ந்து மாமழை பொழிந்தது. 1924ஆம் ஆண்டு தென்மேற்குப் பருவ மழைக் காலத்தில் மேற்குத் தொடர்ச்சி மலையில் மாமழை பொழிந்தது. இவ்விடத்தில் கவனத்தில் கொள்ள வேண்டிய வரலாறு இருக்கிறது. அதாவது, மேற்குத் தொடர்ச்சி மலைப்பகுதிகளில் தென்மேற்குப் பருவமழைக் காலத்தில் பொழிந்த மழையளவுக்கு ஈடான மழை தமிழகத்தில் வடகிழக்குப் பருவ காலத்தில் பொழிந்திருக்கிறது. இப்புள்ளிவிவரங்களிலிருந்து தமிழகத் தண்ணீர் வரலாறு புலப்படுகிறது.

மேற்குத்தொடர்ச்சி மலைப்பகுதிகளில் பொழியும் மழைநீர் தமிழகத்தில் தாமிரபரணி, வைகை, பவானி, காவேரி ஆறுகளில் கிழக்குநோக்கிப் பாய்கிறது. “தென் மேற்குப்பருவ மழை மிகுதியால் ஆறுகளில் வெள்ளப்பெருக்கு ஏற்பட்டு ஜலாதாரங்கள் வருஷாந்திர நீரை நிலைக்கப்பெறும் சமயமாயுமிருக்கிறது” எனக் கட்டுரை ஒன்று குறிப்பிடுகிறது. “. . . காவிரியாற்றில் இம்மாதத்தில் ஏற்படும் பெருக்கை (“ஆடிப்பெருக்கம்” என்றும் “ஆடிப்பதினெட்டு” என்றும்) இம்மாத பதினெட்டாம் நாளில் பல ஜாதியினரும் போய் ஸ்நானம், பூஜை முதலியன செய்து ‘விழா’ எனக் கொண்டாடி வருவது வழக்கம். நம் தாலுக்காவில் காவிரி ஓடும் ஸ்தலத்தை “ஹொகேனக்கல்” என்று சொல்லுவர். ஆடி, ஐப்பசி மாதங்களில் இங்குத் திரளான ஜனங்கள் கூடுகின்றனர்” என அக்கட்டுரை குறிப்பிடுகிறது.[8] ஒகேனக்கல் செல்பவர்களுக்கு உதவி செய்வதற்காக 1918 ஜூலை 15 அன்று “ஹொகேனக்கல் காவேரி பொதுஜனோபகார ஊழியச் சங்கம்” தோற்றுவிக்கப்பட்டது.[9] ஆடிமாதம் வெள்ளப்பெருக்கு ஏற்படுவதும் அதைத் தமிழர்கள் கொண்டாடுவதும் வழமை. தமிழரின் ‘நீர்த்திருவிழா’ என இதைக் கூறலாம். தமிழகத்தின் தண்ணீர்ச் செழிப்பை “ஆடிப்பெருக்கு” உணர்த்துகிறது. தென்மேற்குப்

---

6. W.H. Woodhouse Adolphus, *Proceedings of the Chief Conservator of Forests* (Madras: The Superintendent, Government Press, 1932), p. 792.

7. K.N. Krishnaswamy Ayyar & J.P. Hall, *Stastistical Appendix, together with a Supplement to two District Manuals for South Kanara District* (Madras: The Superintendent, Government Press, 1938), p. 45.

8. ‘ஆடிப்பெருக்கம்’, *தர்மபோதினி*(ஜூலை 1924), தொகுதி. 1, பகுதி. 4, ப. 126.

9. ஆர். வெங்கடேசய்யங்கார், ‘ஹொகேனக்கல்’, *தர்மபோதினி* (ஜூலை 1924), தொகுதி. 1, பகுதி. 4, பக். 124 – 125.

பருவமழைக் காலத்தில் பொழியும் மழைநீர் தமிழக ஆறுகளில் பெருக்கெடுத்து ஓடியதால் அதை வரவேற்கும் விதமாகவும் வேளாண்மையின் தொடக்கக் காலமாகவும் இருந்ததால் தமிழர்கள் அதைக் கொண்டாடினர். வெள்ளம் பெருக்கெடுத்து ஓடுவதைச் சுட்டுவதற்குப் 'பெருக்கு' என்ற சொல்லைத் தமிழர்கள் பயன்படுத்துகின்றனர். எனவே, ஆடிப்பெருக்கை வெள்ளப்பெருக்கு எனக் கூறலாம். மேற்குறிப்பிட்ட சாராசரி மழையளவும் காவேரி வெள்ளப்பெருக்கும் வழமையானவை. 1924ஆம் மாமழையின் காரணமாக வழமையான வெள்ளப் பெருக்கைவிடவும் கூடுதலாகப் பெருவெள்ளம் காவேரியில் சென்றது. இதுபோன்ற நிகழ்வு 1924ஆம் ஆண்டுக்கு முன்னரும் நிகழ்ந்தது. எனவே, மாமழை, வெள்ளப்பெருக்கு ஆகியன வழமையானவை ஆகும். அவற்றைக் குறைகூறுவது தவறு. மேற்குத் தொடர்ச்சி மலைப்பகுதிகளில் பொழிந்த மாமழை அங்கிருந்து சுமார் ஆயிரம் கிலோமீட்டர் தொலைவு வரை சென்று கிழக்குக் கடற்கரைப் பகுதியில் எவ்வாறு பேரழிவை ஏற்படுத்த முடிந்தது என்பதைக் காணலாம்.

மலையை அழித்த மேற்கத்தியர்

பிரித்தானிய ஏகாதிபத்தியமும் அந்நியத் தனியார் நிறுவனங்களும் தங்கள் வளர்ச்சிக்காக மேற்குத்தொடர்ச்சி மலைப்பகுதிகளில் தேயிலைத் தோட்டங்களை உருவாக்கின. 1875ஆம் ஆண்டில் கேரளாவில் பீர்மேட்டுப் பகுதியிலும் 1889 ஆண்டில் வயநாடு உட்பட பிற பகுதிகளிலும் 1897ஆம் ஆண்டு ஆனைமலையிலும் இவை நிகழ்ந்தன. இதனோடு இருப்புப்பாதை, சாலைப் போக்குவரத்து, குடியிருப்பு போன்றவை ஏற்படுத்தப்பட்டன. நீலகிரியில் 1871–72ஆம் ஆண்டுகளில் சாலையின் நீளம் 202 மைல் ஆகும். இது 1911–12ஆம் ஆண்டுகளில் 801 மைல் ஆக அதிகரித்தது.[10] இருப்புப் பாதை மரக்கட்டைகளுக்காகக் காடுகள் அழிக்கப்பட்டன. தேயிலைத் தோட்டம், போக்குவரத்து, குடியிருப்புகள் நிறுவப்படுவதற்காக பெருமளவில் மலைக்காடுகளும் காட்டுப்புல்லும் அழிக்கப் பட்டன. பம்பாய் பகுதித் தேவைக்காக மலபார், திருவிதாங்கூர், கொச்சி, கனராப் பகுதிகளில் 1830களில் தேக்கு மரங்கள் வெட்டப்பட்டன.[11] மேற்குத் தொடர்ச்சி மலைப்பகுதிகளிலும் மலபார், கோயம்புத்தூர் மாவட்டங்களிலும் இடையூறு

---

10. *Statistical Appendix for the Nilgri District* (Madras: The Superintendent, Government Press, 1915), p. 2.

11. H.F.A. Wood, *Mount Stuar Forests* (Madras: Government Press, 1919), p. 15.

ஏற்படுத்துவதாகக் கூறி மூங்கில்களை அழித்தனர்.[12] மேற்குத் தொடர்ச்சி மலைப்பகுதியில் ஆயிரக்கணக்கான மரங்களை வெட்டுவதற்கான திட்டம் தயாரிக்கப்பட்டது. மரங்கள் வெட்டப்பட்டன. இதை அட்டவணை: ஆ தெரிவிக்கிறது. 1924ஆம் ஆண்டு பெருவெள்ளத்திற்கு முன் இவை நிகழ்த்தப் பட்டன. மலைக்காடுகளுக்கும் காட்டுப்புல்லுக்கும் வெள்ள ஓட்டத்தை மட்டுப்படுத்தி மழைநீரைத் தேக்கும் பண்புகள் உண்டு; அவற்றை இயற்கை நீர்த்தேக்கி எனலாம். இவற்றைத் தங்களின் வளர்ச்சிக்காகப் பிரித்தானிய ஏகாதிபத்தியமும் அந்நியத் தனியார் நிறுவனங்களும் அழித்தன.

அட்டவணை: ஆ

வெட்டப்படவேண்டிய மரங்கள்

வ. எண்.	மர வகை	1886–1915ஆம் ஆண்டுக்குள் வெட்டப்பட வேண்டிய மரங்கள்	ஒவ்வொரு ஆண்டுக்கும் சராசரியாக வெட்டப்பட வேண்டிய மரங்கள்
1.	தேக்கு	15,548	518
2.	கருங்காலி	1,163	38
3.	வேங்கை	504	16
4.	உயர்தரவகைகளில் பிற	37,367	1,245
5.	தாழ்ந்த வகைகளில் பிற	3,629	120
	மொத்தம்	58,211	1,937

ஆதாரம்: H.F.A. Wood, *Mount Stuart Forests* (Madras: Government Press, 1919), p. 21.

மலையில் பொழிந்த மழையைத் தேக்குவதற்குச் செயற்கையாகக் கட்டப்பட்ட அணைகள் 1924ஆம் ஆண்டுக்கு முன்னர் இல்லை. கிருஷ்ணராஜசாகர் அணைக் கட்டுமானப்பணி 1911ஆம் ஆண்டு தொடங்கி 1931ஆம் ஆண்டு முடிந்தது. இந்த வெள்ளத்திற்குப் பின்னரே மேட்டூர் அணைக் கட்டுமானப்பணி தொடங்கப்பட்டது. 1924ஆம் ஆண்டுப் பெருவெள்ளம் மேட்டூர் அணையின் அமைவிடத்தை மாற்றியது. ஆறுகளில் தண்ணீர்

---

12. H.F.A. Wood, Mount Stuart Forests, P. 181

ஓடுகிறபோது அதைத் தேக்குவதற்காகத் தமிழகத்தில் கொடிவேரி அணை, கல்லணை ஆகிய இரு தடுப்பணைகள் சமவெளியில் இருந்தன. இவை இரண்டும் பிரித்தானிய ஏகாதிபத்தியக் காலத்திற்கு முன் கட்டப்பட்டவை. எனவே, முதலாளித்துவ வளர்ச்சிக்காக மலைக்காடுகள், காட்டுப்புல் அழிப்பு, அணைகளற்ற நிலை போன்றவற்றால் மேற்குத் தொடர்ச்சி மலையில் பொழிந்த மாமழை கிழக்குத்திசை நோக்கிச் செல்லும் ஆறுகளில் பெருவெள்ளமாகப் பாய்ந்தோடியது. உதகைப் பகுதியில் ஜூலை மாதம் 16, 18 ஆகிய நாட்களில் கனமழை பெய்ததன் விளைவாகப் பவானியாற்று வெள்ளம் சத்தியமங்கலம் அருகே 23 அடி உயரத்துக்குச் சென்றது. காவேரியில் ஜூலை 18 அன்று 36 அடிக்கும் அடுத்த இரு நாட்களில் 38 அடிக்கும் வெள்ளம் உயர்ந்தது.[13] ஜூலை 16 முதல் 29ஆம் வரையிலான நாட்களில் ஈரோடு அருகே குறைந்த பட்சம் 22 அடியும் அதிகபட்சம் 35 அடியும் வெள்ளம் பாய்ந்ததை அட்டவணை ஆ. தெரிவிக்கிறது. ஆறுகளின் தாங்குதிறனைக் கடந்து வெள்ளம் சென்றது. காவேரியும் பவானியும் ஒன்றுகலந்து பேரிரைச்சலுடன் வெள்ளச் சிந்து ஒன்றில் ஒருவர் வர்ணிப்பதுபோல் 'புலியைப்போல்' பாய்ந்தது.

அட்டவணை: ஆ

1924 ஜூலை 16 முதல் 29 – வரை காவேரியில் (ஈரோடு) வெள்ள அளவு (அடி)

நாள்	16	17	18	19	20	21	22	23	24	25	26	27	28	29
வெள்ளத்தின்	56	71	81	84–	81	76	69	69	63.5	79	89	86	66	56–
அளவு	–	–		86		–	–	–		–				63.5
செ.மீட்டரில்	63.5	79				74	63.5	63.5	84					

ஆதாரம்: K.N. Krishnaswami Ayyar, *Satistical Appendix Together With a Supplement to the District Gazetteer (1906) for Tanjore District* (Madras: Suprintendent, Government Press, 1933), p. 191.

கொள்ளளவைவிடக் கூடுதலாகத் தண்ணீர் வேகமாகச் சென்றதால் பவானி, காவேரி, கொள்ளிட ஆறுகளில் உடைப்புகள் ஏற்பட்டன. கொடுவேரி அணைக்கட்டுத் தலை மதகுகளுக்கு

13. K.N. Krishnaswami & A.R. Cox, *Statistical Appendix and Supplement to the Revised District Manual (1898) for Coimbatore District,* pp. 124-125.

மேல் தண்ணீர் வழிந்தோடித் தாடப்பள்ளிக் கால்வாயில் பல இடங்களிலும் உடைப்புகள் ஏற்பட்டன.[14] காவேரியிலும் அதன் துணை ஆறுகளிலும் ஆற்றுக்கரை, மதகு, கலுங்கு போன்றவற்றை அரசின் பொதுப்பணித்துறை பராமரிக்காததுதான் இந்நிலைக்கு முக்கியக் காரணம் என வெள்ளம் பாதித்த பகுதிகளைப் பார்வையிட்ட கவர்னரிடம் திருச்சிராப்பள்ளியைச் சேர்ந்த பண்ணையார்கள் குற்றஞ்சாட்டினர்.[15] இது தொடர் பாகச் சென்னை மாகாணப் பேரவையில் சி. மருதவனம் பிள்ளை வினவினார்; அக்குற்றச்சாட்டை அரசு மறுத்தது.[16] நீர்ப்பாசனத்துறை கடந்த பத்தாண்டுகளாகக் (1914 – 1924) காவேரி, கொள்ளிட ஆறுகளில் வெள்ளக்கரையை ஏன் உயர்த்தவில்லை? என அவர் எழுப்பிய கேள்விக்குப் பராமரிப்பு, பழுதுபார்த்தல் பணிகள் மேற்கொள்ளப்பட்டன ஆனால் அவை குறித்துத் தகவல் இல்லை எனப் பதிலளிக்கப்பட்டது.[17] மேலும் அவர், காவேரி, வெண்ணாறு ஆகியவற்றின் பலவீனமான நிலையே எதிர்பாரா உடைப்புக்குக் காரணமா? எனக் கேட்டார்; அதற்கு எதிர்பாராத மழைபெய்ததே உடைப்புக்குக் காரணமெனப் பதிலளிக்கப்பட்டது.[18] மேற்குறிப்பிட்ட குற்றச்சாட்டைப் பத்திரிகையில் ஒருவர் பின்வருமாறு எழுதினார்: "எவ்வித முன்னெச்சரிக்கையுமின்றித் திடீரென்று காவேரியிலும், பவானியிலும் ஜலம் பெருகிவிட்டதால் மராமத்திலாகாதாரால் அலக்ஷியம் செய்யப்பட்டிருந்த கரைகளைப் பல இடங்களில் ஜலப்பிரவாகமானது பிளந்துகொண்டு, கிராமங்களுக்குள் புகுந்து, ஏராளமான குடிசைகளையும், பல அழுத்தமான கட்டடங்களையும் நாசம் செய்திருக்கிறது. சில இடங்களில் இவ்விரு நதிகளின் ஜலமும் கரை புரண்டு, கரையோரத்திலிருந்த பல கிராமங்களையும் ஸ்வரூபமில்லாமலே செய்திருக்கின்றது."[19] இந்தக் குற்றச் சாட்டுகள் உண்மை என்பதைத் தென்னாற்காடு மாவட்ட ஆட்சியரின் குறிப்பு தெரிவிக்கிறது. சிதம்பர வட்டம் கீழ்த்திருக்காளிப்பாளைக் கிராமத்தின் நீர்ப்பாசனக் கால்வாய் 1920 நவம்பர் வெள்ளத்தில் பாதிப்படைந்தது. அது

---

14. K.N. Krishnaswami & A.R. Cox, *Statistical Appendix and Supplement to the Revised District Manual (1898) for Coimbatore District,* pp. 124-125.

15. *MLCP*, (14 October 1924), Vol. XX, Part – I, p. 399.

16. மேலது, p. 399.

17. மேலது, p. 400.

18. மேலது, p. 401.

19. நேரில் கண்டவர், *ஆரோக்கிய தீபிகை* (ஆகஸ்ட், 1924), தொகுதி. 1, பகுதி. 8, பக். 157–158.

1924ஆம் ஆண்டுவரை மறுநிர்மாணம் செய்யப்படவில்லை. எனவே, அந்த ஆண்டு வெள்ளம் ஏற்பட்டு பல வீடுகளையும் விளைநிலங்களையும் பாழாக்கியது. ஏற்கனவே ஏற்பட்ட உடைப்பின் அகலத்தை முக்கால் மைல் தூரத்திற்கு மேலும் அதிகரித்தது எனக் குறிப்பிட்டுள்ளார் அவர்.[20] இதிலிருந்து பிரித்தானிய ஏகாதிபத்தியம் நீராதாரப் பாரமரிப்பபைப் புறக்கணித்தது தெளிவு.

பிரித்தானிய ஏகாதிபத்தியம் தனக்கு எதிரான போராட்டங்களை உடனடியாக ஒடுக்குதல், தங்களுக்குத் தேவையான மூலப்பொருட்களைக் கடத்துதல் என்பதை இலக்காகக் கொண்டது. இதனால் நீர்வழித்தடங்களுக்குக் குறுக்காகவும் அல்லது அதை ஆக்கிரமித்தும் மலைப்பகுதியைப்போல் சமவெளியிலும் இருப்புப்பாதையும் போக்குவரத்துச் சாலையும் அமைக்கப்பட்டன. பாலபாரதி பத்திரிகை இதை "... இவ்வெள்ளங்களால் மனிதஜாதிக்கு நேருங்கஷ்டங்களுக்கு மனிதனேதான் காரணம். இருப்புப் பாதைத் தண்டவாளங்களைக் கட்டுவதற்கான அணைகளைப் பிரவாக ஜலங்கள் வடிகிற வழிகளில் கட்டியதால்தான் இத்தனை வெள்ள கஷ்டங்கள் ஏற்படுகின்றன. முதலாளிகளும் அவர்களால் நடைபெறும் அரசாங்கங்களும் மனிதருடைய உயிரும் ஜீவனோபாயமும் தங்களுடைய வட்டியையும் லாபங்களையும் விட உயர்ந்தவை என்று என்றுதான் கற்றுக்கொள்ளுவார்களோ அறியோம்" எனப் பதிவு செய்தது.[21] எனவே பிரித்தானிய ஏகாதிபத்தியம், அந்நியத் தனியார் நிறுவனங்கள் ஆகியன தங்களின் லாபவெறியை இலக்காகக் கொண்டு மலைப்பகுதியில் நீர்த்தேக்கிகளை அழித்தோடு, சமவெளியில் நீர் வழித்தடங்களை ஆக்கிரமித்தும் நீராதாரப் பாராமரிப்பைப் புறக்கணித்ததும் பேரழிவுக்கான காரணங்களாகும்.

மூன்றுமுறை தாக்குதல்

1924ஆம் ஆண்டு ஜூலை 15 அன்று பவானி, காவேரி ஆறுகளில் முதல் முறையாகவும் 23 அன்று இரண்டாம் முறையாகவும் 26, 27 ஆகிய நாட்களில் மூன்றாம் முறையாகவும் பெருவெள்ளம் ஏற்பட்டது. முதலிரு முறை ஏற்பட்ட பெருவெள்ளப் பாதிப்புகள் குறித்த விரிவான பதிவுகள் உள்ளன. மூன்றாம் முறை ஏற்பட்ட வெள்ளப் பாதிப்பு குறித்த பதிவுகள் குறைவு. காரணம் முதலிரண்டுமுறையும் பெருவெள்ளம் பேரழிவுகளை

---

20. G.O. 1482 – 83, Revenue, Mis, (23 September 1924).

21. 'ஆலோகன அவலோகனம்', *பாலபாரதி* (ஐப்பசி, 1924).

விளைவித்ததால் மூன்றாம் பெருவெள்ளத்தின்போது சொற்ப சொத்துக்கள்தாம் எஞ்சியிருந்தன; அவற்றையும் மூன்றாம் பெருவெள்ளம் துடைத்தெறிந்தது. எனவே, மூன்றாம் பெருவெள்ளப் பேரழிவு குறித்துக் குறிப்பிடும்படியாகத் தரவுகள் இல்லை. அதைக் கோடிட்டு மட்டுமே கூற இயலும்.

முதல் தாக்குதல்

உதகை முதல் திருச்சிராப்பள்ளி வரை

மாமழையின் காரணமாக "1924 ஜூலை 15 அன்று இரவு பைகாரா பாலத்தின்மேல் இரண்டு அடி உயரத்துக்கு வெள்ளம் செல்கிறது; அது பெரும் ஆபத்தை நோக்கிச் செல்கிறது" என்ற செய்தியைத் தந்தி மூலம் உதகமண்டல மாவட்ட ஆட்சியர் தெரிவித்தார். பெருவெள்ளத்தில் சுமார் 12 சிறிய பாலங்கள் முற்றிலும் அழிந்தன; அவை பழுது பார்க்க இயலாத நிலையை அடைந்தன. உதகமண்டலம், கூடலூர், உதகமண்டலம் – மைசூர் பாதையில் அபாயகரமான மண்சரிவுகள் ஏற்பட்டன; மழை தொடர்கிறது என அதில் குறிப்பிட்டார். அங்கு ஜூலை 15; 16; 17 ஆகிய நாட்களில் முறையே 9.6 செ.மீ.; 9 செ.மீ.; 9 செ.மீ. மழை பொழிந்தது. அதற்குப் பின்னரும் தொடர்ந்து மழை பொழிந்துகொண்டே இருந்தது. குந்தாப் பகுதியோடு உதகையின் பிற பகுதிகளை இணைக்கும் குந்தாப் பாலத்தின் பெரும்பகுதி அம்மாதம் 18ஆம் நாளன்று பெரும்பகுதி சேதமடைந்தது. கூடலூரிலிருந்து, மைசூர், வயநாடு செல்லும் சாலை பாதிப்புக் குள்ளானது; கூடலூருக்குச் செல்லும் சாலையில் பெரிய குழிகள் உருவாயின. பைகாரா, கூடலூர் ஆகிய பகுதி களுக்கு நடுவட்டம் கிராமம் வழியாக நடந்து செல்வதற்குக்கூட வழியில்லாத நிலை உருவானது. மலபார் மாவட்டத்தில் பெருவெள்ளத்தால் பாலங்கள் தகர்ந்தன. இதன் விளைவாக மலபாருக்கும் கூடலுருக்கும் தொடர்பு முறிந்தது. வீடுகள் பல அழிந்தன. வேளாண் பயிர்கள், காப்பி, தேயிலைத் தோட்டங்களுக்குப் பாதிப்புகள் ஏற்பட்டன. கூடலூரில் 200 ஏக்கர் காப்பித் தோட்டமும் உதகமண்டலத்தில் 100 ஏக்கர் காப்பித் தோட்டமும் அழிந்தன.[22] உதகைப் பகுதியில் மாமழை பெய்ததன் விளைவாக 15, 18 ஆகிய நாட்களில் சத்தியமங்கலம், பவானியாற்றில் 23 அடி உயரத்துக்குத் தண்ணீர் சென்றது. காவேரியில் ஜூலை 18 அன்று 36 அடிக்கும் அடுத்த இரண்டு நாட்களில் 38 அடிக்கும் வெள்ளம் உயர்ந்தது.[23]

---

22. G.O. 1794, Revenue (20 November 1924).

23. K.N. Krishnaswami & A.R. Cox, *Statistical Appendix and Supplement to the Revised District Manual (1898) for Coimbatore District,* pp. 124-125.

காவேரியில் பெருவெள்ளம் திடீரென வருவதை அறிந்த கொள்ளேகால் வட்டாட்சியர் அந்தத் தகவலை ஜூலை 16ஆம் நாள் கோயமுத்தூர் ஆட்சியருக்குத் தெரிவித்தார். இத்தகவல் ஈரோடு, பவானி வட்டாட்சியர்கள், திருச்சிராப்பள்ளி, தஞ்சாவூர் மாவட்ட ஆட்சியர்களுக்குத் தெரிவிக்கப்பட்டது.[24] கோயம்புத்தூர் மாவட்ட ஆட்சியருக்குச் சத்தியமங்கல துணை வட்டாட்சியர் ஜூலை 16ஆம் நாளன்று அனுப்பிய தந்தியில் "பவானியாற்றில் திடீரென 23 அடி உயரத்துக்கு வெள்ளம் ஏற்பட்டதால் ஐம்பது வீடுகள் அழிக்கப்பட்டு இரண்டு தெருக்களை வெள்ளம் சூழ்ந்தது; நஞ்சைப்புளியம்பட்டி கிராமத்தில் நான்கு வீடுகளைத் தவிர அந்தக் கிராமம் வெள்ளத்தில் மூழ்கியது" எனத் தெரிவித்தார். கொள்ளேகால் வட்டத்தில் தாசனாபுரம், ஹம்பாபுரம், முள்ளூர் ஆகிய கிராமங்கள் ஜூலை 17ஆம் நாளன்று வெள்ள ஆபத்திலிருந்தன. அக்கிராமங்களுக்குப் பரிசலில் மட்டும்தான் செல்லமுடியும் என்ற நிலை ஏற்பட்டது. கொள்ளேகால் வட்டாட்சியர், வருவாய் ஆய்வாளர் உட்பட பலர் பரிசல் மூலம் கிராம மக்களை மீட்டனர். தாசனபுரத்திற்குக் காலையில் சென்ற காவலர், உதவியாளர் பாதுகாப்பான இடத்தில் மக்கள் தங்குவதற்கு ஏற்பாடு செய்துவிட்டு இரவுதான் திரும்பினர். அங்கு அனகள்ளி கிராமத்தில் சிலரைப் பாதுகாப்பான இடத்திற்கு அழைத்துச் சென்றனர். இவர்கள் அனைவரும் கொள்ளேகால் கிராமத்திற்குப் பாதுகாப்பாக அழைத்துச் செல்லப்பட்டனர். இதுபோல் ஹாரளை, எடுகுரா ஆகிய இரு கிராமங்களும் தத்தளித்தன. சற்றேகால் கிராமத்தை இடுப்பளவு வெள்ளம் சூழ்ந்தது.[25] கொள்ளேகால், சிவசமுத்திரம் ஆகிய ஊர்களுக்கு இடையிலான சாலை நீரில் மூழ்கியது. சிவசமுத்திரத்தில் பாலம் ஒன்றை வெள்ளம் கொண்டுசென்றது.[26] இப்பெருவெள்ளத்தால் சோரனூர் – கொச்சி ரயில் பாதை பாதிக்கப்பட்டது.

பவானி ஆற்றில் திடீரென 1924 ஜூலை 16ஆம் நாளன்று 23 அடி உயரத்துக்கு வெள்ளம் வந்தது. பவானி வெள்ளத்தால் சத்தியமங்கலத்தில் 750 வீடுகள் அழிந்தன. மூவாயிரம் பேர் வீடற்றோரானர் எனக் கோயம்புத்தூர் மாவட்ட ஆட்சியர் ஜூலை 19ஆம் நாளன்று கொடுத்த தந்தியில் தெரிவித்தார்.[27] கோபிச்செட்டிப்பாளையம் வட்டத்தில் 25 கிராமங்களில் சுமார்

24. K.N. Krishnaswami & A.R. Cox, *Statistical Appendix and Supplement to the Revised District Manual (1898) for Coimbatore District,* pp. 124-125.

25. G.O. 1548, Revenue, Mis (04 October 1924)

26. *MLCP* (August, 1925), Vol. XXIV, p. 30.

27. G.O. 1548, Revenue, Mis, (04 October 1924).

1839 வீடுகளும் குடிசைகளும் பாதிக்கப்பட்டன.[28] பவானி நகரத்தில் நூறு வீடுகள் நீரில் மூழ்கின.[29] அவினாசி வட்டத்தில் ஆறு கிராமங்களில் 174 வீடுகள் பெருவெள்ளத்தில் அடித்துச் செல்லப்பட்டன. அங்கு எழகம்பாளையம் கிராமத்தில் 73 வீடுகள் அழிந்தன. தாடப்பள்ளி கால்வாயில் பன்னிரண்டு இடங்களில் உடைப்புகள் ஏற்பட்டன. ஈரோடு வட்டத்தில் மூன்று கிராமங்கள் பாதிக்கப்பட்டன. அந்த வட்டத்தில் புகழூர்க் கால்வாய் உடைந்தது. கொடுமுடியில் சுமார் ரூ. 5000 மதிப்புக்கு இழப்பு ஏற்பட்டது.[30]

காவேரியில் வெள்ளம் வந்ததால் திருச்செங்கோடு, நாமக்கல் வட்டங்களில் ஆற்றங்கரைக்கு அருகில் இருந்த கிராமங்களை ஜூலை 16ஆம் நாளன்று வெள்ளம் சூழ்ந்தது. அந்த வட்டத்தில் பள்ளிப்பாளையத்தில் அறுபது வீடுகளும், குமாரபாளையத்தில் 29 வீடுகளும் அழிந்தன. அதே வட்டத்தில் புள்ளக்கவுண்டன்பட்டி கிராமத்தில் இதுபோன்ற பாதிப்பு ஏற்பட்டது. நாமக்கல் வட்டத்தில் ஓரவந்தூர் கிராமத்தில் 106 வீடுகள் சரிந்தன. மூன்று தெருக்களை வெள்ளம் சூழ்ந்தது. சுமார் 350 பேர் உணவின்றித் தவித்தனர். அனிச்சம்பாளையம் கிராமத்தில் வெள்ளம் சூழ்ந்ததால் குடிசைகள் பல அழிந்தன. உடனடியாக அந்த மக்களை வெளியேற்றுவதற்கு நடவடிக்கை எடுக்கும் பணியில் வருவாய்த் துறையினர் ஈடுபட்டனர். நாமக்கல் வட்டத்தில் நெல், கரும்பு, வெற்றிலை ஆகிய பயிர்கள் ஜூலை 16ஆம் நாள் முதல் தண்ணீரில் மூழ்கியே இருந்தன.[31]

திணறிய திருச்சிராப்பள்ளி

திருச்சிராப்பள்ளி, தஞ்சாவூர் மாவட்டங்களில் “வெள்ளம் பெருகப் பெருக கரைகள் தாங்கமுடியாமல் காவேரியும் கொள்ளிடமும் பலவிடங்களில் உடைப்பெடுத்துக் கொண்டது” எனக் ‘கிராமானுகூலன்’ பதிவு செய்தது.[32] கரூர் அருகே நேரூர் கிராமத்தில் காவேரியாற்றில் ஓர் உடைப்பு 1923ஆம் ஆண்டு ஏற்பட்டது. ஏற்கனவே இருந்த தடுப்பணை முறைக்கு (Groyne) மாற்றாக வேறொரு தடுப்பணை (Revetment) அமைக்க அரசு முற்பட்டபோது குடியானவர்கள் அதை எதிர்த்ததால் அப்பணி செய்யப்படவில்லை. இது 1924ஆம் ஆண்டு அங்கு வெள்ளத்

28. G.O. 1548, Revenue, Mis, (04 October 1924).

29. மேலது.

30. G.O. 1548, Revenue, Mis (04 October 1924).

31. G.O. 1793, Revenue, Mis (20 November 1924).

32. *கிராமானுகூலன்* (ஜூலை & ஆகஸ்ட், 1924)

தாக்கம் மிகுதியானதற்குக் காரணமானது.[33] காவேரி அணையின் வலப்புறத்தில் 300 அடி நீளமும் மையப்பகுதியில் 700அடி நீளமும் வெள்ளத்தில் அடித்துச் செல்லப்பட்டன. காலனிய ஆவணங் களில் காவேரி அணை என்று குறிப்பிட்டிருப்பது முக்கொம்பு அணையை என்று கருதலாம். காவேரியாற்றுக்கு அருகில் இருந்த முருங்கப்பேட்டையில் தண்டவாளம் உடைந்தது. அக் கிராமத்தில் குடிசை வீடுகள் முற்றிலும் அழிந்தன; கற்களால் கட்டப்பட்ட முப்பது வீடுகள் மட்டுமே தப்பித்தன. அக்கிராமத்தை வெள்ள ஆணையர் பார்வையிட்டு அறிக்கை சமர்ப்பித்தார் ஆனால் அது பேரவை உறுப்பினர்களின் பார்வைக்குத் தரப்படவில்லை.[34] திருச்சிராப்பள்ளிக்கு மேற்கே மூன்று கி.மீ. தூரத்தில் இருந்த உறையூர்க் குளத்தில் உடைப்பு ஏற்பட்டது.[35] முத்தரசநல்லூர், பளூர் ஆகிய கிராமங்களும் பெரும் பாதிப்புக்குள்ளாயின. இடையாற்றுமங்கலம் என்ற கிராமத்தை மணல் மூடியது. காவேரியாற்றுக்குத் தெற்கே உள்ள கரூர்ச் சாலை அழிந்தது. கம்பரசம்பேட்டை, உத்தமசேரி கிராமங்களை முற்றிலும் வெள்ளம் சூழ்ந்தது. இடுப்பளவுத் தண்ணீர் சிந்தாமணியைச் சூழ்ந்தது. இடையாற்றுமங்கலத்தில் உடைப்பு ஏற்பட்டதால் அரியூர், திண்ணியம், அன்பில், கள்ளிக்குடி ஆகிய கிராமங்கள் பாதிப்படைந்தன. திருச்சிராப்பள்ளியில் குடிப்பதற்குக்கூட தண்ணீர் இல்லாத நிலை ஏற்பட்டது. இந்த வெள்ளத்தால் சுமார் பத்தாயிரம் பேர் இறந்தனர் என வெள்ளச்சிந்து பதிவு செய்தது.[36] திருச்சிராப்பள்ளி நகர ரயில் நிலையத்தில் ஆங்காங்கு ஆழமான துளைகள் ஏற்பட்டன. திருச்சிராப்பள்ளி – கோயம்புத்தூர் சாலை அழிந்தது; அப்பகுதியில் சுமார் ஐந்து கி.மீ. தூரத்திற்குக் காவேரியாறு புதிய வழியை ஏற்படுத்திப் பாய்ந்து சென்றது மேலும் இரண்டாயிரம் ஏக்கர் நிலத்தை மணலால் மூடியது. கிளிக்கூடு என்ற பகுதியில் காவேரியின் இடப்புறத்தில் 320 அடி அகலத்திலும் இருபதடி ஆழத்திலும் பேரழிவு ஏற்பட்டது. உத்தமசேரிக் காவேரிப் பாலம் பழுதுற்றது. பழுதுபார்க்கப்பட்ட

---

33. *MLCP* (30 October 1925), Vol. XXV, p. 441.

34. *MLCP* (28 October 1925), Vol. XXV, p. 77.

35. இன்று திருச்சிராப்பள்ளி நகரத்தில் ஓர் அங்கமாக இருக்கும் உறையூர் ஆதிச்சோழ மன்னர்களின் முக்கிய நகரம்; இதற்கு நிசுளாபுரி, கோழியூர் என்ற பெயர்களும் உண்டு என பி.வி. ஜெகதீச ஐயர் கூறுகிறார். பி.வி. ஜெகதீச ஐயர், *ஜில்லா சரித்திரம்: திரிச்சிராப்பள்ளி* (சென்னை: ஸி. குமாரசாமி நாயுடு ஸன்ஸ், 1925), ப. 44.

36. லா.தா. நொச்சியம் ஆ. முருகேசவாண்டையார், திரு ஆனைக்காவல் T.S. கணேசன், திருச்சி ஜில்லா விபரீத *வெள்ளம்,* (திரிசிரபுரம்: . . . நிலயம் பிரஸ்), ப. 7.

பின்னரும் வெடிப்பு ஏற்பட்டதால் அது அழிக்கப்பட்டது.[37] காவேரி, கொள்ளிட ஆறுகளுக்கு இடையில் அமைந்திருக்கும் திருவரங்கக் கோவிலின் சுற்றுச் சுவர்கள் சரிந்ததன.[38] திருவரங்க ரயில் நிலையத்தை வெள்ளம் சூழ்ந்தது. கொண்டயம்பேட்டை கிராமத்தில் ஏற்பட்ட உடைப்பு இருநூறு வீடுகளை அழித்தது. 1924 ஜூலை 18ஆம் நாளன்று திருச்சிராப்பள்ளி நகருக்கு மேற்கே குடமுருட்டியில் பாலம் தெரியாத அளவுக்கு வெள்ளம் பெருகியது. கரூர் செல்லும் ரயில் தண்டவாளம் சிதைந்தது. லால்குடியும் அதைச் சுற்றியுள்ள கிராமங்களும் பெரும்பாதிப்புக்குள்ளாயின. காவேரியாற்றில் ஆங்காங்கே உடைப்புகள் ஏற்பட்டபோதிலும் பலமான உடைப்பு கல்லணையில் ஏற்பட்டது. இதனால் காவேரியிலிருந்து கொள்ளிடத்திற்கு வெள்ளம் புகுந்தது.[39] கல்லணைக்கு அருகே 350அடி நீளத்தில் 24அடி ஆழத்திற்கு உடைப்பு ஏற்பட்டது.[40] கல்லணைக் கீழ்ப்பகுதியில் இருந்து எட்டுக் கிலோமீட்டர் தூரத்தில் உள்ள கோவிலடியில் எண்பது ஏக்கர் நிலப்பரப்பை மணல் மூடியது. இதில் ஐம்பது ஏக்கர் கோவிலடி இனாம் சத்திரத்தைச் சேர்ந்தது. மீதமுள்ள முப்பது ஏக்கர் நிலம் தனிநபர்களுக்குச் சொந்தமானது.

குலைந்த கொள்ளிடம்

பெருவெள்ளத்தால் திருச்சிராப்பள்ளி காவேரியாற்றுப் பாலம் பாதிப்படைந்தது, அது பாதுகாப்பற்ற நிலைக்குத் தள்ளப்பட்டது.[41] திருச்சிராப்பள்ளியையும் அதற்கு வடக்கே அமைந்துள்ள பகுதிகளையும் இணைக்கும் கொள்ளிடப் பாலம் பிரித்தானிய ஏகாதிபத்தியத்தால் கட்டப்பட்டது. இதைப் ஜூலைப் பெருவெள்ளம் தகர்த்தது. அது உடைந்து நொறுங்கிய நிகழ்வைப் பாலபாரதி பத்திரிகை பின்வருமாறு வர்ணித்துள்ளது: “கொள்ளிடத்தின் மீது கட்டப்பட்டிருந்த அழகிய பாலம் இஸ்பேட்டுச் சீட்டுகளினால் கட்டிய வீடு விழுவதைப் போல் விழுந்துவிட்டது.[42]” இது எந்த நாளில் நிகழ்ந்தது என்ற குறிப்பை

---

37. *Statistical Appendix for Trichinopoly District* (Madras: Superintendent, Government Press, 1931), p. 81

38. ரெங்கராஜா, சீர்காழி தாலுக்கா வரரெங்கம் கொள்ளிட வெள்ளக் *கோலாகலச் சிந்து* (சிதம்பரம்: ஸ்ரீ பார்வதி விலாஸ் பிரஸ்) ப. 12.

39. *MLCP*, 21 October 1924, Vol. XX, Part – II, p. 925.

40. மேலது, p. 923.

41. *Statistical Appendix for Trichinopoliy District* (Madras: The Superintendent, Government Press, 1931), p. 92.

42. ‘ஆலோகன அவலோகனம்’, *பாலபாரதி* (ஐப்பசி, 1924).

அரசு ஆவணங்களிலோ, பத்திரிகைகளிலோ காண இயலவில்லை; வெள்ளச் சிந்துகளில் அது பதிவு செய்யப்பட்டுள்ளது. பெருவெள்ளம் நிகழ்த்திய முதல் தாக்குதலில் கொள்ளிடப் பாலம் ஜூலை 18ஆம் நாளன்று மதியவேளையில் தகர்ந்தது. இதனால் போக்குவரத்து துண்டிக்கப்பட்டது; இரயில் நின்றது.[43] அப்போது அங்கு நடந்தவற்றை விபரீத வெள்ளச் சிந்து "சூலை பதினெட்டாந்தேதி – சென்னைக்கேகும் ரஸ்தாவிலுற்ற – கொள்ளிடத்தின் – சிறப்புள்ள பாலத்தின் விபத்ததனை – என்னவென்றெடுத்துப் புகல்வேன் – இதுவரையிலிப்படி நடந்ததில்லை எப்புவியிலும் – சொற்பமல்லவே மோட்டார் – சர்வீஸ் நடத்தும் துரிதத்தினாலே பாலங் கலகலகத்து – இருந்த நிலமையறியா – தன்று – எப்போதும்போல பலபேர் வண்டி விடுக்க – அற்புதமாய் பாலம் பிளக்க – பசுபதி – கோவில் வண்டி அப்போது அந்தவழி கடக்க – கேட்டு பீர்சாகிப் தடுக்க – அதனை ஓட்டிவந்த மூவருடன் வண்டியடுக்க – விரிவுண்ட பாலமது – வண்டி வந்த வேகத்தினாலிடிந்து வண்டியும்விழ – பார்த்தவர் மனங் கலங்க – பரிதவித்து – பரமனருளால் மாட்டின் வாலையும்பற்றி – நீந்திக் கரை ஏறினார் – ஆற்றினில் மாய்ந்திடாமல் மூவர்களும் எருதுடனே – எருது இரண்டுமப்போது – தன்னுட – எஜமானைக் கரையேற்றிவிட்ட பிறகு – பூமியில் வீழ்ந்து இறந்தது – அந்தப் புதுமையை என்ன சொல்வேன் மடமயிலே" எனப்பாடுகிறது.[44] மேலும்,

> தருமதுரைப்பிரிட்டிஷார் தான்கட்டிய கொள்ளிடம்பாலம் –
> கருமவினையோ போச்சு டோல்கேட்டுக்காரர் –
> கண்கள்கலங்க லாச்சு

எனக் கூறுகிறது.

கொள்ளிடப் பாலம் தகர்ந்ததை அறிந்ததும் ஏராளமானோர் அதைப் பார்க்கச் சென்றனர். அவர்கள் இரண்டு பர்லாங்கு தூரம் நின்றனர்.[45] பாலம் விழுந்ததால் ஏற்கனவே பாலத்தைக் கடந்து சென்றவர்கள் திரும்பி வர இயலாத நிலை உருவானது.[46]

---

43. கோபாலகிருஷ்ண நாயுடு, *திரிசிரபுரத்திலும் ஸ்ரீரெங்கத்திலும் கொள்ளிடம் காவேரியில் வெள்ளம் வந்த நடை அலங்காரச் சிந்து* (குழலம்பாள் பிரஸ்), ப. 2.

44. லா.தா. நொச்சியம், ஆ. முருகேசவாண்டையார், திரு ஆனைக்காவல், T.S. கணேசன், *திருச்சி ஜில்லா விபரீத வெள்ளம்*, ப. 1.

45. கோ.ச. விநாயகமூர்த்தி செட்டியார், *காவிரி ஆறு கரைபுரண்ட வெள்ளச்சிந்து இண்டாம் பாகம்* (சென்னை: ஆதிமூலம் பிரஸ், 1924), ப. 7.

46. கோபாலகிருஷ்ண நாயுடு, *திரிசாபுரத்திலும் ஸ்ரீரெங்கத்திலும் கொள்ளிடம் காவேரியில் வெள்ளம் வந்த நடை அலங்காரச் சிந்து*, ப. 8.

தத்தளித்த தஞ்சாவூர்

ஈரோடு காவேரியாற்றில் 'சுமார் 22.5 அடி உயரத்துக்குமேல் வெள்ளம் அதிகரித்துள்ளதால் ஆற்றில் பலவீனமான பகுதிகளைப் பலப்படுத்தவும்' எனத் தந்தி மூலம் தஞ்சாவூர் மாவட்ட ஆட்சியருக்கு 1924 ஜூலை 16ஆம் நாளன்று தகவல் வந்தது. ஜூலை 18ஆம் நாளன்றும் வெள்ளம் சென்றது. அன்றைய தினம் அரசலாறு, பந்தரவாண்டி என்னுமிடத்தில் திருமலைராஜன் ஆறு, கீழணை, வீரசோழன் ஆறு, மகாராஜபுர கொள்ளிட ஆறு ஆகியனவற்றில் உடைப்புகள் ஏற்பட்டன. அன்றைய இரவு உமையாள்புரத்தில் காவேரியின் வடக்குக்கரையில் உடைப்பு ஏற்பட்டது. கல்லணை மேற்பகுதியில் மிக ஆழமான உடைப்பு ஏற்பட்டது. இதனால் தஞ்சாவூர், கும்பகோணம், பாபநாசம், மயிலாடுதுறை, சீர்காழி ஆகிய ஐந்து வட்டங்கள் பாதிக்கப்பட்டன. அங்குப் பெரும்பான்மையான ஏழைகளின் வீடுகள் அழிந்தன. குருவை, சம்பாச் சாகுபடிகள் பெரும் பாதிப்புக்குள்ளாயின. தஞ்சாவூர் வட்டம் வடவக்குடி கிராமத்திற்கு அருகிலுள்ள அணைக்கட்டு உடைந்ததால் அங்கிருந்த 85 வீடுகள் அழிந்தன. தஞ்சாவூர் வட்டத்தில் மருவூரிலும் மயிலாடுதுறை வட்டத்திலும் கொள்ளிட ஆற்றில் மூன்று இடங்களில் உடைப்புகள் ஏற்பட்டன. மேலும் காவேரியாற்றில் சில இடங்களில் உடைப்புகள் ஏற்பட்டன. மருவூர்க் கிராமத்தில் செங்கற்களால் கட்டப்பட்டிருந்த பிராமணர் வீடுகளைத் தவிர பிற சாதியினரின் 140 வீடுகளும் கோயிலடி கிராமத்தில் மொத்தமுள்ள 300 வீடுகளில் 34 வீடுகளும் பாபநாசம் பள்ளச்சேரியிலுள்ள இருந்த அனைத்து வீடுகளும் (18 வீடுகள்) அழிந்தன.[47] இந்தப் பெருவெள்ளத்தால் தஞ்சாவூர் மாவட்டத்தில் மருவூர் உட்பட பல கிராமங்களில் மணல்மேடுகள் உருவாயின.

சிதைந்த சீர்காழி

பெருவெள்ளத்தால் தஞ்சாவூர் – மருவூர், மயிலாடுதுறை, சீர்காழி, பாப்பாக்குடி, சீப்பலூர், எலத்தூர் பகுதிகளில் அணைகளிலும் ஆற்றிலும் உடைப்புகள் ஏற்பட்டன. ரயில் தண்டவாளத்தில் பல இடங்கள் உடைந்தன. மகாராஜபுரம், சீர்காழி, வைத்தீஸ்வரன்கோவில் ஆகிய பகுதிகளைச் சுற்றி யிருந்த கிராமங்கள் தீவுகளாயின. இவர்களை மீட்பதற்காகத் திருமலைவாசல், நாகப்பட்டினம் ஆகிய பகுதிகளிலிருந்து படகுகளும் கட்டுமரங்களும் வரவழைக்கப்பட்டன. கீழணை யில் இரண்டாம் முறையாக உடைப்பு ஏற்பட்டது. அங்கு ஓர் இடத்தில் தங்க வைக்கப்பட்டிருந்த 107 பேர் ஆபத்தில்

---

47. H. Scoble Nicholson, *Cauvery Floods, 1924* (Trichinopoly: 1926), pp 17–22.

சிக்கிக்கொண்டனர். உதவி ஆட்சியாளர் ஐ. கிரீன் உதவியால் அவர்கள் மீட்கப்பட்டனர். தஞ்சாவூர் மாவட்டத்தில் பாப்பாக்குடி அணை உடைந்தது.[48] பாப்பாக்குடியில் ஏற்பட்ட உடைப்பால் காலை எட்டு மணிக்குப் பறையர் தெருவொன்று அழிந்தது. சீர்காழி, தீவுபோலானது. கொள்ளிட ஆற்றில் ஏற்பட்ட வெள்ளம் வடரங்கத்தைப் பெயர்த்தெடுத்தது. சீர்காழியிலிருந்து வல்லம்படுகை செல்லும் சாலையை வழி தெரியாத அளவிற்கு வெள்ளம் சூழ்ந்தது.[49] திட்டுப்படுகைக் கிராமத்தில் உள்ள 98 வீடுகளும் அழிந்தன. திருமலைவாசல் கிராமத்தில் மொத்தமிருந்த 300 வீடுகளில் பாதி வீடுகள் அழிந்தன. அவற்றில் 21 வீடுகள் முற்றிலும் நாசமாயின. கோவிந்தநாட்டுச்சேரி கிராமத்திலுள்ள முப்பத்துமூன்று வீடுகள் முற்றிலும் துடைத்தெறியப்பட்டன. இதற்கடுத்துள்ள கிராமத்தில் நான்கு வீடுகள் அழிந்தன.

இரண்டாம் தாக்குதல்: பட்டகாலிலே பட்டது

மழை தொடர்ந்து பெய்ததால் 1924 ஜூலை 21ஆம் நாள் வரை வெள்ளம் வந்தது. அரசலாற்றில் 20ஆம் நாளன்று பல இடங்களில் உடைப்புகள் ஏற்பட்டதால் ரயில் தண்டவாளம் உடைந்தது. ஜூலை 23ஆம் நாளன்று காவேரியில் இரண்டாம் முறையாகப் பெருவெள்ளம் ஏற்பட்டது. இது குறித்த தகவலைக் கொள்ளேகால் வட்டாட்சியர் கோயம்புத்தூர் மாவட்ட ஆட்சியருக்குத் தெரிவித்தார். காவேரி ஆற்றில் 34 அடி உயரத்துக்குத் தண்ணீர் சென்றது; அது மேலும் அதிகரித்தது. கோயம்புத்தூர் மாவட்டத்தில் இந்தப் பெருவெள்ளத்தால் சுமார் 81 கிராமங்கள் பேரழிவைச் சந்தித்தன. இந்த மாவட்டத்தில் பாசனக் கால்களில் மட்டும் சுமார் ஒரு லட்சம் மதிப்பில் பாதிப்புகள் ஏற்பட்டன. தனிநபர் சொத்துக்கள், வேளாண் விளைபொருட்கள் பெரும் பாதிப்புக்கு உள்ளாயின.[50] இந்த வெள்ளத்தால் பவானியாற்றுப் பாலத்திற்குமேல் சாலையில் அரை அடி உயரத்துக்கு வெள்ளம் சென்றது. சேலம் செல்லும் சாலையில் மூன்றடி உயரத்துக்குத் தண்ணீர் சென்றது. குமாரபாளையத்தில் பவானி ஆற்றுப் பாலத்திற்குமேல் தண்ணீர் செல்வதாகத் தந்தி வந்ததால் சேலம் மாவட்ட ஆட்சியர்,

---

48. ரெங்கராஜா, *சீர்காழி தாலுக்கா வடரெங்கம் கொள்ளிட வெள்ளக் கோலாகலச்சிந்து.*

49. ரெங்கராஜா, *சீர்காழி தாலுக்கா வடரெங்கம் கொள்ளிட வெள்ளக் கோலாகலச்சிந்து*; முத்துப்பிள்ளை, *தாங்காத வெள்ளத்தால் கொள்ளிடம் உடைப்பாகி சீர்காழி டவுன் தத்தளித்துமீண்டசிந்து* (சீர்காழி: ... விலாஸ அச்சுக்கூடம், 1924).

50. K.N. Krishnaswami & A.R. Cox, *Statistical Appendix and Supplement to the Revised District Manual (1898) for Coimbatore District*, pp. 124-125.

செயற்பொறியாளர், மாவட்ட வாரியப் பொறியாளர் அங்குச் சென்றனர். அப்பாலம் வழியாக மக்கள் செல்லத் தடையுத்தரவு பிறப்பிக்கப்பட்டது. மண்டல வருவாய் அதிகாரி, துணை வட்டாட்சியர், காவல் ஆய்வாளர் அங்கு நிறுத்தப்பட்டனர். கோயம்புத்தூர் பகுதிகளிலும் சாலைகளில் தண்ணீர் சென்றது. நாமக்கல் வட்டத்தில் ஓரவந்தூர், அனிச்சம்பாளையம் கிராமங்கள் கடுமையாகப் பாதிக்கப்பட்டன. முந்தைய கிராமத்தில் முந்நூறு பேரும் பிந்தைய கிராமத்தில் இருநூறு பேரும் நிர்க்கதியாக நின்றனர். திருச்செங்கோடு, நாமக்கல் வட்டங்களில் ஏழை விவசாயிகள் பாதிக்கப்பட்டனர். இந்த வட்டங்களில் ஒன்பது கிராமங்களில் முந்நூறு வீடுகள் அழிந்தன. தர்மபுரி வட்டத்தில் சோழபாடியில் 330 வீடுகளும், பொம்மசமுத்திர அக்ரகாரத்தில் இருபது வீடுகளும் பாதிக்கப்பட்டன.[51]

தஞ்சாவூர் மாவட்டம் கோவிலடி கொள்ளிட ஆற்றில் 25ஆம் நாள் மீண்டும் உடைப்பு ஏற்பட்டது. ஏற்கனவே மருவூரில் உடைப்பு ஏற்பட்டிருந்தது. இந்த உடைப்போடு கோவிலடியிலும் உடைப்பு ஏற்பட்டதால் கொள்ளிடம், காவேரி ஆகிய இரு ஆறுகளுக்கும் இடையில் பெருவெள்ளம் ஏற்பட்டது. இந்த வெள்ளத்தால் கீழ்வகுப்புகளைச் சேர்ந்தோரின் ஆறாயிரம் வீடுகள் அழிந்தன; பத்தாயிரம் பேர் வீடற்றோர் ஆயினர். நான்காயிரம் ஏக்கர் வேளாண் நிலம் சேறானது. 8,5000 ஏக்கர் நிலப்பரப்பில் பயிரிடப்பட்ட பயிர்கள் நாசமாயின. சாலை, தண்டவாளம், நீர்ப்பானக் கால்களில் பல லட்சம் மதிப்பில் சேதம் ஏற்பட்டது. சிதம்பரம் வட்டத்தில் அரசூர் அருகே கொள்ளிட ஆற்றின் இடக்கரையில் ஜூலை 23ஆம் நாளன்று இரவு உடைப்பு ஏற்பட்டது. அங்கு 32 வீடுகள் அழிந்தன. ஒரு குளத்தில் 320 அடி நீளத்திற்கு உடைப்பு ஏற்பட்டது. முட்டம் என்ற இடம் மோசமாகப் பாதிக்கப்பட்டது. அங்கிருந்த ஓர் ஏரியில் 360 அடி நீளத்திற்குக் கரை காணாமல்போனது. முட்டம் கிராமத்திற்கு எதிரே உள்ள கொள்ளிட ஆற்றில் கடுமையான பாதிப்பு ஏற்பட்டது. கஞ்சன்கொல்லை கிராம வடவாற்றில் மூன்று இடங்களில் உடைப்புகள் ஏற்பட்டன. இதனால் அக்கிராமத்தில் சுமார் 38.12 ஏக்கர் வேளாண் நிலத்தையும் ஒரு மைல் தூரத்திற்கு நீர்ப்பாசன வாய்க்காலையும் மணல் மூடியது. சுமார் 111 வீடுகள் பகுதியளவும் சுமார் 92 வீடுகள் முற்றிலும் அழிந்தன. இக்கிராமத்தில் படையாச்சிகளும் ஆதிதிராவிடர் களும் வாழ்ந்தனர். இவர்களில் பெரும்பாலானோர் கூலி உழைப்பாளர்கள். நடுத்திட்டு, பேராம்பட்டு, கீழ்குண்டளபாடி,

51. G.O. 1793, Revenue, Mis, (20 November 1924).

ஜெயங்கொண்டாபட்டினம், நாகப்படுகை, அறியஞ்சாகை ஆகிய கிராமங்கள் கடும் பாதிப்புக்குள்ளாயின. நாகப்படுகையில் இரண்டு தெருக்களும், அறியஞ்சாகையில் 21 செங்கல் வீடுகளும், 57 குடிசைகளும் முற்றிலும் அழிந்தன. மேலும் ஆங்காங்கே பரவியிருந்த பதினொரு ஆதிதிராவிடர்களின் குடிசைகளும் சாதி இந்துக்களின் ஏழு குடிசைகளும் வெள்ளத்தில் அடித்துச் செல்லப்பட்டன. நன்செய் வேளாண்மை முற்றிலும் அங்குப் பாதிக்கப்பட்டது அக்கிராமத்து மக்கள் கூலி உழைப்பை நம்பி வாழ்ந்தவர்கள். வெள்ளத்தால் வேறு கிராமங்களுக்கு வசிக்கச் சென்றனர். கஞ்சன்கொல்லை கிராமத்தில் 313 வீடுகளில் தலித்து களின் 42 குடிசைகளும் சாதி விவசாயிகளின் 48 குடிசைகளும் இருந்தன. இதில் தலித் குடிசைகள் முற்றிலும் அழிந்தன. சாதி விவசாயிகளின் பத்துக் குடிசைகள் அழிந்தன. கஞ்சன்கொல்லை, நடுத்திட்டு, கீழ்த்திருக்காளிபள்ளி ஆகிய கிராமங்களில் 69.42 ஏக்கர் வேளாண் நிலம் மணல் மேடானது. 55 ஏக்கர் அழிந்தது. பயிர்களுக்குக் குறிப்பிடும்படியான பாதிப்புகள் ஏற்படவில்லை ஆனால் நாற்றங்கால்கள் பாதிக்கப்பட்டன.[52]

முட்டம் ஏரிக்குள் வெள்ளம் மீண்டும் வருவதைத் தடுக்க மணல் மூட்டை, மரக்கிளைகள், கான்கீரிட் தடுப்புகள் போன்றவற்றைக் கொண்டு நடவடிக்கைகள் எடுக்கப்பட்டன. இரவு நேரங்களிலும் பணியாளர்கள் இப்பணியில் ஈடுபட்டனர். ஆனால் வெள்ளம் பெருகியதால் இந்நடவடிக்கைகள் வெற்றி பெறுமா என்பதில் சந்தேகம் ஏற்பட்டது. செயற்பொறியாளர், சிதம்பரம் மண்டல வருவாய் அலுவலர், தென்னாற்காடு மாவட்ட ஆட்சியர் இப்பணிக்குத் தலைமை வகித்தனர். உடைப்பை அடைத்துக் கொண்டிருந்த சமயத்தில் வடவாறு உடைப்புக்குள்ளானதாகத் தென்னாற்காடு மாவட்ட ஆட்சியருக்குத் தகவல் தெரிவிக்கப்பட்டது. கொள்ளிட ஆற்றிலிருந்து நேரடியாகப் பிரிந்து வீராணம் ஏரிக்குத் தண்ணீர் தருகின்ற வடவாற்றுக்கு ஓடுகின்ற செங்கலோடையில் ஜுலை 27ஆம் நாளன்று மதியம் பன்னிரண்டு மணிக்கு உடைப்பு ஏற்பட்டது. அதிலிருந்து வெளியேறிய வெள்ளம் வடவாற்றின் இடப்புறம் சென்று வலப்புறத்தில் வழிந்து சென்றது. அன்று மாலை ஐந்து மணிக்கு மூன்று இடங்களில் உடைப்புகள் ஏற்பட்டன. கொள்ளிடக் கீழணையிலிருந்து ஒன்றரை கி.மீ தூரத்தில் முதல் உடைப்பும் மூன்றாம், ஐந்தாம் கி.மீ. இடைவெளி யில் இரண்டு, மூன்றாம் உடைப்புகளும் நிகழ்ந்தன. முதல் உடைப்பு முப்பதடி அகலத்திலும் இரண்டாம், மூன்றாம்

52. G.O. 1482 – 83, Revenue, Mis, (23 September 1924).

உடைப்புகள் முறையே 120 அடி, 180 அடி அகலத்தில் இருந்தன. கொள்ளிடத்தில் பெருவெள்ளம் சென்றதும் அதிலிருந்து நேரடியாக வடவாற்றுக்கு வெள்ளம் வந்ததும் இந்த உடைப்புக்குக் காரணம். இதனால் கஞ்சன்கொல்லை கிராமத்தில் இருநூறு குடிசைகள் அழிந்தன. வடவாவற்றில் உடைப்பு ஏற்பட்டதும் பொதுப் பணித்துறைத் துணைப் பொறியாளர், மேலாளர், மேற்பார்வையாளர், மன்னார்குடி துணை வட்டாட்சியர், வருவாய் ஆய்வாளர் அங்குச் சென்றனர். அங்கு மீண்டும் உடைப்பு ஏற்படுவதைத் தடுக்க முயன்றனர். கொள்ளிட ஆற்றில் ஜூலை 28ஆம் நாளன்று உடைப்பு ஏற்பட்டதால் சி.அரசூர் வெள்ளத்தில் மூழ்கியது; இருபது குடிசைகள் அழிந்தன; அங்குச் செங்கற்களால் கட்டப்பட்ட பத்து வீடுகளுக்குப் பாதிப்பு ஏற்படவில்லை. அக்கிராமத்திற்கு மக்கள் மீண்டும் திரும்பிச் செல்ல விரும்பவில்லை காரணம் அங்கு ஏற்பட்ட உடைப்பு அடைக்கப்படவில்லை. எனவே, பாதிப்பு மீண்டும் ஏற்படும் என நம்பினர். தற்காலிகமாக மா.அரசூர் கிராமத்தில் அவர்கள் தங்க வைக்கப்பட்டனர். மேலும், தங்களுக்கு மா. அரசூர் கிராமத்தில் புதிய இடம் வேண்டும் என்ற கோரிக்கையை அவர்கள் முன்வைத்தனர். சீர்காழி வட்டம் திருமுல்லைவாசலில் பள்ளிவாசலோடு பதினைந்து வீடுகள் அழிந்தன. புத்தமங்கலம் என்னும் கிராமம் வெள்ளத்தால் அடித்துச் செல்லப்பட்டது. சொந்தபந்தங்களை மீட்கச் சென்றோர் இறந்தனர்.[53] சீர்காழியில் வடரங்கம் என்ற கிராமம் முற்றிலும் அழிந்தது. அங்கிருந்த கோயிலும் வெள்ளத்தால் பெரிதும் பாதிக்கப்பட்டது. அங்கு வாழ்ந்த பார்ப்பனர்கள் அக்கிராமத்தை விட்டு வெளியேறினர்.

தென்னாற்காடு மாவட்டம் சிதம்பர வட்டம் மிகுந்த பாதிப்புக்குள்ளாகியது. அங்கு நான்கில் ஒரு பங்கு பாதிப்புக்குள்ளானது. ராஜன் கால்வாய் மூன்று பகுதிகளில் உடைந்தது. சிதம்பரம் வட்டத்தில் ராஜன் கால்வாயில் ஏற்பட்ட உடைப்பால் மணல்மேடாகிய விளைநிலங்களை அதன் உரிமையாளர் புனரமைத்தனர். அம்பிகாபுரம் கிராமத்தில் கவரப்பட்டுக் கால்வாயில் உடைப்பு ஏற்பட்டது. ஆனால் எந்தவிதப் பாதிப்பும் ஏற்படவில்லை. கீழ்த்திருக்காளிப்பாளை கிராமத்தில் பொதுப்பணித்துறைக் கட்டுப்பாட்டில் இருந்த பாசனக் கால்வாயின் மேல்பகுதியும் சுமார் 23 வீடுகளும், முப்பது ஏக்கர் வேளாண் நிலமும் அழிந்தன. சுமார் இருபது ஏக்கர் வேளாண் நிலம் மணல் மேடானது. பிள்ளையன்தாங்கல் என்ற பகுதியில் தரைப்பாலம் வெள்ளத்தில் அடித்துச் செல்லப்பட்டது.

53. அ. ஆதிமூலநயினார், *பலவூர் வெள்ளச்சேதப் பரிதாபச் சிந்து* (மாயவரம்: வஸந்தா பிரஸ், 1924), ப. 5.

மூன்றாம் தாக்குதல்: மிஞ்சியதும் பஞ்சாய்ப் பறந்தது

காவேரியாற்றில் ஜூலை 26, 27ஆம் நாட்களில் மூன்றாவது முறையாகப் பெருவெள்ளம் ஏற்பட்டது. எஞ்சிய வீடுகள் இதனால் தரைமட்டமாயின. பவானி நகருக்குள் 27ஆம் நாள் காவேரியாற்று வெள்ளம் பாய்ந்து ஆற்றுக்கருகில் இருந்த எந்த வீட்டையும் விட்டுவைக்கவில்லை அனைத்தையும் வாரிக்கொண்டு சென்றது.[54] சேலம் செல்லும் சாலை முற்றிலும் சிதிலமடைந்தது. கொடிவேரி அணைக்கட்டின் தலைமதகு, அக்கரை கொடிவேரி ஆகிய இடங்களில் சுமார் அறுபது வீடுகள் நீரில் மூழ்கின. ஸ்தமுகை கிராமம் முற்றிலும் நீரில் மூழ்கியது. தாடப்பள்ளிக் கால்வாயில் உடைப்பு ஏற்பட்டது. சத்தியமங்கலத்திற்குச் செல்லும் தபால், தந்தித் தொடர்புகள் துண்டிக்கப்பட்டன.[55] இவைபோன்ற பாதிப்புகள் திருச்சிராப்பள்ளி, தஞ்சாவூர் மாவட்டங்களிலும் ஏற்பட்டன.

சாலையில் சாமிகள்

கோயில் சுற்றுச்சுவர்களை இடித்ததோடு சாமிச் சிலைகளையும் பெருவெள்ளம் சிதைத்தது. ஆங்காங்கே தெருவில் நின்றிருந்த தேர்களை வெள்ளம் தள்ளிச்சென்றது. இது குறித்து வெள்ளச் சிந்துகளில் பாடப்பட்டுள்ளது. திருச்சிராப்பள்ளி திருவரங்கக் கோயில் சுற்றுச்சுவரை வெள்ளம் சரித்தது. அங்கு வெள்ளம் சூழ்ந்து கொண்டதால் ஏழு நாட்கள் கோவிலுக்குள் அர்ச்சகர்களால் போக இயவில்லை.[56] வடரெங்கம் ரங்கநாதர் கோவில், அனுமார் கோவில்கள் வெள்ளத்தில் மிதந்தன. சபா மண்டபம், கருட மண்டப மூலவிக்கிரகங்கள் மட்டுமின்றித் தேரையும் சாமியையும் பெருவெள்ளம் வாரிக்கொண்டு சென்றது. அரங்கநாதர், அம்மன், ராமர் எனச் சகல சாமிகளும் பெருவெள்ளத்தில் தத்தளித்தனர். இந்த அவலத்தைக் கண்ட பலர் கோயிலுக்குள் சென்று சாமிகளை மீட்டுச் சாலையோரத்தில் வைத்தனர்; சாமியை ஆசாமிகள் காப்பாற்றினர். சாமிகள் சாலைக்கு வந்ததால் பூசை செய்ய இயலவில்லை.[57]

---

54. K.N. Krishnaswami & A.R. Cox, *Statistical Appendix and Supplement to the Revised District Manual (1898) for Coimbatore District,* pp.124-125.

55. G.O. 1548, Revenue, Mis, (04 October 1924).

56. ரெங்கராஜா, *சீர்காழி தாலுக்கா வடரெங்கம் கொள்ளிட வெள்ளக் கோலாகலச்சிந்து,* ப. 12.

57. மேலது, பக். 4–5.

போக்குவரத்துத் தடையும் விளைவுகளும்

ஆற்றுப் பாலங்களைச் சல்லி சல்லியாய்ப் பெருவெள்ளம் தகர்த்தது, சாலைகளைத் துண்டுதுண்டாக அறுத்தது. பெருவெள்ளத்தால் "மேட்டுப்பாளையத்திலிருந்து சீர்காழி வரையிலும் கள்ளிக்கோட்டையிலிருந்து கன்னியாகுமரி வரையிலும் சில நாட்களுக்கு நதிகள் கடலாகப் பெருகிவிட்டன" எனப் பாலபாரதி இதழ் குறிப்பிடுகிறது.[58] சாலை, பாலம், தண்டவாளம் ஆகியன சேதமடைந்தன. இதனால் ஆங்காங்கே திடீர் திடீரெனப் போக்குவரத்து நிறுத்தப்பட்டது. சிதம்பரம் வட்டம் அரசூரில் கொள்ளிட ஆற்றில் உடைப்பு ஏற்பட்டதைத் தொடர்ந்து அங்கு ரயில்போக்குவரத்து பாதிக்கப்பட்டது.[59] தமிழகத்தின் வடமாவட்டங்களைத் தென்மாவட்டங்களோடு இணைப்பது கொள்ளிடப்பாலம். இப்பாலம் உடைந்ததால் அதைக் கடந்து சென்றவர் மீண்டும் திரும்பிவர இயலாத நிலை உருவானது. இப்பாலம் உடைந்ததன் தாக்கம் திருநெல்வேலியிலும் எதிரொலித்தது. சேரன்மாதேவி குருகுலம் வெளியிட்ட பாலபாரதி இதழ் குறித்த நேரத்தில் வெளியாகாமைக்குப் பெருவெள்ளம் காரணமாக அமைந்துவிட்டது. "நாம் 'பாலபாரதி'யை வெளியிட ஏற்பாடுகள் செய்துகொண்டிருக்கிற சமயத்தில் வருண பகவான் கோபாவேசத்துடன் எழுந்து தமிழ்நாட்டிலும் மலையாள நாட்டிலும் பிரளயத்தை உண்டாக்கித் துவம்சம் செய்துவிட்டான். நாம் ஏற்கனவே பிரசுரப்படுத்தியிருந்த காலத்தில் 'பாலபாரதி'யைத் தொடங்க முடியாமற்போனதற்கு இந்த உலகப் பிரளயமேதான் காரணம். அச்சிடுவதற்கு வேண்டிய சகல கருவிகளும் சென்னையிலிருந்தே வரவேண்டியிருந்ததால் காவேரி வெள்ளம் சென்னை வழியை உடைத்துவிட்டதும் எமது அச்சுக்கூடம் வருவாய் அடைபட்ட ஊருணி போலாகிவிட்டது. வெள்ளம் வடிந்து வழி நேரான பிறகுதான் குருகுல அச்சுக் கூடத்திற்கு உயிர் வந்து 'பாலபாரதியை' யாக்கும்படியான ஆற்றல் அதற்கு வந்தது."[60] பெருவெள்ளம் காரணமாகச் சுதேசமித்திரன் பத்திரிகை இடைவழியில் நின்றது எனச் ஜன்னபா சாய்பு வெள்ளச் சிந்தில் பதிவு செய்துள்ளார்.[61]

---

58. 'ஆலோகன அவலோகனம்', *பாலபாரதி* (ஐப்பசி, 1924).

59. G.O. 1482 – 83, Revenue, Mis, (23 September 1924).

60. 'ஆலோகன அவலோகனம்', *பாலபாரதி* (ஐப்பசி, 1924).

61. டி. எம். ஜன்னபா சாய்பு, *திருச்சி காவேரி வெள்ளச்சிந்து* (திருச்சி:... விலாஸ பிரஸ், 1924), ப. 6.

பொருளாதாரப் பேரிழப்பு

காவேரிப் பெருவெள்ளம் பல வகைகளில் மக்களின் பொருளாதாரத்தை அழித்தது. வீடுகளையும் கால்நடைகளையும் விளைநிலங்களையும் அழித்ததோடு ஆங்காங்கே மணல்திட்டுகளையும் உருவாக்கியது. இதனால் வேளாண்மை செய்ய இயலா நிலை ஏற்பட்டது. வீடுகளிலிருந்த பொருட்களையும் வாரிக்கொண்டு சென்றது. "எதிர்பாராத இவ்விதப் பிரவாகம் வந்ததால் அபாயகரமான இடங்களில் வசித்து வந்த ஜனங்கள் உயிர் தப்பினால் போதுமென்று நினைத்து தங்களுடைய பெண்சாதிப் பிள்ளைகளையும், கால்நடைகளையும் இட்டுக்கொண்டு பீடபூமிகளுக்குச் சென்று உயிரைக் காப்பாற்றிக் கொண்டிருக்கிறார்கள்" என்றார் நேரில் கண்டவர்.[62] வெள்ளத்திலிருந்து தங்களைக் காப்பாற்றிக் கொள்வதற்காக ஓடோடிய மக்கள் அச்சமயத்தில் விலையுயர்ந்த நகைநட்டுகளையும் பிற பொருட்களையும் எடுக்கவில்லை.

வாரிச்செல்லப்பட்ட வீடுகள்

செங்கற்களால் கட்டப்பட்ட மாடிவீடுகள், குடிசைவீடுகள் என வர்க்க வேறுபாடின்றி அனைத்து வீடுகளையும் பெருவெள்ளம் தாக்கியது. "... அர்த்தனாரிசாமி செட்டியார் மெத்தைதவிர மற்ற கட்டிடம் எல்லாம் விழுந்ததைப் பாரடியே, கந்தை கிழிந்ததைப்போல் பலமனைப் பாழாகிக்கிடப்பதைப் பாரடி நீ. சிந்தைகரைந்துருகும் இந்தத் திருமால்சாமி நாய்க்கர் மாடிவீடு..." என எஸ்.எஸ்.எம். அர்த்தனாரிசாமி செட்டியார் பாடுகிறார்.[63] "ஆற்றங்கரை ஓரத்தில் அடுக்கடுக்காய் மெத்தைவீடு நேற்றுவந்த வெள்ளத்தில் நீஞ்சுறதைப் பாருங்கடி" என்ற ஜன்னபா சாய்புவின் வரிகள் மெத்தை வீடுகளுக்கு ஏற்பட்ட நிலையைத் தெரிவிக்கிறது. அதேசமயம் சில இடங்களில் செங்கற்களால் கட்டப்பட்ட வீடுகள் பாதிக்கப்படவில்லை. தஞ்சாவூர் வட்டம் மருவூர்க் கிராமத்தில் செங்கற்களாலான பிராமணர் வீடுகள் தவிர பிற வீடுகள் அழிந்தன என இலங்கை நிவாரண நிதி அறிக்கை குறிப்பிடுகிறது. (ப. 20). குடிசை வீடுகளை வெள்ளம் வாரிச்சுருட்டி சென்றது. குளித்தலை வட்டம் கொறப்பாளையத்தில் இருந்த எல்லாக் குடிசைகளின் சிறு குச்சிகளைக்கூட விட்டுவைக்காமல் தூற்றிவாரிச் சென்றது. திருச்சிராப்பள்ளி மாவட்டம் உடையார்பாளையம் வட்டம் புதுக்கோட்டைக் கிராமத்தில்

---

62. நேரில் கண்டவர், *ஆரோக்கிய தீபிகை*, (ஆகஸ்ட், 1924), ப. 158.

63. எஸ்.எஸ்.எம். அர்த்தனாரிசாமி செட்டியார், *காவேரியாற்றின் வெள்ளச்சிந்து* (பவானி: கோல்டன் பிரஸ், 1924), ப.6.

குளம் ஒன்று உடைந்து அக்கிராமத்தில் ஆறு அடிக்கு வெள்ளம் சூழ்ந்து அங்கிருந்த எல்லா வீடுகளையும் அழித்தது. ஆற்றில் வெள்ள அளவு உயர்ந்ததால் கோவிந்தநாட்டுச்சேரிக் கிராமத்திலுள்ள எல்லாக் குடிசைகளையும் வெள்ளம் துடைத்துச் சென்றது. கிராம வாரியாக அழிந்த வீடுகளின் எண்ணிக்கை அட்டவணை: இ-யிலும் மாவட்ட வாரியாக அழிந்த வீடுகளின்

அட்டவணை: இ

கிராம வாரியாக இருந்த, அழிந்த வீடுகள்

வ. எண்	கிராமம்	மாவட்டம் வட்டம்	இருந்த வீடுகள்	அழிந்த வீடுகள்
1	பள்ளிப்பாளையம்	சேலம் திருச்சங்கோடு	32	32
2	கொறப்பாளையம்	திருச்சிராப்பள்ளி குளித்தலை	23	23
3	புதுக்கோட்டை	திருச்சிராப்பள்ளி உடையார்பாளையம்	366	366
4	திருமலைவாடி	திருச்சிராப்பள்ளி உடையார்பாளையம்	350	70
5	பாபநாசம் பள்ளச்சேரி	தஞ்சாவூர் தஞ்சாவூர்	18	18
7	கோயிலடி	தஞ்சாவூர் தஞ்சாவூர்	300	34
8	மருவூர்	தஞ்சாவூர் தஞ்சாவூர்	தரவு இல்லை	140
9	வடவக்குடி	தஞ்சாவூர் தஞ்சாவூர்	85	85
10	கோவிந்தநாட்டுச்சேரி	பாபநாசம் தஞ்சாவூர்	33	33
11	நடுப்படுகை	பாபநாசம் தஞ்சாவூர்	24	24
12	திருமலைவாசல்	சீர்காழி தஞ்சாவூர்	98	98
13	திருமலைவாசல்	சீர்காழி தஞ்சாவூர்	300	150
14	திட்டுப்படுகை	சீர்காழி தஞ்சாவூர்	98	98

எண்ணிக்கை அட்டவணை: ஈ-யிலும் தரப்பட்டுள்ளன. கிராம வாரியாகத் தரப்பட்டுள்ள அட்டவணையில் வெள்ளம் பாதித்த அனைத்துக் கிராமங்கள், அங்கு அழிந்த வீடுகளின் எண்ணிக்கை முழுமையாகத் தரப்படவில்லை. இதனால் இந்த இரு அட்டவணைகளுக்கும் இடையில் வேறுபாடு இருக்கும். இப்புள்ளி விவரங்கள் துல்லியமானவை அல்ல. எனவே அழிந்த வீடுகளின் எண்ணிக்கை அட்டவணைகளில் தரப்பட்டுள்ளதை விடவும் கூடுதலாக இருக்கும்.

இந்த அட்டவணை இலங்கை நிவாரண நிதி அறிக்கையில் தரப்பட்டுள்ள புள்ளிவிவரங்களை அடிப்படையாகக் கொண்டு தயாரிக்கப்பட்டது.

அட்டவணை: ஈ

மாவட்ட வாரியாக அழிந்த வீடுகள்

வ.எண்	மாவட்டம்	அழிந்த வீடுகள்
1.	மலபார்	22,000
2.	கோயம்புத்தூர்	6,136
3.	சேலம்	1,323
4.	திருச்சிராப்பள்ளி	7,710
5.	தஞ்சாவூர்	6,040

ஆதாரம்: *G.O. 1725, (6 November 1924), Revenue (mis); G.O. 1974-75-76, Revenue Mis, (22 December 1924).*

திட்டுத்திட்டான நெற்களஞ்சியம்

பெருவெள்ளத்தால் வேளாண் உற்பத்தியில் கடும் பாதிப்புகள் ஏற்பட்டன. நீர்ப்பாசனம் பாதிப்படைந்தது.[64] கல்லணைக்கு மேல் ஏற்பட்ட உடைப்பின் காரணமாகக் காவேரியிலிருந்து கொள்ளிடத்திற்கு வெள்ளம் புகுந்தததால் பாசன விநியோகம் தடுக்கப்பட்டது.[65] பெருவெள்ளம் மணலையும் சேற்றையும் சகதியையும் வாரிக்கொண்டு வந்தது. அதை எங்கெல்லாம் விட்டுச்சென்றதோ அங்கெல்லாம் மணல்திட்டுகள் உருவாயின. வயல்வெளி, வாழிடம் என மக்கள் புழங்கும்

64. G.O. 1599, Revenue, (15 October 1924).

65. *MLCP*, (21 October 1924), Vol. XX, Part – II, p. 925.

புவிப்பரப்பில் மணல்திட்டுகள் ஏற்பட்டன. அப்பகுதிகளில் வேளாண்மை செய்ய இயலாமலும் வாழ முடியாமலும் போனது. திருச்சிராப்பள்ளி வட்டத்தில் முருங்கப்பேட்டை, திம்மராயசமுத்திரம், உத்தமசேரியிலும் கரூர் வட்டத்தில் நெரூர், தஞ்சாவூர் வட்டத்தில் கோயிலடி, சிப்பிலியூரிலும் கும்பகோணம் வட்டத்தில் உமையாள்புரம், மகாராஜபுரம் ஆகிய இடங்களிலும் பெரும்பாதிப்புகள் ஏற்பட்டன. முருங்கப்பேட்டையில் *1,493* ஏக்கரும் திம்மராயசமுத்திரத்தில் *184* ஏக்கரும் உத்தமசேரியில் *500* ஏக்கரும் நெரூரில் *350* ஏக்கரும் கோயிலடியில் *100* ஏக்கரும் மணல்மேடாயின. திருச்சிராப்பள்ளி மாவட்டம் லால்குடி வட்ட, அரியூரில் *191.63* ஏக்கரும் கீழாம்பில் *231.99* ஏக்கரும் மங்கமாபுரத்தில் *227.07* ஏக்கரும் குக்கனூரில் *328.96* ஏக்கரும் அபிஷேகபுரத்தில் *43.67* ஏக்கரும் என மொத்தம் *1023.32* ஏக்கர் பரப்பளவு மணல் மேடாயின.[66] இவ்விரு மாவட்டங்களிலும் சுமார் பத்தாயிரம் ஏக்கர் அளவுக்கு வயல்வெளியில் *1.5* அடி முதல் ஆறடி உயரத்திற்கு மணல்திட்டுகள் உருவாயின.[67] தென்னாற்காடு மாவட்டம் கொள்ளிட வடவாற்றுக்கரையில்

அட்டவணை: உ

பெருவெள்ளம் விளைவித்த மணல்திட்டு

வ. எண்	மாவட்டம்	அழிந்த பயிர்	உருவான மணல்திட்டு
1	மலபார்	30,000 ஏக்கர்	புள்ளிவிபரம் கிடைக்கவில்லை
2	கோயம்புத்தூர்	1.5 லட்சம் மதிப்பு	1338 ஏக்கர்
3	சேலம்	1.5 லட்சம் மதிப்பு	824 ஏக்கர்
4	திருச்சிராப்பள்ளி	11,300 ஏக்கர்	6,000 ஏக்கர்
5	தஞ்சாவூர்	8340 ஏக்கர் & 71,000 கலம் நாற்றங்கால்	4000 ஏக்கர்
6	தென்னாற்காடு	----	40 ஏக்கர்

ஆதாரம்: G.O. 1725, Revenue (mis), (06 November 1924), G.O. 1974-75-76, Revenue Mis, (22 December 1924).

66. G.O. 1244, Revenue, (02 August 1926).

67. *MLCP*, 21 October 1924, Vol. XX, Part – II, p. 925 - 926; G.O. 1599, Revenue, (15 October 1924).

அமைந்திருந்த கிராமங்களில் 69 ஏக்கர் நிலப்பரப்பு சேற்றால் நிரம்பியது.[68] மணல்திட்டு உருவானதால் ஒரு கோடியே ஐம்பது லட்ச ரூபாய் மதிப்பிலான சொத்துக்கள் பாதிக்கப்பட்டன.[69]

வருவாய்த் துறை ஆவணங்களின் அடிப்படையில் பயிர்கள், மணல்திட்டு குறித்த புள்ளிவிபரங்களை அட்டவணை: உ தெரிவிக்கிறது.

வருமான இழப்பும் விலைவாசி உயர்வும்

வேலையிழப்பையும் விலைவாசி உயர்வையும் பெருவெள்ளம் விளைவித்தது. வேளாண் நிலம் ஆங்காங்கே மணல்திட்டாகியதால் வேளாண்மை சார்ந்த வேலைகள் பாதிக்கப்பட்டன. காவேரியாற்றுக் கரைகளில் கிடைக்கும் கோரைப்புல், பாய் தயாரிப்பதற்குப் பயன்படுத்தப்பட்டது. கரூர், முசிறி, குளித்தலை, திருச்சிராப்பள்ளி, லால்குடி போன்ற வட்டங்களில் கோரம் பாய் தயாரிக்கும் தொழிலில் குகவெள்ளாளர், பறையர், இசுலாமியர் ஈடுபட்டனர்.[70] காவேரிப் பெருவெள்ளத்தால் கோரைப் புல் அழிந்ததால் அத்தொழில் பாதிக்கப்பட்டது. மற்றொருபுறம் பெருவெள்ளத்தால் மக்களின் கூலி குறைந்தது. வெள்ளத்திற்கு முன்னர் வழங்கப்பட்ட கூலியானது வெள்ளத்திற்குப் பின்னர் பாதியாகக் குறைக்கப்பட்டது. வெள்ளம் வருவதற்கு முன் வயதுவந்த அனைவரும் குடும்பத்திற்குத் தினமும் வருமானம் ஈட்டினர். வெள்ளம் வந்த பின் ஆண்கள் மட்டுமே வேலைக்குச் சென்றனர். இது குடும்ப வருமானம் பாதியாகக் குறைவதற்கு வித்திட்டது என வருவாய்த்துறை ஆவணம் குறிப்பிடுகிறது.[71] கூலி குறைவு ஒருபுறமிருக்க மற்றொருபுறம் விலைவாசி உயர்ந்தது. உப்பு மட்டுமின்றிக் குப்பைக்கீரைவிலைகூட பன்மடங்காக அதிகரித்தது. திருச்சிராப்பள்ளிப் பகுதிகளில் கொள்ளிடப் பால உடைப்பைக் காரணமாக்கி விலைவாசி அதிகரிக்கப்பட்டது. இப்பெருவெள்ளத்தால் மேற்குத் தொடர்ச்சி மலையில் மட்டுமின்றிச் சமவெளிப் பகுதிகளிலும் உணவுதானியத் தட்டுப்பாடு ஏற்பட்டது.[72]

---

68. *Statistical Appendix for South Arcot District* (Madras: Superintendent, Government Press, 1932), pp. xxxix – xli.

69. G.O. 1599, Revenue, (15 October 1924).

70. *Statisstical Appendix for Trichinopoly* (Madras: The Superintendent, Government Pres, 1931), pp. 88-89.

71. G.O. 1482 – 83, Revenue, Mis, (23 September 1924).

72. G.O. 1794, Revenue, (20 November 1924).

மக்கள் இடப்பெயர்வு

பொதுவாகக் காவேரிக்கரையில் ஏற்படும் வெள்ளம் பெரும் பாதிப்பை ஏற்படுத்தியதால் அங்கு வாழ்ந்த மக்கள் இடம்பெயர்ந்தனர். இது தனி மனிதரின் சுயதேர்வாக இருந்தது. ஜூலைப் பெருவெள்ளமானது வெள்ளம் பாதித்த கிராமங்களில் இருந்த அனைத்து மக்களையும் அவ்விடத்திலிருந்து இடம்பெயரச் செய்தது. வெள்ளம் பாதித்த பகுதிகளிலிருந்து வேளாண் தொழிலாளர் 3,029 பேர் இடம்பெயர்ந்தனர் எனப் புள்ளி விபரம் குறிப்பிடுகிறது. இவர்கள் எப்பகுதிகளிலிருந்து எங்குச் சென்றனர் என்ற பதிவு இல்லை.[73] வெள்ளம் பாதித்த கிராமங்களைச் சேர்ந்தோர் புதியதாக வேறு இடத்தில் குடியேற வேண்டிய கட்டாயம் ஏற்பட்டது. திருச்சிராப்பள்ளி அருகே இருந்த முருங்கப்பேட்டை, தஞ்சாவூர் மாவட்டம் சீர்காழி வட்டம் திட்டுப்படுகை, பாபநாசம் நடுப்படுகை, கோவிந்தநாட்டுச்சேரி, திருச்சிராப்பள்ளி மாவட்டம் குளித்தலை வட்டக் கொறப்பாளையம், லால்குடி வட்ட அரியூர், சேலம் மாவட்ட திருச்செங்கோடு வட்டம் பள்ளிப்பாளையம் போன்ற கிராமங்களிலிருந்து இடம்பெயர வேண்டிய நிலை ஏற்பட்டது. சீர்காழி அருகே இருந்த வடவரங்கம் வெள்ளத்தில் அழிந்ததால் அங்கு வசித்த பார்ப்பனர் இடம்பெயர்ந்தனர்.[74] வெளிநாடுகளுக்கும் இடம்பெயர்ந்தனர். தஞ்சாவூர் மாவட்டத்தில் *1925ஆம் ஆண்டு 45,749 பேரும் 1926ஆம் ஆண்டு 86,319 பேரும், 1927ஆம் ஆண்டு 62,383 பேரும் 1928ஆம் ஆண்டு 19,367 பேரும் 1929ஆம் ஆண்டு 61,140 பேரும் மலேயாவுக்கு இடம்பெயர்ந்தனர்.*[75]

பலிகொண்ட வெள்ளம்

காவேரிப் பெருவெள்ளம் பல உயிர்களைக் கொன்றது. "வெள்ளத்தினால் நேர்ந்த பொருட் சேதத்தைவிட அதன் பின்னணியில் வந்த சங்காத நோய்களாலும் ஏற்பட்ட உயிர்ச்சேதம் மிகவும் கொடுமையானதாக இருக்கிறது" எனப் பாலபாரதி குறிப்பிட்டது.[76] மாணிக்க நாயகர், "காடுமேடெங்கும் பிணங்களின் நாற்றமே கண்டதாய் சொல்கிறார் நேசர்களே"

---

73. *MLCP*, 1924, vol. XXI, Part-I, p. 361.

74. யமுனா புத்ரன், 'வடவரங்கம்', *பாரதமணி* (ஜூன், 1946), பக். 318 – 320.

75. K.N. Krishnaswami Ayyar, Satistical Appendix Together With a Supplement to the District Gazetteer (1906) for Tanjore District, p. 172.

76. 'ஆலோகன அவலோகனம்', *பாலபாரதி* (ஐப்பசி, 1924).

எனப் பாடியுள்ளார்.[77] பெருவெள்ளம் மனிதர்களை இரு வகையில் பலி கொண்டது.

1) நேரடியாய்க் கொன்றது

வந்த வேகத்தில் தன்னோடு மக்களை இழுத்துச் சென்று பெருவெள்ளம் கொன்றது. வீடுகள் வீழ்ந்தாலும் மண்சரிவு ஏற்பட்டதாலும் பலர் இறந்தனர். இந்த நிகழ்வுகளைக் கேட்டும் கண்டும் அதனால் வேதனைப்பட்டும் சிலர் இறந்தனர் என மாணிக்க நாயகர் தன் வெள்ளச் சிந்தில் பாடியுள்ளார். கூடலூர் வட்டத்தில் ஓ. பள்ளத்தாக்குப் பகுதியில் உள்ள எஸ்டேட்டில் நிலச்சரிவு ஏற்பட்டதால் 21 பேர் மரணமடைந்தனர். மற்றொரு ஆவணத்தின்படி அவ்வட்டத்தில் நிலச்சரிவின் காரணமாக ஒன்பது பேர் இறந்தனர். 13 ஆடுமாடுகள் புதைந்தன.[78] மண்சரிவைக் காணச்சென்ற எஸ்டேட் பணியாளர் இருவர் திரும்பிவர வில்லை அவ்விருவரும் மண்சரிவில் புதைந்திருக்கலாம் என நம்பப்பட்டது. உதகமண்டல வட்டத்தில் ஏப்பநாடு என்னும் பகுதியைச் சேர்ந்த இருவரும் குன்னூர் வட்டத்தில் ஒரு சிறுவனும் வெள்ளத்தில் அடித்துச் செல்லப்பட்டனர்; அவர்கள் இறந்துவிட்டனர். மொத்தம் இருபத்தாறு பேர் பெருவெள்ளத்தால் நீலகிரி மாவட்டத்தில் இறந்தனர்.[79]

2) நோயால் கொன்றது

பெருவெள்ளத்தால் தண்ணீர் மாசடைந்து காலரா நோய் மக்களைத் தாக்கியது. சேலம் மாவட்டம் திருச்செங்கோடு, நாமக்கல் வட்டங்களில் பாதிப்புகள் ஏற்பட்டன. நாமக்கல் வட்டம் மோகனூர், வேலூர் உட்பட இதர ஆற்றங்கரையோரக் கிராமங்களில் காலரா பரவியது.[80] இந்நோய் திருச்சிராப்பள்ளி யிலிருந்து பொன்மலை, திருக்காட்டுப்பள்ளி, திருவாதி, சீர்காழி, கும்பகோணம், மயிலாடுதுறை, வைத்தீஸ்வரன் கோயில் போன்ற இடங்களுக்கும் தொற்றியது.[81] இதனால் பலர் மாண்டனர். "திருச்சி நகரில் நான் கண்ட காக்ஷியை வர்ணிக்க என் மனம் பதறுகின்றது. நான் ரயில்வே ஸ்டேஷனை விட்டிறங்கி முக்கியத் தெருவழியாக சிறிதுதூரம் செல்வதற்குள் பல பிரேதங்கள்

77. மாணிக்க நாயகர், திருச்சி மதுரை தென்மேற்கு *கொள்ளிடங்காவேரி வெள்ளவிபத்துச் சிந்து* (சென்னை சூளை: பெரியநாயகியம்மன் அச்சுக்கூடம், 1924), ப. 6.

78. G.O. 1241, Revenue, (13 August, 1924).

79. G.O. 1794, Revenue, (20 November 1924).

80. *Statisstical Appendix for Salem District*, p. xxiii.

81. *Statistical Appendix for Trichinopoly District* (Madras: Superintendent, Government Press, 1931), p. 101.

எடுத்துச் செல்லப்பட்டதைக் கண்டேன். இவர்களனைவரும் காலரா நோயால் அகால மரணமடைந்துவிட்டனர்" என ஒருவர் எழுதினார். தூய குடிநீர் கிடைப்பதைப் பெருவெள்ளம் தடுத்ததால் காலரா நோய் ஏற்பட்டது. இச்சம்பவத்தை கண்ட ஒருவர், "நவீன சுகாதார முறையை அனுசரித்துக் கர்ணபரம்பரையாக இருந்துவந்த பல கிணறுகளையும் குளங்களையும் மூடிவிட்டதால் ஜனங்கள் குழாய் மூலம் வரும் ஜலத்தையே நம்பியிருக்க வேண்டியவர்களாகிவிட்டனர். காவேரியாற்றில் என்றுமில்லாத பிரவாகம் வந்ததினால் குழாய்களுக்கு ஜலமிறைக்கும் இடமெங்கும் ஜலம் நிறைந்துவிட்டது. தவிரவும், காவிரி உடைப்புகளின் மூலமாக வந்த ஜலம் மோதியதால் பல இடங்களில் குழாய்களையே ஜலம் பெயர்த்தெறிந்துவிட்டது. அதன் பலனாக நகருக்கு ஜல சப்ளை நின்றுவிட்டது. குழாய்களையே நம்பியிருந்த ஜனங்கள் தவிக்கலானார்கள். ஊரின் ஒருபாகமோ வெள்ளக்காடாகி விட்டது. ஜனங்கள் வெளிக்கிளம்பிச்சென்று நல்ல ஜலத்தைக் கொண்டுவந்து உபயோகிக்க இடமில்லாது போய்விட்டது" என எழுதினார்.[82] இதனால் மக்கள் அசுத்தமான தண்ணீரைக் குடிப்பதைத் தவிர வேறு வழி இல்லை என்ற நிலை ஏற்பட்டது. குடிநீர் விநியோகத்தில் ஏற்பட்ட சிக்கல்தான் காலரா நோய் ஏற்படுவதற்குக் காரணம் என்பதை அரசும் ஏற்றுக்கொண்டது.[83] தொற்று நோய் ஏற்படும் என்பதை அறிந்து மக்களிடம் தண்ணீரைக் காய்ச்சிக் குடிக்கும்படி திருச்சிராப்பள்ளி நகராட்சி அதிகாரிகள் அறிவுறுத்தியபோதிலும் மக்கள் அவ்வாறு செய்யாத தால் தொற்றுநோய் ஏற்பட்டது என ஆரோக்கிய தீபிகை இதழ் குறிப்பிட்டுள்ளது.[84] பெருவெள்ளத்தால் எண்ணற்றோர் வீடற்றோரானர், அவர்களுக்குப் பணக்காரர்கள்தாம் உணவு தயாரித்துக் கொடுத்தனர். நிலை இவ்வாறு இருந்தபோது தண்ணீரைக் காய்ச்சிக் குடிப்பதற்கான வாய்ப்பு மக்களுக்கு இல்லை என்பதை அரசு உணரவில்லை. இருப்பினும் காலரா ஏற்படுவதற்கான அடிப்படைக் காரணம் குடிநீர் என்பதை மறுக்க இயலாது. இதைத் தவிர்த்து வேறு சில காரணங்களும் இருந்தன.

பெருவெள்ளத்திலிருந்து தப்பித்த மக்கள் நெருக்கமாக ஒரே இடத்தில் குழுமியதோடு காற்றோட்டமில்லா இடங்களில் தங்கள் கால்நடைகளோடு சேர்ந்து வசித்தல், பயிர்கள், சப்பாத்திக்கள்ளி போன்றவை வெள்ளத்தில் தொடர்ந்து மூழ்கியிருந்ததால் அழுகி நாற்றமடித்தல் ஆகியன காலரா ஏற்படுவதற்குக் காரணமென

---

82. ஆரோக்கிய தீபிகை (ஆகஸ்ட், 1924), தொகுதி. 1, பகுதி. 8, ப. 158.

83. *Statistical Appendix for Trichinopoly District* (Madras: Superintendent, Government Press, 1931), p. 101.

84. ஆரோக்கிய தீபிகை (ஆகஸ்ட், 1924).

நேரில் கண்ட ஒருவர் கூறுகிறார். "ஜன நெரிசல் அதிகமாகவுள்ள முகமதியர்கள் வாசஸ்தலங்களிலும் சௌராஷ்டிரர்களுடைய வாசஸ்தலங்களிலும் அது அதிக வியாபக முடையதாக இருந்ததெனினும் நகரின் இதர பாகங்களையும் அது பீடிக்காமல் விட்டுவிடவில்லை."[85] "இதர பாகங்களையும் விட்டுவிடவில்லை" என்ற வரி எந்தச் சமூகத்தினரின் வசிப்பிடம் என்பதைக் கூறவில்லை. எனினும், "ஜன நெரிசல் அதிகமாகவுள்ளதாகவும் சுகாதாரவாசனை அதிகமில்லாதவர்கள் வசிப்பதாகவுமுள்ள பிரதேசங்களில் இந்நோய் தாண்டவமாடி வருவதால் அவ்வளவு சுலபமாக இந்நோய் மறைந்து விடுமென்று சொல்லி விடுவதற்கில்லை" என்கிற வரிகளும் அந்த இதழில் இடம் பெற்றுள்ளன. குறுகிய பரப்பளவில் அடர்த்தியாக வசிக்கும் நிலையை இந்துப் படிநிலைச் சாதியச் சமூகம் தலித்துகளுக்கு மட்டுமே ஏற்படுத்தியுள்ளதால் மேற்குறிப்பிட்ட வரிகள் தலித்துகளைச் சுட்டுகிறது எனலாம். இதன் பொருள் காலரா நோய்த் தாக்கியதில் மிகுதியாக இறந்தவர்கள் தலித்துகள் என்பதாகும். காலரா நோய்க் காரணமாகத் திருச்சிராப்பள்ளி நகரில் சுமார் ஆயிரம் பேர் மரணம் அடைந்ததாக ஆரோக்கிய தீபிகை குறிப்பிடுகிறது.[86] ஜூலை 29ஆம் நாளன்று மட்டும் அந்நகரில் 136 பேர் மரணமடைந்தனர். திருச்சிராப்பள்ளி நகரத்தில் மட்டும் 1500 பேரும் அம்மாவட்டத்தில் பல்வேறு கிராமங்களில் ஐநூறு பேரும் இறந்தனர் என அரசுப் புள்ளி விவரம் குறிப்பிடுகிறது.[87] வெள்ளச்சிந்து ஒன்று சுமார் பத்தாயிரம் பேர் மரணம் அடைந்ததாகப் பதிவு செய்துள்ளது. மரணமடைந்தவர், தொலைந்தவர் ஆகியோரின் எண்ணிக்கையைத் துல்லியமாகக் கூறுவதற்கான ஆதாரங்கள் இல்லை.

உருவான அநாதைகள்

இந்துப் படிநிலைச் சமூகம் சாதியாகவும் குடும்பமாகவும் உள்ளது. எனவே, பெற்றோர் குழந்தைகளை இழப்பதும் குழந்தைகள் பெற்றோர்களை இழப்பதும் இயற்கைப் பேரிடரின்போது இயல்பாக நிகழ்கிறது. இதனால் அநாதைகள் உருவாகின்றனர். ஜூலைப் பெருவெள்ளமும் அநாதைகளை உருவாக்கியது, இது குறித்த புள்ளிவிவரங்கள் இல்லை. இதை "எத்தனை குடும்பங்கள் அடியோடு அற்றுப்போயினவோ. எத்தனை குழந்தைகளை தாய் தந்தையரை இழந்து தவியாய்த் தவிக்கின்றனவோ!" எனப் பாலபாரதி இதழ் பதிவு செய்துள்ளது.

85. ஆரோக்கிய தீபிகை (ஆகஸ்ட், 1924), 159.

86. தலையங்கம், ஆரோக்கிய தீபிகை (ஆகஸ்ட் 1924).

87. *Statistical Appendix for Trichinopoly District* (Madras: Superintendent, Government Press, 1931), p. 101.

பொழிவின் பொளிவைப் பொலிவாக்கல்

மரணப்பிடியிலிருந்து மீளல்

பெருவெள்ளம் பாய்ந்த போது தங்களைப் பாதுகாத்துக்கொள்வதே மக்களுக்கு முதன்மை இலக்காக இருந்தது. சிலர் தங்களைத் தற்காத்துக் கொண்டனர்; பிறரின் உதவியைச் சிலர் நாடினர்; வெள்ளம் சூழாத மேட்டுப் பகுதியை நோக்கிப் பலர் ஓடினர், மரங்களில் ஏறி அமர்ந்தனர். அரசு ஆவணங்களிலும் வெள்ளச் சிந்துகளிலும் இவை பதிவு செய்யப்பட்டுள்ளன. கோ.ச. விநாயகமூர்த்திச் செட்டியார்,

ஆண்டவனருளால் ஆண்பிள்ளைகளெல்லாம்
அங்கிருந்தமர மீதேறி
ஆதிக்கடவுளின் அடிகளைப்போற்றி
அமா்ந்துவிருந்தா ரடிமானே[1]

எனப் பாடினார்.

வாடி ஜனமெல்லாம் ஓடியே
தேடி மரங்களில்மேலேறியே[2]

என ரெங்கராஜா பாடியுள்ளார்.

மேற்குறிப்பிட்ட சிந்துகள் ஆடவர் மரங்களிலேறினர் என்று கூறுகின்றன. பெண்கள்

---

1. கோ.ச. விநாயகமூர்த்திச் செட்டியார், காவேரி ஆறு கரைபுரண்ட *வெள்ளச் சிந்து*.

2. ரெங்கராஜா, *கொள்ளிட வெள்ளக் கோலாகலச் சிந்து*, ப. 6.

மரங்களிலேறித் தப்பித்தனரா? என்ற கேள்விக்கு அவற்றில் பதில் இல்லை. சாதிய ஆணாதிக்கச் சமூகத்தில் ஆண்களுக்குக் குழந்தைப் பருவத்தில் மரமேறும் பயிற்சி கற்றுத் தரப்படுகிறது. பெண் குழந்தைகளுக்கு மறுக்கப்படுகிறது. பெண்களுக்கு மரமேறும் பயிற்சி மறுக்கப்பட்டதால் பெருவெள்ளத்தில் மரமேறித் தங்களைத் தற்காத்துக் கொள்ள இயலா நிலையைச் சாதிய ஆணாதிக்கச் சமூகம் ஏற்படுத்தியது. வேறுசொற்களில் கூறுவதென்றால் பெருவெள்ளத்தின்போது பெண்கள் மரமேற இயலாமல் மரணமடைந்திருந்தால் அவர்களைக் கொன்றது சாதிய ஆணாதிக்கச் சமூகமே தவிர பெருவெள்ளம் அல்ல.

உயிர்காத்த மீனவர்

கடல்போல் பெருவெள்ளம் சூழ்ந்ததால் தப்பிச்செல்லக் கட்டுமரமும் படகும் பயன்படுத்தப்பட்டன. அவை தெரு, பெருஞ் சாலை, வயல் எனச் சுற்றி வந்தன. வெள்ளத்தில் சிக்கிய மக்களை மீட்கச் சீர்காழி வட்டத்தில் படகு பயன்படுத்தப்பட்டது[3]. கொள்ளிட வடகரையில் வடரெங்கம் என்னும் பகுதியில் 1.5 கி.மீ. தூரத்திற்கு உடைப்பு ஏற்பட்டு அப்பகுதி வெள்ளக்காடாய் மாறியது. இதைப் பார்ப்பதற்கு வெள்ளூர்க் கிராமப் பண்ணையார் சிலர் இராமசாமி சேதுராயர் என்ற படகுக் குத்தகைக்காரரிடம் வாடகைக்குப் படகை பெற்றுக்கொண்டு அங்குச் சென்றனர். பாதிக்கப்பட்ட மக்களைப் படகில் ஏற்றிக் கரைசேர்த்தனர்[4]. வெளியேற இயலாத நிலையிலிருந்த மக்களை மீட்க நாகப்பட்டினத்திலிருந்து நாட்டுப் படகுகள் வரவழைக்கப்பட்டன. படகு ஓட்டுவதில் கைதேர்ந்த மீனவர் சமூகத்தினர் வெள்ளத்தில் சிக்கித்தவித்த பலரை மீட்டனர். இதைக் "கட்டுமரத்தினால் கரை சேர்ந்தனர்" எனக் கோலாகலச் சிந்தில் ரெங்கராஜா பாடியுள்ளார்[5]. 2015ஆம் ஆண்டு சென்னை நீர்ப் பெருக்கத்தில் தத்தளித்தவர்களைக் காப்பாற்றுவதில் மீனவர் சமூகத்தினர் முக்கியப் பங்காற்றினர். பொது மக்கள் எப்போதெல்லாம் வெள்ளத்தில் சிக்கித் தவிக்கின்றனரோ அப்போதெல்லாம் எவ்வித எதிர்பார்ப்புமின்றி மீனவர்கள் அவர்களைக் கரைசேர்க்கின்றனர். இதற்குநேர்மாறாக எப்போதெல்லாம் மீனவர்கள் தாக்கப்படுகின்றனரோ அப்போதெல்லாம் பொதுமக்கள் மவுனம் காக்கின்றனர்.

---

3. G.O. 1428, Revenue (14 September 1925).

4. ரெங்கராஜா, *கொள்ளிட வெள்ளக் கோலாகலச் சிந்து.*

5. மேலது.

தங்களைத் தற்காத்துக் கொள்ள சுயமாகவும் பிறர் உதவியோடும் சிலர் அணிந்திருந்த உடுப்போடும் தப்பியோடினர்; சிலர் வளர்ப்புப் பிராணிகளையும் விலங்குகளையும் அழைத்துச் சென்றனர். உடைமைகள் தொடர்பான ஆவணங்களையும் எடுத்துச் சென்றனர். "... வேகமாயெடுப்பார் ரிக்கார்டுகளை மாத்திரங்கொண்டுநடப்பார்" என ஒருவர் பாடியுள்ளார்[6]. ஆனால் பாத்திரம், படுக்கை போன்றவற்றை விட்டுவிட்டுச் சென்றனர்.

வீதிக்கு வந்த வாழ்க்கை

வீடுகளோடு உணவு தானியங்களையும் அடுப்பையும் உடுப்பையும் பெருவெள்ளம் வாரிக்கொண்டு சென்றதால் ஏதுமற்றவர்களாகத் தப்பித்த மக்கள் பொதுச் சத்திரம், கோயில், வீதிகளில் தற்காலிமாக வாழ்ந்தனர். அந்நிலையை ஒருவர், "நான் சுற்றுப் பிரயாணம் செய்த காலத்தில் வெள்ளம்வடிந்து ஒருவார காலமாகியிருந்தும், பீடபூமிகளிலும் ஆற்றின் மேட்டுக் கரைகளிலும் தற்காலிகமாகக் குடிசைகளை அமைத்துக் குடும்பங்களுடனும் கால்நடைகளுடனும் அடைந்துகிடந்த எண்ணற்ற ஜனங்கள் குந்துவதற்கு நிழலை ஏற்படுத்திக் கொடுக்க அதிகாரிகள் எவ்வித முயற்சியும் எடுக்கவில்லை" என்றார்[7]. அவர் மேலும், "... சத்தியமங்கலம் நகரில் பல ஜனங்கள் கோயிலிலும், பிற இடங்களிலும் அடைந்து கிடந்தார்கள். நெரிசலாகவுள்ள இடத்தில் ஏராளமான ஜனங்கள் குழுமி, தங்களுடைய சுவாஸத்தால் அங்குள்ள காற்றை அசுத்தப்படுத்துவதால் அவர்களுடைய சரீராயோக்கியத்திற்கு ஏற்படக்கூடிய கெடுதலை நான் இங்கு விவரித்துரைக்க வேண்டிய அவசியமில்லை" எனக் கூறினார்[8]. இந்நிலையைப் பற்றிக் கிராமானுகூலன்[9], 'சில கெவர்மெண்டு பெரிய உத்தியோகஸ்தர்களும் மேன்மைதங்கிய கவர்னரும் உடைப்பெடுத்த ஸ்தலங்களை வந்து பார்வையிட்டுப் போயினர். கெவர்ன்மெண்டாரின் உதவி சரிவர கிடைக்கவில்லை என்று சொல்லப்படுகிறது. தர்மசிந்தையுள்ள கனதனவான்களின் உதவியாலும் வெள்ளக்கஷ்ட நிவாரணக் கமிட்டியாரின் முயற்சியாலும் கஷ்டப்பட்டுத்தவிக்கும் ஜனங்களுக்குச் சிறிது

---

6. S.S.M. அர்த்தனாரிசாமி செட்டியார், *பவானி காவேரி நதிகளின் வெள்ளச்சிந்து*, ப. 7.

7. நேரில் கண்டவர், *ஆரோக்கிய தீபிகை* (ஆகஸ்ட், 1924), ப. 158.

8. மேலது.

9. *கிராமானுகூலன்* (ஜூலை – ஆகஸ்ட், 1924).

உதவிசெய்யப்பட்டு வருகிறது' எனக் கூறியது. இந்நிலையில் வீதியிலிருந்த மக்களுக்கு முதலில் உணவும் உடையும் தேவைப் பட்டன.

பாதிக்கப்பட்ட மக்களுக்கு உணவு, உடை வழங்குவதற்குச் செல்வந்தர் சிலர் முன்வந்தனர். சீர்காழி வட்டத்தில் திருநாரயணபிள்ளை பலருக்கும் உணவளித்தார்[10]. ரெங்கராஜா,

அனேக புண்ணியவான்கள் அரிசிபடிதந்து
அதற்கான சிலவுக்கு அரையணா ஈந்துமே
அலுத்த ஜனங்களை ஆதரித்தழைத்துமே
அழகான செட்டிநாட்டாரும் கிளம்பியே நல்ல
துணிகளைவாங்கியே தந்தார் ஜனங்களின்
துக்கத்தை மாற்றியே ஒழித்தார்

எனப் பாடுகிறார்.[11]

இப்பெருவெள்ளத்தால் மேற்குத் தொடர்ச்சி மலையில் ஏற்பட்ட உணவுதானியத் தட்டுப்பாட்டைத் தவிர்க்க ஒரு பகுதியிலிருந்து மற்றொரு பகுதிக்குக் கொண்டு செல்லப்படும் உணவுதானியங்களைத் தடுக்கக்கூடாது என வட்டாட்சியர் கேட்டுக் கொள்ளப்பட்டனர்[12]. குறைந்த விலையில் அரிசி வழங்கும் கடைகளும் திறக்கப்பட்டன[13].ஆறு, கால்வாய், அணையில் ஏற்பட்ட உடைப்புகளை அடைத்தல், வயல்வெளி, வாழிடங்களில் ஏற்பட்ட மணற்திட்டுகளை அகற்றும் பணிகளுக்கான திட்டம் பின்னர் தீட்டப்பட்டது. இவற்றைச் செய்ய நிவாரணக் குழுக்கள் அமைக்கப்பட்டன.

நிவாரணக் குழுக்கள்

சென்னை மத்திய நிவாரணக் குழு, தஞ்சாவூர் மத்திய நிவாரணக் குழு, சீர்காழி நிவாரணக் குழு, கும்பகோண நிவாரணக் குழு, மயிலாடுதுறை நிவாரணக் குழு, மக்கள் நிவாரண நிதி, இலங்கை நிவாரண நிதி, திருவாடி நிவாரணக் குழு போன்றவை ஏற்படுத்தப்பட்டன[14]. உள்ளூரில் சிதம்பரம்

---

10. அ. ஆதிமூலநயினார், *பலவூர் வெள்ளச்சேதப் பரிதாபச் சிந்து.*

11. (ரெங்கராஜா, சீர்காழி தாலுக்கா வடரெங்கம்) *கொள்ளிட வெள்ளக் கோலாகலச் சிந்து*, ப. 8.

12. G.O. 1794, Revenue (20 November 1924).

13. G.O. 1428, Revenue (14 September 1925).

14. G.O. 1428, Revenue (14 September 1925).

வட்டம் கஞ்சன்கொல்லைக் கிராம வெள்ள நிவாரணக் குழு அமைந்தது. சென்னை மாகாண அளவிலும் நிவாரணக் குழுக்கள் அமைக்கப்பட்டன[15]. சென்னை மத்திய நிவாரணக் குழுவின் பொதுக்குழுத் தலைவராகப் பி. தியாகராயச் செட்டியார் செயல்பட்டார். சேர்மன் பொறுப்பை டி.வி. ஷேஷகிரி அய்யர் வகித்தார். எம். வெங்கடசுப்பராவ், முகம்மது உஸ்மான், டி.எஸ். ராமசாமி அய்யர், டி. கிருஷ்ணா குரூப் ஆகியோர் கௌரவச் செயலாளர்களாகச் செயல்பட்டனர்[16]. பிற நிவாரணக் குழுக்களின் தலைமை பற்றி அறிந்து கொள்ள இயலவில்லை. அவர்கள் அப்பகுதிகளைச் சேர்ந்த செல்வந்தர் எனக் கருதலாம். செஞ்சிலுவைச் சங்கம், ராமகிருஷ்ணா மடம், ஒய்.எம்.சி.ஏ., போன்றவையும் மெட்ராஸ் மெயில் பத்திரிகையும் காங்கிரஸ் தொண்டர்களும் இப்பணியில் ஈடுபட்டனர்[17]. இவ்வமைப்பினர் அந்தந்தப் பகுதியிலுள்ள அலுவலர், தேச பக்தர் எனப் பலரும் முடிந்த அளவிற்கு இணைந்தும் தனித்தும் தொண்டாற்றினர். இதற்குச் சில சான்றுகளைக் கூறலாம். சென்னையில் ஒய்.எம்சி.ஏ கட்டடத்தில் அலுவலகத்தைக் கொண்டு சென்னை மத்திய நிவாரணக் குழு செயல்பட்டது. இலங்கைக் குடிப்பெயர்ச்சி ஆணையர் மேற்கொண்ட நிவாரணப் பணியில் ஒய்.எம்.சி.ஏ. அமைப்பைச் சேர்ந்த பாதிரியார் போப்லி உதவினார். இலங்கை நிவாரண நிதி போப்லியிடமும் இந்தியச் சேவையாளர் சங்கப் பிரதிநிதிகளிடமும் கொடுக்கப்பட்டு அவர்கள் மூலமாக நிவாரணப்பணிகள் மேற்கொள்ளப்பட்டன. ஷெரீப் ஆப் மெட்ராஸ் ஏற்பாடு செய்த வெள்ள நிவாரணக்கூட்டம் ஆளுநர் தலைமையில் நடைபெற்றது. உள்ளூரளவில் மீட்புக் குழுக்கள், இந்தியச் சமூக சேவையாளர், ராமகிருஷ்ணா மிஷன், ஒய்.எம்.சி.ஏ. டாடா மில்ஸ், இராணுவ அதிகாரிகள், இலங்கை அரசு, இலங்கைக் குடிப்பெயர்ச்சித் தொழிலாளர் ஆணையம், குடியானவர் சிலர் இதில் இடம்பெற்றனர். இவை நிவாரணக் குழுக்கள் இணைந்து செயல்பட்டதைத் தெரிவிக்கின்றன. இந்த அமைப்புகள் உணவு, உடை, இருப்பிடத்திற்குப் புதிய இடம் வாங்குதல், வீடு கட்டுவதற்குப் பொருட்கள் கொடுத்தல் போன்ற நிவாரணப் பணிகளைச் செய்தன[18].

---

15. G.O. 1482 – 83, Revenue (23 September 1924).

16. G.O. 1759, Revenue (12 November 1924).

17. G.O. 1428, Revenue (14 September 1925).

18. K.N. Krishnaswami Ayyar, *Satistical Appendix Together With a Supplement to the District Gazetteer (1906) for Tanjore District,* p. 191 -194.

நிவாரண நிதி

நிவாரணப் பணிகளைச் செய்வதற்காக நிவாரண நிதியை அரசு திரட்டியது. அரசும் நிதி ஒதுக்கியது. அப்போது உருவான பல நிவாரணக் குழுக்களும் தனி நபர்களும் நிதி திரட்டி அரசுக்குக் கொடுத்தனர்[19]. தென்னாற்காடு மாவட்ட ஆட்சியர் நூறு ரூபாயும் அவருடைய மனைவி நூற்றைம்பது ரூபாயும் நிவாரண நிதியாகக் கொடுத்தனர். வெள்ள நிவாரண நிதியைத் திரட்டும் பணியில் இதழ்கள் ஈடுபட்டன. பஞ்சாமிர்தம் இதழ் நிதி திரட்டியது[20]. இந்திய மக்கள் வறட்சி நிவாரண மையம் 1,50,000 ரூபாய் நிதியுதவி செய்தது. வீடு கட்டுவதற்கு ஐம்பதாயிரம் ரூபாயும் பாதிக்கப்பட்ட வேளாண் நிலத்தை மேம்படுத்துவதற்கு ஐம்பதாயிரம் ரூபாயும் ஏழைகளுக்கு வீடு கட்ட புதிய நிலம் வாங்குவதற்கு ஐம்பதாயிரம் ரூபாயும் எனப் பிரித்துச் செலவு செய்யுமாறு அந்த அமைப்பு அரசைக் கேட்டுக்கொண்டது. இதை சென்னை வெள்ள நிவாரணக் குழுவின் மூலமாக மாவட்ட நிவாரணக் குழு செய்ய வேண்டுமெனக் கோரியது[21]. அரசு நிதிக்கு இலங்கை நிவாரண நிதி அமைப்பு பத்தாயிரம் ரூபாய் கொடுத்தது. அரசாங்கம், உள்ளூர், வெளியூர் நிவாரணக் குழுக்கள் நிவாரண நிதி திரட்டின. திரட்டப்பட்ட மொத்த நிவாரண நிதி எவ்வளவு என்பதை அறிய இயலவில்லை. ஆனால் இந்நிதி போதுமானதாக இல்லை எனப் பாலபாரதி பத்திரிகை கருதியது. அது, "... பொருளாளிகள் மற்றோர் படுங்கஷ்டத்தை நிவர்த்தி செய்யச் சிரத்தையோடு முன்வரவில்லை... கஷ்ட நிவாரண நிதிக்கு ஏதோ பொருள் சேர்ந்து வருகிறது என்பது வாஸ்தவம். ஆனால் நிதிக்கு உதவுகிறவர்கள் எவ்வளவு தூரத்துக்குச் சர்வத்தையும் இழந்திருக்கிற ஜனங்களுக்கு இரங்குகிறார்கள் என்பது பெரும் பிரச்சினையாக இருக்கிறது" எனக் குறிப்பிட்டது.[22]

நிதி நிவாரணம்

நிவாரண நிதியிலிருந்து நிவாரணம் வழங்கப்பட்டது. திருச்சிராப்பள்ளி, கோயம்புத்தூர், மலபார் ஆகிய மாவட்ட ஆட்சியர்கள் வெள்ளம் ஏற்பட்டபோது நிவாரண நிதியை உடனடியாக அளிக்க வேண்டுமென அரசுக்குத் தந்தி

---

19. G.O. 1482 – 83, Revenue (23 September 1924).

20. *பஞ்சாமிர்தம்* (அக்டோபர், 1924) ப. 608.

21. G.O. 1974-75-76, Revenue (22 December 1924).

22. 'ஆலோகன அவலோகனம்', *பாலபாரதி* (1924).

அனுப்பினர்[23]. வெள்ளத்தில் பாதிக்கப்பட்ட மக்கள் தங்களை மீட்டுக் கொள்வதற்கு அரசிடம் நிதி கேட்டு விண்ணப்பித்தனர். பெருவெள்ளம் ஏற்பட்ட நாள் தொடங்கி 1925 செப்டம்பர் 15ஆம் நாள் வரை திருச்சிராப்பள்ளி மாவட்டத்தில் 1,341 பேரும், தஞ்சாவூர் மாவட்டத்தில் 869 பேரும் கடன் பெறுவதற்கு விண்ணப்பித்தனர். தஞ்சாவூர் மாவட்டத்தில் 849 விண்ணப்பங்கள் பரிசீலிக்கப்பட்டு அவர்களுக்கு 75,190 ரூபாய் வழங்கப்பட்டது. திருச்சிராப்பள்ளி மாவட்டத்தில் 1,028 விண்ணப்பங்கள் பரிசீலிக்கப்பட்டன. 1,24,550 ரூபாய் வழங்கப்பட்டது[24]. கருணைத் தொகையாகவும் கடனாகவும் நிவாரண நிதி வழங்கப்பட்டது. தொடக்கத்தில் பாதிக்கப்பட்ட மக்களுக்கு வீடு கட்டுவதற்காக இலங்கை நிவாரண நிதி பணம் கொடுத்தது. பின்னர் வீடு கட்டுவதற்கான பொருட்களை மட்டும் கொடுத்தது. பாதிக்கப்பட்ட மனிதர்களே வீடு கட்டும் பணியில் ஈடுபட்டதால் ஏற்பட்ட கூலி இழப்பை ஈடுசெய்ய ஊதியம் கொடுக்கப்பட்டது. முருங்கப்பேட்டையில் குடிசைகளை இழந்த ஏழைகள் ஒவ்வொருவருக்கும் அரசு சார்பில் கருணைத் தொகையாக நூறு ரூபாய் வழங்கப்பட்டது. வீடு கட்டிக் கொள்ள விவசாயிகள் கடன் சட்டத்தின்கீழ் கடன் ஐந்நூறு ரூபாய் விவசாயிகளுக்குக் கடனாகக் கொடுக்கப்பட்டது. இந்தக் கடனுக்கு முதல் ஐந்து ஆண்டுகள் நான்கு சதவீத வட்டியும் தொடரும் ஐந்து ஆண்டுகளுக்கு ஏழரை சதவீத வட்டியும் வசூலிக்க முடிவு செய்யப்பட்டது[25]. திருச்சிராப்பள்ளி மாவட்டக் கிராமங்களில் மட்டும் மணலால் மூடப்பட்ட, பிற காரணங்களால் வேளாண்மை செய்ய இயலாத நிலைக்குத் தள்ளப்பட்ட விளைநிலம் சாகுபடிக்கு மீளும்வரை மானியம் கொடுப்பதாக அரசு அறிவித்தது. இவை போன்ற பாதிப்புகள் பிற மாவட்டங்களிலும் இருந்ததால் அங்கும் உதவி கோரப்பட்டது[26]. பொதுவாக நிவாரண நிதி கிடைப்பதற்கான உத்தரவாதம் இல்லாத நிலை இருந்ததால் பல கிராமங்களில் நிவாரணப் பணிகள் நிறுத்தி வைக்கப்பட்டன. பாதிக்கப்பட்டவர்கள் வீடு கட்டுவார்களா? என்பதை உறுதி செய்யாமல் நிவாரண நிதி கொடுப்பதற்கு அரசு தயங்கியது. நிதியைக் கையாள்வதில் தனிநபருக்கு அதிகாரம் வழங்கப்படவில்லை. அது குழுவிடம் இருந்தது. வீடு கட்டுவதற்கான நிதியை நிவாரண நிதியிலிருந்து பெற்றுக் கொள்ளலாம். ஆனால் அதை நிவாரணக் குழு ஒத்துக்

23. G.O.1241, Revenue (13 August 1924).

24. *MLCP* (09 February 1926, Vol. XXVII), p. 223.

25. G.O. 1168, Revenue (27 July 1925).

26. G.O. 1725, Revenue (6 November 1924).

கொள்ளுமா என்பது தெரியவில்லை எனச் சேலம் மாவட்ட ஆட்சியர் குறிப்பிட்டார்[27]. நிவாரண்ப் பணிக்கு நிதி நிவாரணம் கொடுப்பதில் சிக்கல்கள் நீடித்தன.

வசிப்பிடமும் வீடும்

வெள்ளத்தால் பெரும்பாலான குடிசைவீடுகள் அழிந்தன. அவை ஏழைகளின் வீடுகள் என வருவாய்த்துறை ஆவணங்கள் குறிப்பிடுகின்றன. அவர்கள் ஏற்கனவே வாழ்ந்த பகுதிகளில் தொடர்ந்து வாழ இயலாத நிலை உருவானது. புதிய இடங்களில் புதிய வீடு கட்ட வேண்டிய நிலை ஏற்பட்டது. இதற்கான செலவுகளை அவர்களால் செய்ய இயலாது எனவே பிறருடைய உதவி வேண்டும் என்பதைத் தொண்டு நிறுவனங்களும் அரசும் உணர்ந்தன. வீடு கட்டும் பணியில் அரசு, இலங்கைத் தொழிலாளர் ஆணையம், இந்திய மக்கள் வறட்சி நிவாரண மையம், ராமகிருஷ்ணா மடம், இந்தியச் சேவையாளர் சங்கம், ஒய்.எம்.சி.ஏ., காங்கிரஸ் இயக்கம் போன்றவை ஈடுபட்டன. பெருவெள்ளப் பேரழிவுகளைப் பார்வையிட்ட கோயம்புத்தூர் மாவட்ட ஆட்சியர் குடிசைகளை மறுகட்டுமானம் செய்ய மூங்கில்களையும் பிற பொருட்களையும் கொடுத்தார். தேவைப்பட்ட இடங்களில் வீடு கட்டுவதற்கு நிலத்தைக் கையகப்படுத்தினார். அங்கு நிவாரணப் பணிகளில் ராமகிருஷ்ணா மடம் ஈடுபட்டது[28]. சேலம் மாவட்டத்தில் வீடுகளை இழந்த மக்களுக்கு நிலம் கையகப்படுத்தத் தேவைப்படும் பணத்தில் பாதித் தொகையை மாவட்ட வருவாய்த் துறையும் மீதித் தொகையை அரசும் பகிர்ந்து கொள்வதென்ற கருத்து முன்வைக்கப்பட்டது. சேலம் மாவட்டத்தில் வீடுகளை இழந்தவர்களுக்கு வீடுகள் கட்டிக்கொடுப்பதற்காக நிலம் கையகப்படுத்துவதற்காகச் சங்ககிரிப் பகுதியில் ஐந்தாயிரம் ரூபாயும் நாமக்கல் பகுதியில் இரண்டாயிரத்து அறுநூற்று ஐம்பது ரூபாயும் தேவைப்படும் என அரசு கணக்கிட்டது[29]. திருச்சிராப்பள்ளி முருங்கப்பேட்டையில் தண்டவாளத்திற்குத் தெற்கே சுமார் பதினோர் ஏக்கர் நிலத்தை அரசு நிர்ணயித்திருக்கும் விலைக்கு வாங்கி அதை வெள்ளத்தால் பாதிக்கப்பட்ட *140* குடும்பங்களுக்கு இலவசமாகக் கொடுக்க முடிவு செய்யப்பட்டது[30]. பெரும்பாலோர் பழைய கிராமத்தில்

---

27. G.O. 1587, Revenue (11 October 1924).
28. K.N. Krishnaswami & A.R. Cox, *Statistical Appendix and Supplement to the Revised District Manual (1898) for Coimbatore District*, p. 125.
29. G.O. 1587, Revenue (11 October 1924).
30. G.O. 1168, Revenue (27 July 1925).

வாழ விரும்பவில்லை அவர்கள் புதிய இடத்தில் குடியேறத் தயாராயினர். ஆனால் குடியானவர் அதற்கு எதிர்ப்புத் தெரிவித்தனர். பழைய கிராமத்தில் அரசுச் செலவில் பாதுகாப்பு செய்துதர வேண்டுமென அவர்கள் விரும்பினர். அதைப் புதிய இடத்திற்கு மாற்றுவதைத் தவிர வேறுவழியில்லை என்ற முடிவை அரசு கொண்டிருந்தது. முருங்கப்பேட்டையை மாற்றுவதென்றால் பழைய இடத்திலிருந்த நிலம், வீடு, மரம் ஆகியவற்றிற்கு நட்டஈடு 1,85,280 ரூபாய் ஆகும் எனக் கணக்கிடப்பட்டது. அக்கிராமத்தில் வெள்ளம் ஏற்படுவதற்கு சில வருடங்களுக்கு முன்னர் விலைமதிப்புமிக்க வீட்டை ஒருவர் கட்டியிருந்தார் அதனால் அவர் புதிய இடத்திற்குச் செல்வதற்கு விரும்பவில்லை. அரசின் முடிவு திருப்தியளிப்பதாக உள்ளது என அவரைத் தவிர பிற நிலவுடைமையாளர் கடிதம் அளித்தனர்[31]. தஞ்சாவூர் மாவட்ட ஆட்சியரின் 1924 அக்டோபர் 24ஆம் நாளிட்ட கடிதத்தின்படி பாபநாச வட்டத்தில் வீடுகளை இழந்த தலித்து களுக்கு மாற்று இடம் வாங்குவதற்குத் தேடல் பணி தாமதமாக நடைபெற்றுக்கொண்டிருந்தது[32]. இம்மாவட்டத்தில் வீடு கட்டும் பணியை அரசு செய்யவில்லை. இங்குத் தொண்டு நிறுவன்ங்கள் உதவி செய்வதால் மக்களுக்குப் பணமோ மூங்கில் போன்ற பொருட்களோ இலவசமாகவோ குறைந்த விலையிலோ அரசு கொடுக்க வேண்டிய தேவையில்லை எனத் தஞ்சாவூர் மாவட்ட ஆட்சியர் அறிவித்தார்.

இந்தியச் சேவையாளர் சங்கம், ஒய்.எம்.சி.ஏ. ஆகிய அமைப்புகள் மகாராஜபுரத்திற்கு இரண்டாயிரம் கீற்றுகளையும் ஐம்பது மூங்கில் கம்புகளையும் சாத்தனூரில் ஆயிரம் மூங்கில் கம்புகளையும் 525 கீற்றுகளையும் அளித்தன. அலமேலுபுரத்திற்கு 448 மூங்கில் கம்புகளையும் 4905 கீற்றுகளையும் 11550 பனை ஓலைகளையும் அளித்தன. இத்தோடு இருபத்தைந்து ரூபாய் பணமும் நெல்லும் கொடுத்தன[33]. வீடுகட்டுவதற்கான மூங்கிலையும் பிற பொருட்களையும் புறம்போக்கு நிலத்திலிருந்தும் காட்டுப் பகுதிகளிலிருந்தும் பெற்று அவற்றை ஏழைகளுக்கு இந்திய மக்கள் வறட்சி நிவாரண மையம் இலவசமாகக் கொடுத்தது. சேலம், கோயம்புத்தூர் பகுதிகளில் பட்டா நிலம் கைப்பற்றப்பட்டது. அங்குப் புதிய வாழிடம் அமைப்பதற்கு சுமார் ஐம்பது லட்சம் ரூபாய் முதல் அறுபது லட்சம் ரூபாய் வரை செலவு ஆகும்

31. G.O. 1793, Revenue (18 November 1925).

32. G.O. 1428, Revenue (14 September 1925).

33. G.O. 1428, Revenue (14 September 1925).

எனக் கணக்கிடப்பட்டது[34]. மயிலாடுதுறையில் தலித்துகளுக்குக் கீற்று, மூங்கில், சேலை போன்றவற்றை ராமகிருஷ்ணா மடம் வழங்கியது. சாத்தனூர், மருவூர், வடுகாகுடி ஆகிய ஊர்களிலுள்ள தொழிலாளர்களுக்குத் தொழிலாளர் இணை ஆணையர் உதவிகளைச் செய்தார். தஞ்சாவூர் மாவட்டத்தில் தஞ்சாவூர் மைய வெள்ள நிவாரணக் குழு ஏற்படுத்தபட்டது. தஞ்சாவூர் வட்டத்தில் இந்தியச் சேவையாளர் சங்கம், ஒய்.எம்.சி.ஏ., இலங்கைத் தொழிலாளர் ஆணையம், காங்கிரஸ் இயக்கம் போன்ற அமைப்புகள் மக்களுக்கு உதவின. பாபநாச வட்டத்தில் இலங்கைத் தொழிலாளர் ஆணையம் மூங்கில், கீற்று, நிலம் ஆகியவற்றைக் கொடுத்தது. கும்பகோண வட்டத்தில் தலித்துகளுக்கு வீடு கட்டிக் கொடுப்பதற்கென மாவட்டத் தொழிலாளர் அலுவலர் கீழணை, மகாராஜபுரம் ஆகிய இடங்களிலிருந்து பொருட்களை இலவசமாக வரவழைத்தார். காங்கிரஸ் இயக்கம், ராமகிருஷ்ணா மடம், உள்ளூர் வெள்ள நிவாரண அமைப்பு போன்றவையும் மக்களுக்கு உதவின. மயிலாடுதுறை வட்டத்தில் ஒரு மாத காலம் நிவாரணப் பணியில் ராமகிருஷ்ணா மடம் ஈடுபட்டது. அந்த அமைப்பு விட்டுச் சென்ற பணிகளை இந்தியச் சேவையாளர் சங்கம் மேற்கொண்டது. அங்குள்ள தலித்துகளுக்கு வீடுகட்டிக் கொடுக்கும் பணியில் மண்டல வருவாய் அலுவலர் ஈடுபட்டார். சீர்காழி வட்டம் மூன்று பகுதிகளாகப் பிரிக்கப்பட்டது. அவை ஒவ்வொன்றிலும் உள்ளூர் நிவாரண அமைப்பு, இந்தியச் சேவையாளர் சங்கம், காங்கிரஸ் இயக்கம் ஆகியன நிவாரணப் பணிகளில் ஈடுபட்டன. ராமகிருஷ்ணா மடம் சுமார் 1750 பேருக்கு உதவியது[35]. தஞ்சாவூர் மாவட்டம் பாபநாசம் வட்டத்திலுள்ள தலித்துகளுக்குக் கோவிந்தநாட்டுச்சேரி வட்டம் பட்டுக்குடியில் பதினாறு சென்ட் இடம் வாங்கும் பணியில் (ஒரு சென்டின் மதிப்பு ஒன்பது ரூபாய்) இலங்கைத் தொழிலாளர் ஆணையர் ஈடுபட்டார். இந்தியச் சேவையாளர் சங்கம் 266 குடும்பங்களுக்கு வீடு கட்டிக் கொள்வதற்காக 610 ரூபாய் கொடுத்தது[36].

இலங்கை நிவாரண நிதி

தமிழகத்தில் பெருவெள்ளம் ஏற்படுத்திய பாதிப்புகள் குறித்து இலங்கைக் குடிப்பெயர்ச்சி ஆணையர் எச். ஸ்கோப்ல் நிக்கல்ஸன், இலங்கைத் தோட்டக்காரர் சங்கத் தலைவர் மேஜர் ஓல்ட்பீல்டு,

34. மேலது.

35. G.O. 2, Revenue (3 January 1925).

36. G.O. 1428, Revenue (14 September 1925).

இலங்கைத் தோட்ட உரிமையாளர் சங்கத்தலைவர் பர்ன்ஸ் ஆகியோருக்குத் தெரிவித்தார். அவர்கள் புனரமைப்புப் பணிக்கு நிவாரணநிதி வழங்க *டைம்ஸ் ஆப் சிலோன்* பத்திரிகை மூலம் வேண்டுகோள் விடுத்தனர். நிவாரண நிதியைத் திரட்டுவதில் இப்பத்திரிகை முக்கியப் பங்காற்றியது. இதனால் மேற்குறிப்பிட்ட சங்கத்தைச் சேர்ந்தவர் மட்டுமன்றித் தோட்டத் தொழிலாளர்களும் நிவாரண நிதி கொடுத்தனர். தோட்டத் தொழிலாளர் தாமாகவே முன்வந்து தங்களின் ஒருநாள் கூலியைக் கொடுத்தனர். சுமார் 54,632 ரூபாய் நிதி சேர்ந்தது. இலங்கை நிவாரண நிதியைக் கையாளும் பொறுப்பு இலங்கைக் குடிப்பெயர்ச்சி ஆணையர் அலுவலகத்தில் ஒப்படைக்கப்பட்டது. நிவாரணப் பணியில் பல அமைப்புகளும் ஈடுபட்டதால் ஒரே உதவியைப் பலரும் செய்வதைத் தவிர்க்க இலங்கை நிவாரண நிதி தனக்கெனச் சில குறிப்பிட்ட பணிகளைத் தேர்வு செய்தது. காவேரியின் இருபுறங்களிலும் புனரமைப்புப் பணிகளைச் செய்வதற்காக உதவி ஆணையர் இருவர் நியமிக்கப்பட்டனர். அதற்கான பணி 1924 செப்டம்பர் 19ஆம் நாளன்று தொடங்கப்பட்டது. எதிர்பார்க்கப்பட்டதைவிட கூடுதல் பணிகள் இருந்ததால் மூன்றாவதாக உதவி ஆணையர் ஒருவர் நியமிக்கப்பட்டார். நிவாரணப் பணியில் ஒய்.எம்.சி.ஏ. அமைப்பைச் சேர்ந்த பாதிரியார் போப்லி உதவினார். இலங்கை நிவாரண நிதி போப்லியிடமும் இந்தியச் சேவையாளர் சங்கப் பிரதிநிதிகளிடமும் கொடுக்கப்பட்டு அவர்கள் மூலமாக நிவாரணப்பணி மேற்கொள்ளப்பட்டது. அதற்கான வரவு செலவுக் கணக்கு பராமரிக்கப்பட்டது[37]. நிவாரணப் பணியில் இலங்கைக் குடிப்பெயர்ச்சி ஆணையர் எச். ஸ்கோப்ல் நிக்கல்ஸன் தலைமைப் பங்காற்றினார். உதவி ஆணையர்களான ஜி.ஏ. பரன் போஷெல், ஐ.கே. ஹிக்கம் பாதம், ஏ. வேரே லிண்டன், எல்.இ. இன்னஸ் பெயிலி, சி.ஆர். ஃபிரிமன் ஆகியோர் துணைபுரிந்தனர். கணக்காளர் ஜி.எப். லேஸென்பை உதவிக் கணக்காளர், சி. கிருஷ்ணாஜி ராவ் ஆகியோர் வரவு செலவுக் கணக்கைப் பார்த்தனர்[38]. திருச்சிராப்பள்ளி மாவட்ட ஆட்சியர் பெர்சி மக்கியூன் தஞ்சாவூர் மாவட்ட ஆட்சியர் எச்.எம். ஹூட் ஆகியோர் தேவையான உதவிகளையும் ஆலோசனைகளையும் வழங்கினர். தென்னார்க்காடு மாவட்டத் தொழிலாளர் அலுவலர், குளித்தலை வட்டாட்சியர், கரூர் துணை

37. இலங்கை நிவாரண நிதி தன் செயல்பாடுகளை ஆங்கில மொழியில் அறிக்கையாகத் தயாரித்தது. தமிழ் மொழியிலும் ஓர் அறிக்கை தயாரித்தது. ஆனால் அது கிடைக்கவில்லை.

38. The Ceylon Emigration Commissioner, *Ceylon Relief Fund* (Trichinopoly: Dodson Press, 1926), p. 4.

ஆட்சியர், கும்பகோணம் மண்டல வருவாய் அலுவலர், சேலம் மாவட்ட ஆட்சியர், கட்டளை மண்டலச் செயற்பொறியாளர் போன்றோரும் இந்நிவாரணப் பணிக்கு உதவினர். நிவாரணப் பணியை 1924 ஆகஸ்ட் மாதம் தொடங்கினர்[39].

வெள்ளப் பாதிப்புக்கு உள்ளாகும் கிராமங்களைத் தேர்வு செய்து வெள்ளம் சூழாத பகுதிகளில் அவர்களை குடியமர்த்தினர். இதற்காக நிலம் வாங்கினர். எதிர்காலத்தில் ஏற்படும் இத்தகைய பாதிப்புகளிலிருந்து அவர்களை விடுவிக்கும் பொருட்டு இந்நடவடிக்கை மேற்கொள்ளப்பட்டது. பெருவெள்ளத்தால் பாதிக்கப்பட்ட லால்குடி அரியூர் கிராம மக்களுக்குப் புதிய இடம் தேர்வு செய்யப்பட்டது. அங்குச் சுமார் ஐம்பது வீடுகள், கிணறு, சாவடி ஆகியன கட்டப்பட்டன. இந்தக் கிராமத்திற்குப் பேரரசர் அசோகரை நினைவுகூரும் விதமாக அசோகபுரம் எனப் பெயர் சூட்டப்பட்டது. அக்கிராமத்தின் திறப்புவிழா 1925 ஜனவரி 25ஆம் நாளன்று நடந்தது. இந்நிகழ்ச்சியில் போப்லி, “சீதையைக் கடத்தியதற்காக இலங்கை தன் கடனை இந்தியாவுக்குத் திருப்பிச் செலுத்துகிறது” என வேடிக்கையாகக் கூறினார். இலங்கை நிவாரண நிதியின் பெருந்தொகை திருச்சிராப்பள்ளி, தஞ்சாவூர் மாவட்ட நிவார்ணப் பணிக்காகச் செலவிடப்பட்டது. நிவாரணப் பணிக்கான தேவை மட்டும் இதற்குக் காரணம் அல்ல. இப்பகுதிகளைச் சேர்ந்தோரின் உறவினர் பலரும் இலங்கைக்குக் குடிபெயர்ந்து தொழிலாளர்களாகப்

அட்டவணை: அ

புதிய இடத்தில் உருவாக்கப்பட்ட கிராமங்கள்

வ. எண்	மாவட்டம்	வட்டம்	பழைய பெயர்	புதிய பெயர்
1.	தஞ்சாவூர்	சீர்காழி	திட்டுப்படுகை	லங்காபுரம்
2.	தஞ்சாவூர்	பாபநாசம்	நடுப்படுகை	புதுக்கண்டிப் படுகை
3.	தஞ்சாவூர்	பாபநாசம்	கோவிந்த நாட்டுச்சேரி	புதுக்கண்டியூர்
4.	திருச்சிராப்பள்ளி	குளித்தலை	கொறப் பாளையம்	நிக்கல்ஸன் பேட்டை
5.	திருச்சிராப்பள்ளி	லால்குடி	அரியூர்	அசோகபுரம்
6.	சேலம்	திருச்செங்கோடு	பள்ளிப் பாளையம்	கண்டிப்புதூர்

39. The Ceylon Emigration Commissioner, *Ceylon Relief Fund*, p. 5.

பணியாற்றியதும் முக்கியக் காரணம். இந்த உறவினர் வீடுகள் வெள்ளத்தில் அடித்துச் செல்லப்பட்டன. இலங்கையில் காப்பித் தோட்டம் உருவாக்கப்பட்டபோது பெருவாரியான தொழிலாளர் தென்னிந்தியாவிலிருந்து இலங்கைக்குக் குடிபெயர்ந்தனர். இவ்வாறு உருவாக்கப்பட்ட கிராமங்களுக்குப் புதிய பெயர்கள் சூட்டப்பட்டன. அது அட்டவணை அ-வில் தரப்பட்டுள்ளது. இலங்கை நிவாரண நிதி சார்பில் 61 கிராமங்களில் 2800 வீடுகள் கட்டப்பட்டன; இதனால் 9900 நபர்கள் பயனடைந்தனர்[40].

நீர்நிலைகளை மீட்டலும் மாற்றலும்

அடிப்படைத் தேவைகளை அரசும் தொண்டு நிறுவனங்களும் செய்து கொண்டிருந்த அதே காலத்தில் 1) ஆறு, கால்வாய், அணைக்கட்டு உடைப்பைப் புனரமைத்தல் 2) வயல்வெளிகளில் உருவான மணற்திட்டை அகற்றுதல் ஆகிய பணிகளைச் செய்வது குறித்தும் விவாதிக்கப்பட்டன. இவற்றை உடனடியாகச் செய்ய வேண்டிய நிர்ப்பந்தம் இருந்தது[41]. இதற்கு இரு அடிப்படைக் காரணங்கள் இருந்தன, அவை: 1) வடகிழக்குப் பருவமழை தொடங்கினால் மீட்புப் பணிகளைச் செய்ய இயலாது 2) சம்பாச் சாகுபடியைத் தொடங்க வேண்டும். எனவே முதலில் எப்பணிக்கு முக்கியத்துவம் தரவேண்டும் என்ற விவாதம் மேலோங்கியது. ஆறுகளில் ஏற்பட்ட உடைப்புகளை அடைப்பதே முக்கியம், பின்னர் மணற்திட்டுகளை அகற்றலாம் என்றார் வெள்ள ஆணையர்[42]. ஆனால் இரு பணிகளும் ஒரேகாலத்தில் மேற்கொள்ளப்பட்டன.

அதிகாரிகளும் தொழிலாளர்களும்

மீட்புப் பணியில் அரசு அலுவலர், பணியாளர், தொழிலாளர் முக்கியப் பங்காற்றினர். வருவாய்த் துறையினர், பொதுப் பணித்துறையினர் தலைமைப் பங்கு வகித்தனர்[43]. பெருவெள்ளப் பாதிப்புகளின் தன்மையைப் பொறுத்து அதிகாரிகள், தொழிலாளர்கள் நியமிக்கப்பட்டனர். அந்தந்த மாவட்டங்களைச் சேர்ந்த மாவட்ட ஆட்சியர்கள் அப்பணிக்கு எத்தனை பேர் வேண்டும் என்பதைத் தீர்மானித்தனர். அதை அரசிடம் முன்வைத்தனர். மீட்புப் பணிக்கு வருவாய் வாரிய உறுப்பினரும்

---

40. The Ceylon Emigration Commissioner, *Ceylon Relief Fund*, p.3.
41. *MLCP* (14 October 1924), Vol. XX, Part – I, p. 402.
42. G.O. 1599, Revenue (15 October 1924) & G.O. 1482 – 83, Revenue (23 September 1924).
43. *MLCP* (14 October 1924), Vol. XX, Part – I, p. 399.

வறட்சி நிவாரணத் துறைப் பொறுப்பாளருமான மக்மைக்கேல் வெள்ள ஆணையராக அரசால் நியமிக்கப்பட்டார்[44]. இவர் வெள்ளம் பாதித்த பகுதிகளைப் பார்வையிட்டு நிவாரணம், புனரமைப்புப் பணிகள் குறித்துத் திட்டங்களைத் தயாரித்தார். வெள்ளத்தைப் பார்வையிட சென்னை கவர்னர் திருப்பனந்தாளுக்குச் சென்றபோது அவ்வூர்ப் பண்டாரச் சந்நிதியவர்கள் நாட்டியக் கச்சேரி நடத்தி கவர்னரை உபசரித்தார். நவசக்திப் பத்திரிகை இதைக் கண்டித்தது[45]. தஞ்சாவூர் மாவட்ட ஆட்சியர் மீட்புப் பணிக்கென முப்பத்தைந்து ரூபாய் சம்பளத்தில் சிறப்பு வருவாய் ஆய்வாளர்கள் நியமிக்கப்பட வேண்டுமென்றார். தஞ்சாவூர், கும்பகோணம், மயிலாடுதுறை வட்டங்களுக்குத் தலா ஒரு வருவாய் ஆய்வாளரும், சீர்காழி வட்டத்திற்கு இரு வருவாய் ஆய்வாளரும் ஒருமாதகாலத்திற்கு நியமிக்கப்பட வேண்டும் என்றார். அங்குப் பணியிலிருந்த வருவாய் ஆய்வாளர் மூவரைக் கடன் வழங்கும் பணிக்கு இரண்டு மாதங்கள் அமர்த்திக் கொள்ளலாம் எனப் பரிந்துரைத்தார்[46]. சிப்பிலியூர்ப் பகுதியில் சுமார் 1300 அடி நீளமுள்ள புதிய அணை கட்டுவதற்குத் தொழிலாளர்களை ஏற்பாடு செய்வதற்கும் மேற்பார்வையிடுவதற்கும் சிறப்பு வருவாய் அலுவலர் ஒருவரும் அவருக்கு உதவியாளர் ஒருவரும் வேண்டுமென மயிலாடுதுறை மண்டல வருவாய் அலுவலர் கோருவதாகத் தஞ்சாவூர் மாவட்ட ஆட்சியர் அரசிடம் முறையிட்டார். இந்தத் தற்காலிகப் பதவி களுக்கு அரசின் ஒப்புதல் கிடைத்தது[47]. தொண்டு நிறுவனங்களும் நிவாரணப் பணிகளைச் செய்வதற்கு உரிய பணியாளரை அமர்த்தின.

கல்லணைக்குக் கூடுதல் கவனம்

புனரமைப்புப் பணியில் கல்லணைக்குக் கூடுதல் முக்கியத்துவம் கொடுக்கப்பட்டது. தஞ்சாவூர் மாவட்ட வேளாண் நீராதாரமான கல்லணையை விரைவில் புனரமைக்காவிட்டால் வேளாண்மை பெரும் பாதிப்புக்கு உள்ளாகும் என எச்சரிக்கப் பட்டது. எனவே கல்லணைக்குச் சிறப்புக் கவனம் செலுத்தப் பட்டது; அது திருச்சிராப்பள்ளிக்கு அருகில் இருந்தபோதிலும் தஞ்சாவூர் மாவட்ட ஆட்சியர் கூடுதல் கவனம் செலுத்தினார்.

---

44. G.O. 1276, Revenue (20 August 1924).

45. *பஞ்சாமிர்தம்* (செப்டம்பர், 1924), ப. 515.

46. G.O. 1448, Revenue (18 September 1924).

47. G.O. 112, Revenue (20 Janauary 1925).

அவர் வருவாய்த் துறைச் செயலருக்கு எழுதிய கடிதத்தில், கல்லணையை அடைக்கும் பணியில் இருக்கும் செயற்பொறியாளர் அப்பணியிலுள்ள தொழிலாளர்க்குக் கூலி[48] கொடுப்பது கடினம் என உணர்கிறார். "தஞ்சாவூரிலிருந்து அன்றாடம் காவலர் பாதுகாப்புடன் சென்றுவருவது அசவுகரியமாகவும் நேரத்தை வீண்டிப்பதாகவும் இருக்கிறது. இதைத் தவிர்க்கக் கல்லணையில் தற்காலிகமாகத் துணைக் கருவூலம் ஏற்படுத்த ஆணையிட்டுள்ளேன். இதற்கு ஒப்புதலளிக்க வேண்டும். சம்பந்தப்பட்ட பணி முடிந்ததும் அக்கருவூலம் மூடப்படும்" எனக் கூறினார். கருவூலத் துணை ஆட்சியர் கல்லணையில் தற்காலிகக் கருவூலம் அமைப்பதற்கு உரிய அலுவலர்களையும் பணத்தையும் அனுப்புவதற்கு உத்தரவிட்டார். அரசின் பொதுக் கணக்கர் தற்காலிகத் துணைக் கருவூலம் அமைப்பதற்கு அனுமதிச் சான்றிதழை வழங்கினார்[49]. அங்குத் தற்காலிகச் சிறப்புத் துணைக் கருவூலம் 50,000 ரூபாய் நிதி இருப்பில் அமைக்கப்பட்டது. இந்தக் கருவூலத்திற்கு 1924 செப்டம்பர் 21ஆம் நாள் முதல் நவம்பர் 30ஆம் நாள் வரை கணக்காளர் ஒருவரும் நிதிப் பரிசோதகர் ஒருவரும் நியமிக்கப்பட்டனர் அதற்கு அரசு ஒப்புதல் தரவேண்டும் எனத் தஞ்சாவூர் மாவட்ட ஆட்சியர் கோரினார். புனரமைப்புப் பணியில் ஏற்பட்ட தாமதத்தின் காரணமாகக் கருவூலம் செயல்படுவதற்கு அனுமதிக்கப்பட்டிருந்த காலத்திலிருந்து 1924 டிசம்பர் 23ஆம் நாள் வரை மேலும் கால அவகாசம் நீடிக்கப்பட்டது[50]. இந்த அலுவலகப் பாதுகாப்பிற்கு, இரண்டு முதன்மைத் தலைமைக் காவலர், இருபத்திரண்டு தலைமைக் காவலர், இரண்டு காவலர் தேவை எனத் திருச்சிராப்பள்ளி மாவட்ட ஆட்சியர் கூறினார்[51]. இது தொடர்பாகத் தஞ்சாவூர் மாவட்ட ஆட்சியர் உயர் அதிகாரிகளுக்குத் தந்தி அடித்தார். இப்பணிக்குப் பிற அலுவலகங்களிலிருந்தும் பணியாளர் பணியிடமாற்றம் செய்யப்பட்டனர்[52]. தஞ்சாவூர்க் கருவூலத் துணை ஆட்சியர் கல்லணையில் பணியாற்றும் தொழிலாளர்களுக்குக் கூலி கொடுப்பதற்காகத் தன்னிடம் பத்தாயிரம் ரூபாயைக் கையிருப்பாக வைத்திருக்க வேண்டுமெனக் கேட்டுக்கொள்ளப்பட்டார். மேற்குறிப்பிட்ட அரசு அலுவலர், பணியாளர் தொழிலாளர்

48. அரசு ஆவணங்கள் இவர்களைக் கூலிகள் எனச் சுட்டின.

49. G.O. 1751, Revenue (10 November 1924).

50. G.O. 104, Revenue (20 January 1925).

51. G.O. 222, Revenue (9 February 1925).

52. G.O. 1424, Revenue (12 September 1925).

மூலம் அனைத்துப் பணிகளையும் செய்தனர்[53]. புனரமைப்புப் பணிக்குத் தேவையான நிதி, தொழிலாளர், எந்திரங்கள் போன்றவற்றை அவ்வப்போது அரசிடம் கேட்டனர்; பணியில் ஏற்பட்ட முன்னேற்றம், தொய்வு தொடர்பான அறிக்கைகளைத் தொடர்ந்து அரசுக்கு அனுப்பினர். .

தொழிலாளரைத் திரட்டுதல்

அணைகள், ஆறுகள், பாசனக் கால்வாய்களில் ஏற்பட்ட உடைப்புகளை அடைக்க ஆயிரக்கணக்கில் தொழிலாளர்கள் தேவைப்பட்டனர். உள்ளூரிலிருந்து மட்டுமின்றி வெளியூர்களிலிருந்தும் தொழிலாளர்கள் திரட்டப்பட்டனர். திருச்சிராப்பள்ளி உப்பாற்று உடைப்பை அடைப்பதற்கு அறந்தாங்கியிலிருந்து தொழிலாளர் வரவழைக்கப்பட்டனர்[54]. தொழிலாளர் அவர்களின் வாழிடத்தில் ஏற்பட்ட பேரழிவுகளைப் புனரமைக்கும் பணியில் ஈடுபட்ட அதேவேளையில் பிற பகுதிகளுக்குச் செல்ல வேண்டிய நிலையும் இருந்தது. தொழிலாளரைத் தேவைப்படும் பகுதிகளுக்கு ஒருங்கிணைத்து அனுப்புகிற பணிகளை அந்தந்தப் பகுதிகளில் பணியாற்றிய அரசு அலுவலர் செய்தனர். தொழிலாளர் எண்ணிக்கை நிலையாக இல்லாமல் ஏற்ற இறக்கங்களைக் கொண்டிருந்தது. மயிலாடுதுறை மண்டலத்தில் அகரஎளத்தூரில் (வடரங்கம்) 112 பேரும், சிப்பிலியூரில் நானூறு பேரும் உடைப்பைச் சரிசெய்வதற்காக பணியில் ஈடுபட்டனர். இந்த எண்ணிக்கை போதாமல் சிப்பிலியூருக்கு இரண்டாயிரம் தொழிலாளரும் அகரஎளத்தூருக்கு ஆயிரம் தொழிலாளரும் தேவை என்றார் செயற்பொறியாளர். தொழிலாளர் கூட்டுறவுச் சங்கத்தால் தேவையான தொழிலாளரை அன்றாடம் கொடுக்க இயலவில்லை. எனவே, வட்டாட்சியர் ஒருவர், வருவாய் அதிகாரிகள் பத்து பேர், காவலர் ஆறு பேர் மூலம் தொழிலாளர் திரட்டப்பட வேண்டும் எனச் செயற்பொறியாளர் கோரினார்[55]. அகரஎளத்தூர் உடைப்பை அடைப்பதற்கு 280 முதல் 300 தொழிலாளர் தேவை எனக் கணக்கிடப்பட்டது. இதற்காகத் திருவண்ணாமலையிலிருந்து ஒட்டர் சாதி ஆட்கள் நூறு பேரை வரவழைப்பதற்கு முன்பணம் கொடுக்கப்பட்டது. சிதம்பரம் வட்டத்திலிருந்தும் தொழிலாளரை அழைத்து வர ஏற்பாடு செய்யப்பட்டது. அங்கு அக்டோபர் 6ஆம் நாள் முதல் 11ஆம் நாள் வரை 305 முதல்

53. G.O. 1424, Revenue (12 September 1925).

54. குமரவேல் நாயனார், *கொள்ளிடத்தின் உடைப்பினால் ஏற்பட்ட பரிதாபச்சிந்து – இரண்டாம் பாகம்* (1924), ப. 4.

55. G.O. 1428, Revenue (14 September 1925).

1024 தொழிலாளரும் 12ஆம் நாள் 1206 தொழிலாளரும் 18ஆம் நாள் 3497 தொழிலாளரும் பணியில் ஈடுபடுத்தப்பட்டனர். அப்பணி நவம்பர் முதல் வாரத்தில் முடிவடையும் என எதிர்பார்க்கப்பட்டது. சிப்பிலியூர் உடைப்பைச் சரிசெய்ய அக்டோபர் 6ஆம் நாள் வரை 787 தொழிலாளர் ஈடுபட்டனர். அக்டோபர் 7 – 8 ஆகிய நாட்களில் தொழிலாளர் எண்ணிக்கை 824–லிருந்து 876–ஆக அதிகரித்தது; 9ஆம் நாள் 1021 பேரும், 10ஆம் நாளன்று 1144 தொழிலாளரும் பணியில் ஈடுபட்டனர். இவர்களோடு கூடுதலாக ஒட்டர் சாதியினர் நூறு பேரும் பணியாற்றினர்[56]. சிப்பிலியூரில் அக்டோபர் 13ஆம் நாள் 1875 தொழிலாளர் பணியாற்றினார். திருச்சிராப்பள்ளி உத்தமசேரி காவேரி ஆற்றில் ஏற்பட்ட உடைப்பை அடைக்கும் பணியில் ஈடுபட்ட தொழிலாளர் எண்ணிக்கை தொடர்பாக எழுப்பப்பட்ட கேள்விக்கு 1924 செப்டம்பர் 20 அன்று மட்டும் அனைத்துப் பணிகளிலும் சுமார் 14,000 தொழிலாளர் ஈடுபடுத்தப்பட்டதாகப் பதிலளிக்கப்பட்டது[57].

தொழிலாளர்: எண்ணிக்கை, ஊதியம் குறைப்பு

வடரங்கம், அகர எளத்தூர் உடைப்புகளில் அக்டோபர் 18ஆம் நாள் கணக்கின்படி 3497 தொழிலாளர் பணியாற்றிக் கொண்டிருந்தனர். தஞ்சாவூர் மாவட்ட ஆட்சியரின் நவம்பர் 12ஆம் நாள் கடிதப்படி சுமார் ஐந்நூறு முதல் ஆயிரம் தொழிலாளர் பணியாற்றிக் கொண்டிருந்தனர். கோயிலடியில் 190 தொழிலாளர் பணியாற்றினர்[58]. சிப்பிலியூரில் அக்டோபர் 13ஆம் நாள் 1875 தொழிலாளர் பணியாற்றினார். இந்த எண்ணிக்கை அக்டோபர் 18ஆம் நாள் 1033 ஆகக் குறைக்கப்பட்டது. பொதுப்பணித்துறை அலுவலர் ஒருவர் அதிக எண்ணிக்கையில் தொழிலாளர் தேவையில்லை எனக்கூறி சுமார் ஆயிரம் தொழிலாளரைப் பணிலிருந்து திருப்பி அனுப்பினார். 1924 அக்டோபர் 23 – 24 ஆகிய நாட்களில் சிப்பிலியூரில் 1112 தொழிலாளர் பணியாற்றினர். கோயிலடி உடைப்பை அடைக்கும் பணியில் 1924 செப்டம்பர் 21அன்று 150 தொழிலாளர் பணியாற்றினர். இவர்களின் எண்ணிக்கை 90 ஆனது பின்னர் 75 ஆகக் குறைந்தது. 1924 செப்டம்பர் 26 முதல் அக்டோபர் 2ஆம் நாள் வரை சுமார் 72 தொழிலாளர் பணியாற்றினர். தொழிலாளர் எண்ணிக்கை மட்டுமல்லாமல் அவர்களின் கூலியையும் அரசு குறைத்தது.

---

56. G.O. 1428, Revenue (14 September 1925).

57. *MLCP* (21 October 1924, Vol. XX, Part – II), p. 923.

58. G.O. 1428, Revenue (14 September 1925).

புனரமைப்புப் பணியில் ஏற்பட்ட முன்னேற்றத்தைத் தொழிலாளர் எண்ணிக்கை தீர்மானித்தது. அதேசமயம் வேறுசில காரணிகளும் வினையாற்றின. தொழிலாளர் நிலையாகக் கிடைப்பதில் சிக்கல்கள் இருந்தன. மீட்புப் பணிகள் நடைபெற்றுக் கொண்டிருந்தபோது சம்பாச் சாகுபடி தொடங்கியதால் அப்பணியில் ஈடுபட்டிருந்த வேளாண் தொழிலாளர் பணியை விட்டுவிட்டு விளைநிலங்களுக்குச் சென்றனர். வெள்ளம் பாதித்த பகுதிகளிலிருந்து வேறு இடங்களுக்கு இடம்பெயர்ந்தனர். அரசுப் புள்ளிவிவரப்படி சுமார் 3,029 வேளாண் தொழிலாளர் இடம்பெயர்ந்தனர். இதனால் உள்ளூரில் நடைபெற்ற பணிக்குத் தொழிலாளர் கிடைப்பதில் சிக்கல் ஏற்பட்டது[59]. மீட்புப் பணி நடைபெற்ற எல்லாப் பகுதிகளிலும் ஏற்ற இறக்கமாக ஊதியம் வழங்கப்பட்டது. குறிப்பாகக் கல்லணையில் கூடுதல் ஊதியம் கிடைப்பதை அறிந்து பலர் அங்குச் சென்றனர். திருச்சிராப்பள்ளியின் பிற பகுதிகளில் நடைபெற்றுவந்த மீட்புப் பணிக்குச் செல்ல மறுத்தனர். ஆங்காங்கே தொற்றுவியாதி பரவி ஆயிரக்கணக்கானோர் இறந்து போனதும் தொழிலாளர் ஏற்ற இறக்கத்துக்குக் காரணம். இவை மீட்புப் பணிக்குத் தொழிலாளர் கிடைப்பதில் நிலையற்ற தன்மையை உருவாக்கின.

தொழிலாளரைக் கவர்ந்த கல்லணை

கல்லணை உடைப்பை அடைக்க பல பகுதிகளிலிருந்தும் ஆயிரக்கணக்கில் தொழிலாளர் திரட்டப்பட்டனர். அங்குத் தேவைப்படும் தொழிலாளர் எண்ணிக்கை படிப்படியாக உயர்த்தப்பட்டது. 1924 ஆகஸ்ட் 18ஆம் நாள் முதல் 22ஆம் நாள் வரை 1400 தொழிலாளர் பணியில் அமர்த்தப்பட்டனர். செப்டம்பர் 15ஆம் நாளுக்குப் பின்னர் சுமார் 1240 கூலிகள் அனுப்பப்பட்டனர். மயிலாடுதுறையில் சுமார் ஐநூறு தொழிலாளரும் திருத்துறைப்பூண்டியில் நூற்றுக்கணக்கான தொழிலாளரும் கல்லணைக்குச் செல்ல தொடர்வண்டிக்காகக் காத்திருந்தனர். அங்கு 1924 செப்டம்பர் 23ஆம் நாள் முதல் 29ஆம் நாள் வரை கல்லணையில் வெவ்வேறு பணிகளில் சுமார் 2,290 தொழிலாளர் ஈடுபட்டனர். கூடுதல் எண்ணிக்கையில் தொழிலாளர் தேவைப்பட்டதால் தஞ்சாவூர், மன்னார்குடி, திருத்துறைப்பூண்டி, பாபநாச வட்டங்களைச் சேர்ந்த வட்டாட்சியர் ஒவ்வொருவரும் தலா ஆயிரம் தொழிலாளரை அனுப்ப வேண்டும் எனக் கேட்டுக்கொள்ளப்பட்டனர். கல்லணைப் புனரமைப்புப் பணிக்குத் தொழிலாளரைத் திரட்டுவது சிரமமானதாக இல்லை. காரணம், கல்லணையில் கூடுதலாகக்

---

59. *MLCP* (18 November 1924), Vol. XXI, Part-I, p. 361.

கூலி வழங்கப்பட்டது. தொழிலாளருக்குக் கூலி வழங்குவதற்குத் தற்காலிகமாகக் கருவூலமும் அங்கு அமைக்கப்பட்டது. இக்காரணிகள் கல்லணை மீட்புப்பணித் தொழிலாளரைக் கவர்ந்தது. இதனால் பிற பகுதிகளில் புனரமைப்புப் பணியில் ஈடுபட்டிருந்த தொழிலாளர் கல்லணைக்குச் சென்றனர். இந்தக் கூலி விபரத்தை அறிந்து தஞ்சாவூர் மாவட்டக் கோவிலடியில் உடைப்பை அடைக்கும் பணியில் ஈடுபட்டிருந்த தொழிலாளர் அதை விட்டுவிட்டுக் கல்லணைக்குச் சென்றனர். எனவே, கோவிலடிப் பணியை முடிப்பதில் காலதாமதம் ஏற்பட்டது. தொழிலாளரின் மனநிலையைப் புரிந்துகொண்ட செயற்பொறியாளர் கல்லணைக்குத் தொழிலாளரை மேலும் அனுப்ப வேண்டாமெனத் தஞ்சாவூர் மாவட்ட ஆட்சியரைக் கேட்டுக்கொண்டார்[60]. கல்லணை உடைப்பை அடைக்கும் பணியில் பொருட்களைச் சுமந்து செல்ல நாகப்பட்டினத்திலிருந்து படகுகள் வரவழைக்கப்பட்டன. படகு ஓட்டிய தொழிலாளர் மீனவர் சமுதாயத்தினர் என்பதை விளக்க வேண்டியதில்லை. பணியிலிருந்த இரு படகுகள் விபத்துக்குள்ளாகி மூழ்கின. தொழிலாளருக்கு 1924ஆம் ஆண்டு தீபாவளித் தினத்தன்று மட்டும்தான் விடுமுறை அளிக்கப்பட்டது. வார விடுமுறை வழங்கப்பட்டதாகத் தெரியவில்லை[61]. சென்னைப் பயணப்படி விதிப்படி கல்லணையில் பணியாற்றிய காவலர்களுக்குத் தினப்படி வழங்கப்படவில்லை எனத்தெரிகிறது[62].

புனரமைப்பு: முன்னேற்றமும் தேக்கமும்

உடைப்பை அடைத்தல், மணல் மேட்டை அகற்றுதல், வேளாண் பணித் தொடக்கம் ஆகியன குறித்துச் சம்பந்தப்பட்ட மாவட்ட ஆட்சியர் அரசுக்குத் தொடர்ந்து அறிக்கைகளைச் சமர்ப்பித்தனர். நீலகிரியில் இடிந்துபோன பைகராப் பாலத்தை மறுநிர்மாணம் செய்யும் திட்டம் அப்போது இல்லை. பைகரா ஆற்றின் குறுக்கே பெரிய அணை கட்டும் திட்டம் அப்போது உருவாக்கப்பட்டது. பழைய இடத்தில் தற்காலிகமாக மரப்பாலம் அமைக்கத் திட்டமிடப்பட்டது. மேலும் ஓரிடத்திலிருந்து மற்றொரு இடத்திற்குப் பொருட்களைக் கொண்டு செல்ல ஆற்றின் குறுக்கே கயிறு கட்ட திட்டமிடப்பட்டது[63]. கொள்ளிடப் பாலம் முற்றிலும் தகர்ந்ததால் அப்பாலம் வழியாகத் திருச்சிராப்பள்ளிக்குச் செல்லும் போக்குவரத்துத் தடைபட்டது. இச்சிக்கலைத் தீர்க்க

---

60. G.O. 1428, Revenue (14 September 1925).

61. மேலது.

62. G.O. 1424, Revenue (12 September 1925).

63. G.O. 1794, Revenue (20 November 1924).

தற்காலிகமாக நாட்டுப் படகுகள் பயன்படுத்தப்பட்டன[64]. தற்காலிகப் பாலம் அமைக்கப்பட்டது. இடிந்த கொள்ளிடப் பாலத்தை அழித்துவிட்டு இது உருவாக்கப்பட்டது. இதன் வழியாக மோட்டார் வாகனங்கள் பத்திரமாகச் செல்ல இயலவில்லை. அதைக் கடக்கும்போது விலங்குகளின் கால்கள் முறிந்தன. கொள்ளிட வழிப்பாதையைச் சீரமைக்க உடனடியாகப் பணம் வேண்டும் என்று 1925 ஏப்ரல் 25ஆம் நாளன்று நிலவருவாய் ஆணையருக்குத் திருச்சிராப்பள்ளி மாவட்ட ஆட்சியர் கடிதம் அனுப்பினார்[65]. திருச்சிராப்பள்ளிக் கொள்ளிடப் பாலப் புனரமைப்புப் பணி 1926 ஜனவரி மாதம் தொடங்கி 1928 ஜனவரி மாதம் நிறைவுற்றது. இது பாலத்தின் பழைய இடத்திலிருந்து எண்பதடி தூரத்துக்கு மேற்கே கட்டப்பட்டது. இப்பாலம் அன்றைய சென்னை மாகாணத்திலே மிக நீளமானதாகும். பெருவெள்ளத்தால் சேதமடைந்த திருச்சிராப்பள்ளிக் காவேரிப் பாலமும் புனரமைக்கப்பட்டது. புதிய காவேரிப் பாலத்தின் நீளம் 1,792 அடி. இப்பாலத்தில் 31 தூண்கள் அமைக்கப்பட்டன. ஒவ்வொரு தூணுக்கும் இடையில் 48 அடி தூரம் இடைவெளி விடப்பட்டது. 8.56 லட்சம் ரூபாய் மதிப்பில் இப்பாலம் கட்டத் திட்டமிடப்பட்டது ஆனால் அதில் மூன்று லட்ச ரூபாய் மீதப்பட்டது[66].

திருச்சிராப்பள்ளி, உதகை, மலபார், தெற்குக் கனராப் பகுதிகளில் போக்குவரத்துத் தொடர்புகள் மீது பெரும் பாதிப்புகளைப் பெருவெள்ளம் விளைவித்தது. இச்சாலைகளைப் பராமரிக்கும் பொறுப்பு அரசு கையிலிருந்தது. முக்கியப் போக்குவரத்துச் சாலைப் பாதிப்பைச் சீராக்க தேவைப்படும் நிதி மதிப்பிடப்பட்டது. அதன்படி தென்கர்நாடகாவுக்கு 75,550 ரூபாயும் மலபாருக்கு 2,84,500, ரூபாயும் ஒதுக்கப்பட்டன. திருச்சிராப்பள்ளிக்கு 53,9000 ரூபாயும் உதகைக்கு 32,750 ரூபாயும் ஒதுக்கப்பட்டன[67]. சென்னை மாகாணப் பேரவை உறுப்பினரின் கேள்விக்குத் தரப்பட்ட பதிலிலிருந்து, ஆறுகளில் ஏற்பட்ட உடைப்புகள் அனைத்தையும் அடைப்பதற்கு 4.5 லட்ச ரூபாய் செலவு ஆகும் எனத் தோராயமாக மதிப்பிடப்பட்டதைப் புரிந்து கொள்ள முடிகிறது. நீராதாரங்களில் ஏற்பட்ட பாதிப்புகளைப்

---

64. *MLCP* (21 October 1924), Vol. XX, Part-II, p. 931; G.O. 1379, Revenue (3 September 1925).

65. G.O. 1379, Revenue (03 September 1925).

66. Madras District Gazetteers *Statistical Appendix for South Arcot District* (Madras: The Superintendent, Government Press, 1931), pp. 92-93.

67. *MLCP* (17 November 1924), vol. XXI, Part-I, pp. 384 – 385.

பொறுத்த மட்டில் சில பகுதிகளில் புனரமைப்புப் பணிகள் நிறைவுற்றன[68]; சில இடங்களில் அப்பணிகள் தொடர்ந்தன.

தஞ்சாவூர் மாவட்டத்தில் ஓடும் காவேரி, அரசலாறு, சிற்றாறுகளில் ஏற்பட்ட உடைப்புகள் அடைக்கப்பட்டன. கும்பகோணம், மயிலாடுதுறை, சீர்காழி வட்டங்களில் ஏற்பட்ட பாதிப்புகள் சரி செய்யப்பட்டன. பாப்பாக்குடி அணைக்கட்டு உடைப்பு அடைக்கப்பட்டு பழைய நிலைக்கு உயர்த்தப்பட்டது. சிப்பிலியூர், மகராஜபுர அணைக்கட்டுகளின் உடைப்புகள், கோயிலடி, திருச்சனம்பூண்டி, பூண்டி உடைப்புகள் அடைக்கப்பட்டன[69]. ஊசையூர், முடிகொண்டநல்லூர் நீர்ப்பாசானக் கால்வாயில் நவம்பர் மாதம் வரையிலும் பணி நிறைவடையவில்லை என்பதைத் தஞ்சாவூர் மாவட்ட ஆட்சியரின் 1924 செப்டம்பர் 20 நாளிட்ட அறிக்கை தெரிவிக்கிறது. வடரங்கம், அகர எளத்தூர் பகுதிக்குட்பட்ட ராஜன் வாய்க்கால் முற்றிலும் அடைக்கப்படவில்லை.

கல்லணையைத் தவிர பிற உடைப்புகள் அடைக்கப்பட்டன என்பதை 1924 நவம்பர் 17ஆம் நாளன்று நடைபெற்ற சென்னை மாகாணப் பேரவைக் கூட்டத்தில் உறுப்பினர் ஒருவரின் கேள்விக்கு அளிக்கப்பட்ட பதிலிலிருந்து அறிந்து கொள்ள முடிகிறது[70]. ஆறுகளில் ஏற்பட்ட உடைப்புகள் 1924 நவம்பர் மாதத்திற்கு முன்னர் அடைக்கப்பட்டன. கல்லணையை அடைப்பதற்கு மேலும் சில காலம் ஆகுமெனச் சென்னை மாகாணப் பேரவையில் தெரிவிக்கப்பட்டது[71]. 1924 நவம்பர் மாதத்திற்குள் கல்லணைப் புனரமைப்பு செய்து முடிக்கத் திட்டமிடப்பட்டது. ஆனால் அக்காலகெடுக்குள் முடிக்க இயலவில்லை. இப்பணி நிறுத்தப்பட்டிருப்பதாகவும் அது டிசம்பர் 20ஆம் நாளுக்குள் நிறைவு செய்யப்படும் எனத் தஞ்சாவூர் மாவட்ட ஆட்சியரின் நவம்பர் 12ஆம் நாளிட்ட அறிக்கை தெரிவித்தது[72]. கல்லணை உடைப்பை அடைக்கும்பணி 1924 டிசம்பர் 12ஆம் நாளன்று ஓரளவு முடிவுறும் நிலையை அடைந்ததாக அவரின் 1924 டிசம்பர் 24ஆம் நாள் அறிக்கை குறிப்பிடுகிறது. 1925 ஜனவரி 8ஆம் நாளிட்ட அவருடைய அறிக்கையின்படி கல்லணை அடைக்கப்பட்டது. மீண்டும்

---

68. *MLCP* (17 November 1924), vol. XXI, Part-I, pp. 384 – 385.

69. G.O.1428, Revenue (14 September 1925).

70. *MLCP* (17 November 1924), Vol. XXI, Part-I, p. 285.

71. மேலது.

72. G.O.1428, Revenue (14 September 1925).

உடைப்பு ஏற்படாமல் இருப்பதற்கு அதை வலுப்படுத்தும் பணியும் தொடங்கப்பட்டது. இதைப்போல் தஞ்சாவூர் மாவட்டத்தில் பெரும்பாலான உடைப்புகள் அடைக்கப்பட்டன. மயிலாடுதுறை பகுதியிலுள்ள உடைப்புகள் முற்றிலும் அடைக்கப்பட்டதைத் தஞ்சாவூர் மாவட்ட ஆட்சியரின் 1925 பிப்ரவரி 11ஆம் நாளிட்ட அறிக்கை தெரிவிக்கிறது[73]. அவற்றை வலுப்படுத்தும் பணியும் தொடர்ந்தது.

காவேரி அணையின் வலப்புறத்திலும் மையப்பகுதியிலும் ஏற்பட்ட சேதம் ஒன்றரை லட்ச ரூபாய் செலவில் மீள்கட்டமைப்பு செய்யப்பட்டது. கிளிக்கூடு பகுதியில் ஏற்பட்ட சேதம் நான்கு லட்சம் செலவில் புனரமைக்கப்பட்டது. கொள்ளிடப் பாலம் பதினான்கு லட்சம் செலவில் மறுகட்டமைப்புச் செய்யப்பட்டது. அகன்ற காவேரியிலும் கொள்ளிடத்திலும் 1924ஆம் ஆண்டு ஏற்பட்ட வெள்ளத்தின் அதிகபட்ச அளவைவிடக் கூடுதலாக மூன்றுஅடி உயரத்துக்கு ஆற்றுக்கரை உயர்த்தப்பட்டது. திருச்சிராப்பள்ளியில் காவேரியாற்றின் குறுக்கே அமைக்கப்பட்டிருந்த வளைவு பலவீனமடைந்ததால் அதை வலுப்படுத்துவதற்கு ஆறு லட்ச ரூபாய் செலவிடப்பட்டது. காவேரி ஆற்றுக்கு அருகே ஏற்கனவே அமைக்கப்பட்டிருந்த இடத்திலிருந்து சற்றுத் தொலைவில் தண்டவாளமும், முருங்கப்பேட்டைக் கிராமமும் வேறு இடத்தில் அமைக்கப்பட்டன. பேரழிவு வெள்ளத்தால் பொறியாளர் பெரும் சிரமங்களுக்கு ஆளாயினர். எனவே, காவேரி, கொள்ளிடம் ஆகியவற்றைப் பராமரிப்பதற்காகப் பொதுப்பணித்துறையில் சிறப்புப் பிரிவு 1926ஆம் ஆண்டு உருவாக்கப்பட்டது. மேலும் ஈரோடு, கோயம்புத்தூர் ஆகிய பகுதிகள் வரை கண்காணிக்கும் பொறுப்பு அப்பிரிவுக்குக் கொடுக்கப்பட்டது[74].

நீராதாரங்களைப் புனரமைக்கும் பணியில் ஏற்பட்ட முன்னேற்றம் வேளாண்மையில் எதிரொலித்தது. நாகப்பட்டின வட்டத்தில் ஒருசில கிராமங்களில் குருவைச் சாகுபடி தொடங்கியது. குருவை அறுவடையானது இறுக்கமான நிலையைச் சற்று தளர்த்தியது. சம்பாச் சாகுபடி நிச்சயமற்ற நிலைமையில் இருந்தது. ராஜன் வாய்க்காலை ஆதாரமாகக் கொண்ட பகுதிகளில் சம்பாச் சாகுபடி தொடங்கிது. ஆனால் கல்லணை உடைப்பை அடைப்பதைப் பொறுத்தும் சாகுபடி இருந்தது. பாபநாசம் பகுதியில் சில கிராமங்களில் சம்பாச்

---

73. G.O.1428, Revenue (14 September 1925).

74. *Statistical Appendix for Trichinopoly District* (Madras: Superintendent, Government Press, 1931), p. 81.

சாகுபடி தொடங்கியது. கும்பகோணத்தில் சம்பாச் சாகுபடி தொடங்கவில்லை. மயிலாடுதுறையில் பெரும்பாலான சம்பாச் சாகுபடி நிலங்கள் வீணாக இருந்தன. சீர்காழியின் தென்கிழக்குப் பகுதியில் சம்பாச் சாகுபடி நிறுத்தப்பட்டது. அவ்வட்டத்தில் காவேரி ஆற்றுப் பாசனம் இன்றி சில பகுதிகளில் குருவையும் சம்பாவும் வாடின. நன்னில வட்டத்தில் சம்பாச் சாகுபடி தொடங்கவில்லை. நாகப்பட்டினத்தில் மிகக் குறைந்த அளவில் சாகுபடி தொடங்கியது. மன்னார்குடி, திருத்துறைப்பூண்டிப் பகுதியில் சம்பாச் சாகுபடி தொடங்கியது[75]. பாபநாச வட்டத்தில் சம்பாச் சாகுபடி நல்ல நிலையில் இருந்தது. அதற்குப் பின் செய்யப்பட்ட நடவு தளர்ந்த நிலையில் இருந்தது. காவேரித் தண்ணீர் மயிலாடுதுறைப் பகுதிக்கு வராததால் நெல்நாற்றுகள் தளர்ந்தன. மயிலாடுதுறை வட்டக் கீழ்த்திசைப் பகுதிகளிலும் சீர்காழி வட்டத் தென்கிழக்குத் திசைப்பகுதிகளிலும் வேளாண் நிலம் தரிசாக விடப்பட்டது.

காலரா நோய் பரவ முக்கியக் காரணம் தூய குடிநீர் இன்மை எனக் கூறப்பட்டது. குடிநீர் விநியோகத்தை 1924 ஆண்டு செப்டம்பர் மாதம் முறைப்படுத்திய பின்னர் காலரா நோயால் இறப்பது கட்டுக்குள் கொண்டுவரப்பட்டது[76]. மக்களின் அடிப்படைத் தேவைகளான உணவு, உடை, இருப்பிடம் ஆகியவை நிறைவேற்றப்பட்டன. இலவசமாகவும் குறைந்த விலைக்கும் தானியம், உடுப்புகள் அளிப்பது 1925 பிப்ரவரி மாதம் வரை தொடர்ந்து நீடித்தது.

மணற்திட்டு அகற்றம்

திருச்சிராப்பள்ளி, தஞ்சாவூர் மாவட்டங்களில் விளைநிலம், வாழிடம் என மக்கள் புழங்கும் புவிப்பரப்பில் பத்தாயிரம் ஏக்கர் பரப்பளவில் சுமார் 1.5 அடி முதல் 6 அடி உயரத்திற்கு இருந்த மணற்திட்டுகளை எவ்வாறு யார்? அகற்றுவது? என்ற கேள்விகள் எழுந்தன. இது குறித்து அரசு அதிகாரிகளும் பொதுமக்களும் கருத்துக்களை எடுத்துரைத்தனர். இதற்கெனக் கூட்டுறவுச் சங்கங்கள் அமைத்து அதன் வழியாக கடன் தொகையை அரசு வழங்கலாம்; திருச்சிராப்பள்ளி, தஞ்சாவூர் மாவட்ட ஆட்சியர்கள் முறையே முருங்கப்பேட்டையிலும் கோவிலடியிலும் மணல் அகற்றும் பணியை மேற்கொள்ளலாம்; இப்பணியில் கூட்டுறவுச் சங்கப் பதிவாளர், மாவட்ட ஆட்சியர், வட்டாட்சியர் ஆகியோரை ஈடுபடுத்துதல் தேவை என்பது வெள்ள

---

75. G.O.1428, Revenue (14 September 1925).

76. *Statistical Appendix for Trichinopoly District* (Madras: Superintendent, Government Press, 1931), p. 101.

ஆணையர் கருத்து.[77] மணற்திட்டுகளிலிருந்து அகற்றப்படும் மணலை ஆற்றங் கரையில் கொட்டலாம். ஓர் அடிக்கு மேல் அங்கு மணல் கொட்டுவது பாதுகாப்பானது அல்ல. இதற்கு மனித உழைப்பைக் குறைத்து எந்திரங்களைப் பயன்படுத்தலாம். ஓர் ஏக்கர் நிலத்தில் ஓர் அடி பரப்பிற்கு மணலைத் தலைச் சுமையாக அகற்றுவதற்கு ரூ. *350* ஆகும். இதே தொகையில் எந்திரங்கள் மூலம் ஒன்றரை கி.மீ. தொலைவுக்கு மணலை அகற்றலாம். மொத்தமுள்ள எட்டாயிரம் ஏக்கர் நிலப்பரப்பில் உள்ள மணலை அகற்றுவதற்கு ஐம்பது லட்ச ரூபாய் தேவைப்படும். கடன் கொடுத்து அப்பணிகளைச் செய்ய வேண்டிய பொறுப்பு கூட்டுறவுச் சங்கங்களின் பதிவாளரிடம் உள்ளது. அத்திட்டத்தின் வெற்றி, கடன் கொடுக்கப்படும் கால அளவு, அதன் வட்டியைப் பொறுத்து இருக்கும். கூட்டுறவுச் சங்கங்களின் பதிவாளர் இருபதாண்டு காலத்திற்குக் கடன் கொடுக்கலாம். அதற்கான வட்டி ஆறரை சதவீதத்திற்கு மிகாமல் இருக்க வேண்டும் என நில வருவாய் ஆணையர் கூறினார்[78]. பத்தாயிரம் ஏக்கர் மணற்திட்டில் ஆயிரம் ஏக்கர் சவுக்கு நடுவதைத் தவிர வேறு எதற்கும் பயன்படுத்த முடியாது. மீதமுள்ள ஒன்பதாயிரம் ஏக்கரில் ஆயிரம் ஏக்கர் நிலத்தை மணல் கொட்டப் பயன்படுத்தலாம்[79]. மணல் மூடிய பகுதியில் அதை நீக்காமல் அதற்குமேல் ஓர் அடுக்குக் களிமண் பூசி அங்குத் தானியங்களைப் பயிரிடலாம் என்ற ஆலோசனையும் முன்வைக்கப்பட்டது[80]. மணற்திட்டுகளை அகற்றுவது தொடர்பாகத் திருச்சிராப்பள்ளி மாவட்ட ஆட்சியர் ஒரு திட்டத்தை முன்வைத்தார். இத்திட்டுகளை *1.* சிறிய திட்டு *(slightly silted) 2.* பெரிய திட்டு *(Heavily silted) 3.* பரந்த திட்டு *(Scoured out and silted)* என அவர் வகைப்படுத்தினார். முதல்வகையானது ஓரடி ஆழத்திற்கு மணல் மூடியது. அதை அரசு உதவியின்றி நிலவுரிமையாளரிடம் அகற்றுவதற்கு விட்டுவிடலாம். மூன்றாம் வகை நிலத்தை முற்றிலும் சீர்திருத்தி நெல் பயிரிடுவதற்கும் தென்னை, பனை வளர்ப்பதற்கும் பயன்படுத்திக் கொள்ளலாம். இரண்டாம் வகையானது, தற்போது வேளாண்மைக்குப் பயனற்றதாக மாறிவிட்டது இதைப் பல வருடங்களுக்குப் பின்னர் உள்ளூர் முறைப்படி பழைய பயன்பாட்டிற்கு மீட்கலாம். இப்பணிகளைச் செய்ய நில மேம்பாட்டுக் கடன் சட்டப்படி வட்டியின்றியோ குறைந்த

77. G.O. 1599, Revenue (15 October 1924).

78. G.O. 1599, Revenue (15 October 1924).

79. மேலது.

80. G.O. 1168, Revenue (27 July 1925).

வட்டியிலோ கடனை அரசு கொடுக்கலாம். இக்கடனுக்குப் பிணையாக வளமான நிலமோ தற்போது மணல் மேடாகிய நிலமோ தரப்பட வேண்டும். மணலை அகற்றுவது தொடர்பாகச் செயற்பொறியாளர் ஒருவர் முன்வைத்த ஆலோசனையையும் திருச்சிராப்பள்ளி மாவட்ட ஆட்சியர் பரிந்துரைத்தார். அதன்படி, நிலவுரிமையாளர்செலவில் அப்பணியை அரசு செய்யவேண்டும். தொழிலாளர் சேமிப்பு முறையையும் அரசு செயல்படுத்தமுடியும். நிலவுரிமையாளரைவிடவும் மிகக்குறைந்த செலவில் அரசால் இதைச் செயல்படுத்த இயலும். இப்பணியை நிலவுரிமையாளரிடம் ஒப்படைத்தால் அகற்றப்பட்ட மணலை எங்குக் கொட்டுவது? என்ற சிக்கல் உருவாகும். பெருவெள்ளத்தால் புதைந்த கால்வாயிலோ தெரியாமல் வேறுபகுதியிலோ மணலைக் கொட்டினால் வேறுவிதமான பிரச்சினைகளையும் செலவுகளையும் அது ஏற்படுத்தக்கூடும். எனவே, மணல் அகற்றும் பணியை அரசே செய்தால் தேவையில்லாத இடத்திலிருந்து எடுத்துத் தேவையான பகுதிகளுக்குக் கொண்டு செல்ல இயலும் என்பது அவரின் ஆலோசனை. இதனூடாகப் பெருவெள்ளத்தால் மறைந்த கால்வாய்களையும் கண்டு பிடிப்பது எளிது. தங்கள் கட்டுப்பாட்டிலுள்ள நீர்பாசனப் புனரமைப்புப் பணியைத் தனியாரும் செய்யலாம் என்ற கருத்து பொருளாதாரக் கண்ணோட்டத்தில் பொதுப்பணித்துறையால் முன்வைக்கப்பட்டது.

தஞ்சாவூர் மாவட்ட ஆட்சியர், கூட்டுறவுச் சங்கங்களின் துணைப் பதிவாளர் ஆகியோர் அரசாங்கக் கடன், டிரக்குகள் விநியோகம் மூலம் கூட்டுறவுச் சங்கங்களால் மணலை அகற்ற இயலும் எனக் கருத்துத் தெரிவித்தனர்[81]. இப்பணியை அரசு செய்யலாம். ஆனால் இதில் முக்கிய இரு சிக்கல்கள் இருக்கின்றன. இத்தகைய பெரிய பணியைச் செய்வதற்குப் போதுமான பணியாளர்களும் எந்திரங்களும் அரசிடம் இல்லை. தனிநபர் நிலவுடைமை திருச்சிராப்பள்ளியில் 0.58 ஏக்கராகவும் தஞ்சாவூரில் 2.55 ஏக்கராகவும் உள்ளது. எனவே மணற்திட்டுகளை அகற்றுவதற்காகச் சுமார் பத்தாயிரம் பேரிடம் பேசவேண்டும். நிலவுரிமையாளர் ஒருவர் மறுத்தாலும் இப்பணியைச் செய்ய இயலாது. இப்பணிக்காக நிலவுரிமையாளருக்குக் கடன் கொடுப்பது அரசுக்குப் பாதுகாப்பானது என மாவட்ட ஆட்சியர் ஒருவர் கருத்தைப் பதிவு செய்தார்[82].

---

81. G.O. 1244, Revenue (2 August 1926).

82. G.O. 1599, Revenue (15 October 1924).

மணற்திட்டுகளை அகற்றும் பணியை அரசு செய்யவேண்டும் என்ற கருத்தை அரசு புறக்கணித்தது. இதற்குச் சில காரணங்கள் உண்டு. 1) இது அரசுக்குக் கூடுதல் செலவை ஏற்படுத்தும். 2) வேளாண் நிலங்கள் தனியார் சொத்துரிமை என்பதால் அவர்கள் அனைவரிடமும் ஒப்புதல் பெறுவது இயலாதது. 3) தேவையான பணியாளர்களும் எந்திரங்களும் அரசிடம் இல்லை. இம்மூன்று காரணங்களால் அப்பணியை அரசு செய்ய மறுத்தது. அதேவேளை அப்பணிகளைச் செய்வதற்கு அதிகாரிகள் முன்வைத்த ஆலோசனைகளை ஏற்றுக்கொண்டது. பொது வருவாய்க்குத் துணைபுரிகின்ற வேளாண் நில மேம்பாட்டிற்கு நிதி கொடுப்பதை வருவாய் ஒழுங்கு வாரியம் வலியுறுத்தியது. நில மேம்பாட்டுக் கடன் சட்டமும் வட்டியின்றியோ குறைந்த வட்டியிலோ அதற்குப் பணம் கொடுப்பதை வலியுறுத்தியது. இவ்வடிப்படையில் நிலவுடைமையாளருக்கு நேரடியாக அல்லாமல் கூட்டுறவுச் சங்கம் மூலமாகக் கடன் கொடுக்க வேண்டுமென்ற ஆலோசனையை அரசு ஏற்றது. எந்திரங்கள் மூலமாக மணற்திட்டை அகற்ற வேண்டும் என்பதும் அதற்கான எந்திரங்களை அரசு பெற்றுத்தர வேண்டும் என்பதும் ஏற்கப்பட்டன. எந்திரங்கள் என்பன டிராம்வே, இருப்புப்பாதை போன்றவையாகும்[83]. இறுதியாகக் கூட்டுறவுச் சங்கம் மூலமாக அரசுக் கடன் வழங்குதல், எந்திரங்கள் ஏற்பாடு செய்தல், அரசு அதிகாரிகளின் மேற்பார்வை போன்ற ஏற்பாடுகள் மூலம் மணற்திட்டுக்களை அகற்றலாம் என முடிவு செய்யப்பட்டது. இப்பணியில் பொதுப்பணித் துறை ஈடுபட்டது.

மணற்திட்டுகளை அகற்றுவதற்காகச் சிறப்புக் கூட்டுறவுச் சங்கங்கள் அமைக்கப்பட்டன இப்பணியில் கூட்டுறவுச் சங்கங்களின் துணைப் பதிவாளர் ஈடுபட்டார். அள்ளப்படும் மணலைக் கொட்டுவதற்காக அரசு நிலமோ தரிசு நிலமோ இருக்கிறதா என்பதை மண்டல வருவாய் அதிகாரிகள் அடையாளம் காணவேண்டும்; இதற்காக நிலம் வாங்குவதற்கு எவ்வளவு செலவு ஏற்படும் என்பதையும் அறியவேண்டுமென அவர்கள் கேட்டுக் கொள்ளப்பட்டனர். அரசு அல்லது கூட்டுறவுச் சங்கங்கள் அல்லது இவை இரண்டும் இணைந்து நிலம் வாங்குவது தீர்வாக இருக்கும் என்ற முடிவை எட்டினர். சேற்றுமணலைக் கொட்டுவதற்குத் தனியார் நிலத்தை முற்றிலும் எதிர்பார்ப்பதும் முறையான செயலல்ல என்ற கருத்தும் முன்வைக்கப்பட்டது.

மணற்திட்டை அகற்றும் திட்டத்தில் கடன் வழங்குவது தொடர்பாகச் சிக்கல் எழுந்தது. ஓர் ஏக்கர் நிலத்தில் மணலை

---

83. G.O. 1599, Revenue (15 October 1924).

அகற்றுவதற்கு நானூறு ரூபாய் முதல் அறுநூறு ரூபாய் வரை செலவாகும் எனக் கணக்கிடப்பட்டது. மணற்திட்டின் உயரத்தைப் பொறுத்து அத்தொகை மாறுபடும். இத்தொகையையும் அதற்கான வட்டியையும் நிலவுடைமையாளர்களால் திருப்பிச் செலுத்த இயலாது என்பதால் அது தொடர்பாக விவாதங்கள் ஏற்பட்டன. கடன் கொடுக்கப்பட்ட முதல் ஆண்டு எந்தவித வட்டியும் பெறக்கூடாது. இது கடன்பெறுபவர் தங்கள் வேலையை விரைவாக செய்துமுடிக்கத் தூண்டும். ஆண்டுக்கு நான்கு சதவீதத்திற்கு மிகாமல் வட்டி இருக்க வேண்டும் என்ற ஆலோசனையைச் சென்னை மைய நிவாரண நிதி அமைப்பு முன்வைத்தது[84]. இதைத் தொடர்ந்து இதற்காக ஏற்கனவே வெளியிடப்பட்ட வருவாய் அரசாணையில் (எண் 1599) மாற்றம் செய்யப்பட்டு கடனுக்கான வட்டி விகிதம் குறைக்கப்பட்டது. அதன்படி, முதல் இரு ஆண்டுகளுக்கு நான்கு சதவீதமும் அதற்குப் பின்னர் ஆறு சதவீதமும் வட்டி என மாற்றப்பட்டது. நிலவுடைமையாளருக்கு வழங்க வேண்டிய கடன் தொகையைத் தொடர்புடைய மாவட்ட ஆட்சியருடன் (திருச்சிராப்பள்ளி, தஞ்சாவூர்) ஆலோசித்து முடிவு செய்வதற்கான அதிகாரம் கூட்டுறவுச் சங்கப் பதிவாளருக்குக் கொடுக்கப்பட்டது[85]. வருவாய்த்துறை அரசாணையின்படி சுமார் நான்காயிர ஏக்கர் பரப்பளவு மணற்திட்டை அகற்றுவதற்கு முப்பது லட்ச ரூபாய் ஆகுமெனக் கணக்கிடப்பட்டது. திருச்சிராப்பள்ளி, தஞ்சாவூர் மாவட்டங்களில் ஏற்பட்ட பத்தாயிர ஏக்கர் மணற்திட்டுகளை அகற்றுவதற்கு சுமார் ஒரு கோடி ரூபாய் செலவாகும் எனத் தோராயமாகக் கணக்கிடப்பட்டிருக்கலாம். மணற்திட்டை அகற்றும் செலவானது நில மதிப்பைவிடக் கூடுதலாகும்[86]. இருப்பினும் அப்பணியைச் செய்ய முடிவு செய்யப்பட்டது. பின்னர் நிலவுடைமையாளர் கடன் பெற விண்ணப்பிப்பதற்கான நாள் முடிவு செய்யப்பட்டது[87]. இத்திட்டத்திற்கான சோதனைக் களங்களாகத் திருச்சிராப்பள்ளியில் முருங்கப்பேட்டையும் தஞ்சாவூரில் கோவிலடியும் தேர்வு செய்யப்பட்டன. முருங்கப்பேட்டையில் புதிய, பழைய வெள்ளக் கரைகளுக்கு இடையில் மணலைக் கொட்டலாம். கோவிலடியில் குளத்திற்குப் பின்னால் மணலைக் கொட்டலாம் என்ற கருத்து

---

84. G.O. 1759, Revenue (12 November 1924).

85. மேலது.

86. G.O. 1974-75-76, Revenue (22 December 1924).

87. G.O. 78, Revenue (15 January 1925).

முன்வைக்கப்பட்டது⁸⁸. ஆனால் முருங்கப்பேட்டைக்குப் பதிலாக மாற்றுதிட்டம் முன்வைக்கப்பட்டு செயல்படுத்தப்பட்டது.

ஒரேநேரத்தில் மணற்திட்டை அகற்றும் பணியை எல்லா இடங்களிலும் தொடங்கவில்லை. அதற்குரிய நாளினை அரசு முடிவு செய்வதற்குள் மேல்காற்று பலமாக வீசியதால் சில பகுதிகளில் மணல் இயல்பாக அகன்றது⁸⁹. மாவட்ட ஆட்சியர் 1924 அக்டோபர் மாதத் தொடக்கத்தில் பணியைத் தொடங்கலாம் என்றார். வடகிழக்குப் பருவமழை பெய்தபின் ஜனவரி மாதம் தொடங்கலாம் என்றும் கருத்துக்கள் முன்வைக்கப்பட்டன⁹⁰. தஞ்சாவூர் மாவட்ட ஆட்சியரின் 1924 டிசம்பர் 6ஆம் நாள் கடிதத்தின்படி தஞ்சாவூர் வட்டத்தில் சுமார் 52 ஏக்கர் 51 சென்ட் நிலத்திலுள்ள மணல் அகற்றப்பட்டது. அகற்றிய மணலை எங்குக் கொட்டுவது என்ற சிக்கல் உருவானது⁹¹. மணலகற்றும் பணிகள் திருச்சிராப்பள்ளி மாவட்டம் இடையாற்றுமங்கலத்தில் 1925 மே 11ஆம் நாளன்றும், முருங்கப்பேட்டையில் 1925 ஜூலை முதல் நாளன்றும், தஞ்சாவூர் மாவட்டம் மருவூரில் 1925 ஏப்ரல் 19ஆம் நாளன்றும் தொடங்கப்பட்டன. இப்பணி விரைவாக நடைபெறவில்லை⁹².

டிராம்வே வண்டிகள்

மணற்திட்டை அகற்றுவதற்கு டிராம்வே வண்டிகள் பயன்படுத்தப்பட வேண்டும் என்ற முடிவை எட்டுவதற்கு இரு காரணங்கள் உண்டு: 1) டிராம்வே வண்டி இல்லாமல் அப்பணியைச் செய்ய இயலாது. திருவரங்கம், இடையாற்றுமங்கலப் பகுதிகளில் மணலை அகற்ற டிராம்வே வண்டியை மட்டுமே பயன்படுத்த இயலும் என்ற நிலை இருந்தது. அகற்றப்பட்ட மணலை குவிப்பதற்கான இடம் சுமார் ஒரு கிலோ மீட்டர் தூரத்திற்கும் அதிகம். மனிதர்கள் தலைச்சுமையாக மணலைக் கொண்டு செல்ல இயலாது. எனவே மணற்திட்டை இடம்மாற்றுவதற்கு டிராம்வே வண்டிகள் தவிர்க்க இயலாததாக இருந்தன. 2) நிதிச்சுமையைக் குறைக்க டிராம்வே வண்டிகள் பயன்பட்டன. அந்த வண்டிகளுக்காக இருப்புப்பாதை அமைக்கப்பட்டது.

---

88. G.O. 1599, Revenue (15 October 1924).

89. G.O. 1168, Revenue (27 July 1925).

90. G.O. 1599, Revenue (15 October 1924).

91. G.O.1428, Revenue (14 September 1925).

92. G.O. 78, Revenue (15 January 1925).

தண்டவாள நீளம் மணற்திட்டைப் பொறுத்து நான்கு அல்லது ஐந்து கிலோமீட்டர் தூரம் வரை அமைக்கப்பட்டது.

முருங்கப்பேட்டையிலுள்ள மணலை அகற்றுவதற்கு இரு வருடங்களுக்கு ரெயில்வே கம்பெனியைப் பயன்படுத்திக் கொள்ள முடிவு செய்யப்பட்டது. இங்குள்ள மணலை அகற்றத் தனியாக டிராம்வே பாதை அமைக்க என்ன செலவு ஆகுமெனக் கணக்கிட்டனர். பத்து டிராம்வே எஞ்சின்களுக்கு ஐம்பதாயிர ரூபாயும் உரிய உபகரணங்களுடன் 25 மைல் நீள தண்டவாளம் அமைக்க 1,50, 000 ரூபாயும் பெட்டிகளுக்கு மூன்று லட்ச ரூபாயும் என மொத்தம் ஐந்து லட்சம் ரூபாய் தேவை என மதிப்பிடப்பட்டது. தஞ்சாவூருக்கும் இந்த அளவுக்குத் தேவை எனக் கூட்டுறவுச் சங்கங்களின் உதவிப் பதிவாளர் தெரிவித்தார். மேற்குறிப்பிட்ட தொகை கூடுதல் செலவு என்றபோதிலும் அந்த வண்டிகளை மேட்டூர் அணைத்திட்டத்துக்குப் பயன்படுத்திக் கொள்ளலாம் என்ற கருத்தும் முன்வைக்கப்பட்டது. தஞ்சாவூர் கூட்டுறவுச் சங்கங்களின் உதவிப் பதிவாளர் குறைந்தபட்சம் 20 மைல் தொலைவுக்கு ரெயில் வேண்டும்; இரண்டாயிரம் பெட்டிகளில் 1800 பெட்டிகள் ஒரு புறம் திறக்கக்கூடியதாகவும், இருநூறு பெட்டிகள் நாலாபுறமும் திறக்கக் கூடியவையாக இருக்கவேண்டும் எனக் கோரினார்[93]. இந்த டிராம்வே வண்டிகள் திருச்சிராப்பள்ளி மாவட்டத்தில் இல்லை. இந்த வண்டிகள் சென்னையிலிருந்தும் கல்கத்தாவிலிருந்தும் வரவழைக்கப் பட்டன. டிராம்வே, தண்டவாளம் போன்றவை மருவூர், இடையாற்றுமங்கலம் போன்ற கிராமங்களுக்கு அனுப்பப்பட்டன. டிராம்வே வண்டிகள் கிடைப்பதைப் பொறுத்தே மணற்திட்டு அகற்றும் பணி நடைபெற்றது.

புனரைப்புப் பணி தொடர்பாகத் திருச்சிராப்பள்ளிச் சிறப்புத் துணை ஆட்சியர், வருவாய்த் துறைச் செயலாளருக்குக் கடிதம் எழுதினார். தஞ்சாவூர் மாவட்ட ஆட்சியர் சென்னைத் தலைமைப் பொறியாளருக்கு இருநூறு வண்டிகள் (டிரக்குகள்) உடனடியாக அனுப்ப வேண்டும்; மருவூரில் மணற்திட்டு அகற்றும் பணி தாமதமாகிறது எனத் தந்தி அனுப்பினார். தலைமைப் பொறியாளர் வண்டிகள் இல்லை எனப் பதில் தெரிவித்தார். வண்டிகள் அனுப்பவதில் ஏற்பட்ட தாமதம் சேற்றை அகற்றுவதிலும் பாதிப்பை உண்டாக்கியது. தஞ்சாவூர் மாவட்டம் மருவூரில் ஏற்பட்ட சேற்றை அகற்றுவதற்குக் கூட்டுறவுச் சங்கத்தினர் ஆர்வத்துடன் இருந்தனர். டிராம் ரெயில்கள் வருவதற்காகக் காத்திருந்தனர். தொழிலாளர்

93. G.O. 1244, Revenue (2 August 1926).

இடம்பெயர்ந்து சென்றால் என்ன செய்வது என்ற கவலை அதிகாரிகளுக்கு இருந்தது.

டிராம், ரெயில் ஆகியன கிடைப்பதில் ஏற்பட்ட காலதாமதத்தால் மணற்திட்டுகளை அகற்றும் பணியில் முன்னேற்றம் இல்லை என 1925 பிப்ரவரி 28ஆம் நாளிட்ட அறிக்கையில் தஞ்சாவூர் மாவட்ட ஆட்சியர் குறிப்பிட்டார்[94]. சென்னையிலிருந்து 1925 ஏப்ரல் ஐந்தாம் நாள் வந்த டிராம், ரெயில் போன்றவற்றை மருவூர்க் கூட்டுறவுச் சங்கத்தினர் எடுத்துச் சென்றனர். மூன்று கி.மீ. தூரத்திற்கு ரயில் நிறுத்தி வைக்கப்பட்டிருந்தது. இப்பணிக்காகக் கடன் கோரப்பட்டது; சேற்றுமணல் அகற்றும் பணிக்காக ஐம்பதாயிரம் ரூபாய் கொடுக்கப்பட்டது.

மருவூரில் மணற்திட்டை அகற்றும் பணிக்காகப் பெரியதும் சிறியதுமான இருநூறு டிரக்குகளும் ஐந்து கி.மீ. தூரத்திற்கு ரெயில் தண்டவாளமும் வழங்கப்பட்டன. 2.5 மைல் நீள தண்டவாளத்தில் 105 டிரக்குகள் (90 சிறியவை 15 பெரியவை) பயன்படுத்தப்பட்டன[95]. இப்பணிகளை விரைந்து முடிக்க வேண்டுமென்பதற்காகக் கூட்டுறவுச் சங்கங்களின் துணைப் பதிவாளர் மருவூரில் முகாமிட்டார். 1925 மே மாதம் இறுதிவரை சேற்றுமணல் அகற்றும் பணி முடியவில்லை. மே மாதம் 25ஆம் நாள் வரை மருவூர்க் கிராமத்தில் 2 ஏக்கர் 60 செண்ட் நிலத்தில் நூறு யுனிட் சேற்றுமணல் அகற்றப்பட்டது.

மே 25ஆம் நாள் முதல் ஜூன் 10ஆம் நாள் வரை 1.24 ஏக்கர் நிலத்தில் சேற்றுமணல் அகற்றப்பட்டது. கருவிகள் இல்லாததால் பணி மந்தமாக நடைபெற்றது. முருங்கப்பேட்டையில் சேற்றுமணல் அகற்றும் பணிக்குத் தொழில்நுட்பக் கருவிகள் அனுப்பப்பட்டதால் மருவூரில் பணி பாதிக்கப்பட்டது[96]. திருச்சிராப்பள்ளி இடையாற்றுமங்கலத்தில் மணலை அகற்றுவதற்கு 180 வண்டிகள் பயன்பட்டன[97]. இடையாற்றுமங்கலம், முருங்கப்பேட்டை, மருவூர் ஆகிய மூன்று இடங்களிலும் மே மாதம் இரண்டாவது வாரம் முதல் அக்டோபர் முதல் வாரம் வரையில் மொத்தம் 28 ஏக்கர் பரப்பளவில் மட்டுமே மணல் அகற்றப்பட்டது[98]. சில பகுதிகளில் மணற்திட்டு அகற்றும் பணி முற்றிலும் நடைபெறவில்லை.

94. G.O.1428, Revenue (14 September 1925).

95. G.O. 1244, Revenue (2 August 1926).

96. G.O.1428, Revenue (14 September 1925).

97. G.O. 1168, Revenue (27 July 1925).

98. G.O. 78, Revenue (15 January 1925).

மணற்திட்டை அகற்ற முடிகொண்டநல்லூர் நிலவுடைமையாளர் களுக்கு அக்கறையில்லை எனவே அப்பணியைச் செய்வதில் எந்தப் பொருளும் இல்லை என மண்டல வருவாய் அதிகாரி தெரிவித்தார்[99].

திருச்சிராப்பள்ளியை விரிவாக்கிய நியுட்டன்

அகற்றப்பட்ட மணல் நகர் விரிவாக்கத்துக்குப் பயன்படுத்தப்பட்டது. லால்குடிப் பகுதியை விரிவாக்க லால்குடி அருகிலிருந்த மணற்திட்டுகளை பயன்படுத்தலாம் என முடிவு செய்யப்பட்டது. முருங்கப்பேட்டையில் அகற்றப்பட்ட 1,100 ஏக்கர் சேற்றுமணலைக் கொண்டு திருச்சிராப்பள்ளி கோட்டை ரெயில் நிலையம் அருகில் சுமார் 120 ஏக்கர் நிலத்தைச் சமன்படுத்தத் திட்டமிடப்பட்டது. மேலும் அங்கிருக்கும் கல்லூரி களுக்கும் உள்ளூர் விரிவாக்கத்துக்கும் இம்மணல்சேற்றைப் பயன்படுத்தலாம் எனத்திட்டமிடப்பட்டது. இந்தத் திட்டத்தைத் தென்னக ரயில்வேப் பொறியாளர் நியூட்டன் வகுத்தார். திட்டத்திற்குத் தோராயமாக ரூ. 23 லட்சம் செலவாகும் என மதிப்பிடப்பட்டது. தென்னிந்திய ரெயில்வே நிர்வாகம் தன் சொந்த நிதியிலிருந்து பொன்மலை ரயில்வே வளாகத்தை மேம்படுத்த முருங்கப்பேட்டையிலிருந்து மணல் எடுத்தது[100]. இன்றைய திருச்சிராப்பள்ளிக் கோட்டைரயில்நிலையத்தைச் சுற்றியுள்ள பகுதிகளின் வளர்ச்சி முருங்கப்பேட்டைக் கிராம அழிவிலிருந்து உருவானதாகும்.

99. G.O.1428, Revenue (14 September 1925).

100. G.O. 1168, Revenue (27 July 1925); G.O. 1244, Revenue (2 August 1926).

பேரழிவிலும் புனரமைப்பிலும் படிநிலை

வாழிடம், கோயில், நடைபாதை, கல்விக்கூடம், பேருந்து என எங்கும் இந்துமதப் படிநிலைச் சாதியக் கட்டமைப்பு படர்ந்திருக்கிறது; தூணிலும் துரும்பிலும் அது நிறைந்திருக்கிறது. இயற்கைப்பேரழிவிலும் புனரமைப்பிலும் அது இல்லாமல் இருக்குமா? சமீபத்தில் நிகழ்ந்த பெருவெள்ளப்பேரழிவில் 'பொது மக்கள்' பாதிக்கப்பட்டனர் எனப் பொத்தாம் பொதுவாகக் கூறினர். எதையோ மறைப்பதற்கு இது முயல்கிறது. பெருவெள்ளப்பேரழிவில் கடுமையான பாதிப்புகளைச் சந்திப்பவர் எச்சாதியினர்? இதைப் புரிவதற்கு இந்துமதப் படிநிலைச் சாதியக் கட்டமைப்பைப் புரிந்துகொள்ள வேண்டும். சாதி குறித்து இதுவரை முன்வைக்கப்பட்ட கோட்பாடுகளுக்குப் பதிலாகப் புதிய கோட்பாட்டை முன்வைக்காமல் இருக்கின்ற கோட்பாடுகளைப் பிற தளங்களுக்கு விரிவுபடுத்தி வலுப்படுத்தலாம்.

சாதிப்படிநிலையும் புவிப்படிநிலையும்

சாதியைப் புரிந்துகொள்வதற்கு அடிப்படையான கோட்பாட்டை அம்பேத்கர் முன்வைத்தார். படிநிலைச் சாதி குறித்து அவர், "ஒரு சாதி எந்த அளவுக்கு மேலே இருக்கிறதோ அந்த அளவுக்கு உரிமைகள் அதிகமாக இருக்கும்; எந்த அளவுக்குக் கீழே இருக்கிறதோ அந்த அளவுக்கு உரிமைகள்

குறைவாக இருக்கும்" என்கிறார்.[1] ஒவ்வொரு சாதியும் அனுபவிக்கின்ற பல்வேறு நலன்களுக்கும் இது பொருந்தும். இதற்குள் வாழிடமும் அடங்கும். இயற்கையிலேயே புவிப்பரப்பு மேடுபள்ளமாகவும் சமதளமாகவும் அமைந்துள்ளது. இதை இயற்கைப் படிநிலை எனலாம். இதில் மேட்டுப்பகுதியில் பார்ப்பனர் உள்ளிட்ட பிற நிலவுடைமை ஆதிக்கச் சாதியினரும் தாழ்வானபகுதியில் தலித்துகளும் இடைப்பட்ட பகுதியில் இடைநிலைச் சாதியினரும் வாழ்கின்றனர். இது அவரவரின் சுயதேர்வா? அல்லது இந்துமதப் படிநிலைச் சாதி முறையால் கட்டமைக்கப்பட்டதா? வாழிடம் அமைப்பதற்கு நிலம் உடைமையாக இருக்க வேண்டும். பார்ப்பனர், பிற ஆதிக்கச் சாதியினர், இடைநிலைச் சாதியினருக்கு நிலவுரிமையை இந்துமதப் படிநிலைச் சாதியச் சமூகம் அளித்திருக்கிறது; வேளாண்மைக்கு மட்டுமின்றி வாழ்விடத்திற்குமான நிலவுரிமையையும்கூடத் தலித்துகளுக்கு அது மறுத்தது. வாழிடம் அமைக்கும் உரிமையை நிலவுரிமை தீர்மானிக்கிறது. தலித்துகளின் வாழிடம் நிலவுடைமையாளருக்கு உரிமையாக இருந்ததை அரசு ஆவணங்கள் தெரிவிக்கின்றன. பண்ணையடிமைகளாகப் பணியாற்றிய தலித்துகளைத் தாழ்வான புவிப்பரப்பில் வீடுகட்டிக் கொள்வதற்கே பண்ணையார்கள் அனுமதித்தனர். பணிசெய்ய மறுத்தவருக்கு வாழிட உரிமை மறுக்கப்பட்டது. எனவே தலித்துகள் தாழ்வான புவிப்பரப்பில் வாழ்வது அவர்களின் சுயதேர்வு அல்ல; அது, பார்ப்பனர், பிற நிலவுடைமை ஆதிக்கச் சாதியினரால் தீர்மானிக்கப்பட்டது. நிலவுரிமையைப் பெற்றிருந்த பார்ப்பனரும் பிற ஆதிக்கச் சாதியினரும் தங்கள் வாழிடத்தை மேட்டுப் பகுதியில் அமைத்தனர், இது அவர்களின் சுயதேர்வு. இந்துமதப் படிநிலைச் சாதியச் சமூக உச்சத்திலிருக்கும் பார்ப்பனர் உள்ளிட்ட பிற ஆதிக்கச் சாதியினரின் வாழிடம் மேட்டுப் பகுதியிலும் கீழ்நிலையில் இருத்தப்பட்ட தாழ்த்தப்பட்ட சாதியினருக்குத் தாழ்வான பகுதியிலும் வசிப்படம் ஒதுக்கப் பட்டது. இந்துமதப் படிநிலைச் சாதியச் சமூகத்தால் திட்டமிட்டு இது உருவாக்கப்பட்டது. கிராமமும் சேரியும் இயற்கையான படிநிலையோடு செயற்கையான படிநிலையையும் பிணைத்து உருவாக்கப்பட்ட வாழிடம் ஆகும்.

அவ்வாறு இது ஏன் கட்டப்பட்டது? இதன் அரசியல் என்ன? இதற்கான விடைகளை ஜான் மென்செர், "பொதுவாகக் கிராமங்கள் மேட்டுப்பகுதியில் உள்ளன. மழைக்காலத்தில் வெள்ளப்பெருக்கு ஏற்படாதவாறும் மழைநீர் அனைத்துத் திசைகளிலும் வழிந்தோடும் அளவிற்கு உயரத்தில் அவை

---

[1]. அம்பேத்கர் நூல் தொகுப்பு தொகுதி 1, (புது டில்லி: இந்திய அரசு, 1993), ப. 105.

அமைக்கப்பட்டுள்ளன. இதற்கு நேர்மாறாகச் சேரிகள் வயல்களுக்கு நடுவே உள்ளன. அதாவது தாழ்வான பகுதியில் அமைக்கப்பட்டுள்ளன. மழைக்காலங்களிலும் பிற காலங்களிலும் அருகிலுள்ள கால்வாய்களில் நீர் நிரம்பி வழிகிறபோது வெள்ளத்தால் சூழப்படுகிற பகுதியாகச் சேரிகள் இருக்கின்றன" எனக் குறிப்பிடுகிறார்.[2] வெள்ளத்திலிருந்து தங்களைப் பாதுகாத்துக் கொள்ள நிலவுடைமை ஆதிக்கச் சாதியினர் மேட்டுப் பகுதியைத் தேர்வு செய்தனர்; வெள்ளம் தேங்கும் தாழ்வான பகுதிகளைத் தாழ்த்தப்பட்ட மக்களுக்கு ஒதுக்கினர் என்பதை இது தெளிவுபடுத்துகிறது. ஆகவே, இயற்கையான மேடுபள்ளத்திற்கும் செயற்கையான படிநிலைக்கும் உள்ள உறவு அரசியல் தன்மை கொண்டது. இவ்வரசியல் இயற்கைப் பேரழிவிலிருந்து ஆதிக்கச் சாதிகள் தங்களைப் பாதுகாத்துக் கொள்வதும் தலித்துகளை ஆபத்தில் இருக்கச் செய்வதும் ஆகும். காவேரிப் பெருவெள்ளத்தின்போது நிகழ்ந்தவை வெள்ளச்சிந்துகளில் பாடப்பட்டுள்ளன. எம். ஜன்னபா சாய்பு,

> பள்ளர் பறையர் வீடு – பள்ளமடி சிந்தாமணி
> வெள்ளம் வந்து பூந்த தினால் விசனமடைகிறாரே[3]

என்று பாடுகிறார்.

திருச்சிராப்பள்ளியில் உள்ள சிந்தாமணியில் ஏற்பட்ட நிலையைக் கோபாலகிருஷ்ணநாயுடு,

> சிந்தாமணி கடைவீதி ஜலத்தினால் மூழ்கியிருக்க பள்ளுபறை
> சேரியிலே பறந்ததடி ஜனங்களெல்லாம்[4]

எனப் பாடுகிறார்.

நா. சபாபதி தாசரின் வெள்ளச் சிந்து,

> தேவதானம் பறச்சேரி முழுகிட
> சேதவிபரம் தெரியவில்லை
> பாவம் கடவுள் நம் மேழைபடுந் துயர்
> பார்த்தும் பாராதென்ன பாதகமோ
> ஆதித்திராவிடர் வாழ்தெரு மூழ்கிய
> அப்புர மேகி அவர்களெல்லாம்
> நாதியிலாது பொருள்களை போட்டுடன்
> நாற்றிசையாலும் வெளியானார்

---

2. Joan P. Mencher, 'Kerala and Madras: A Comparative Study of *Ecology* and Social Structure', *Ethnology* (April 1966), Vol. V, No. 2, pp. 149 – 150.

3. டி.எம். ஜன்னபா சாய்பு, *திருச்சி காவேரி வெள்ளச் சிந்து*, ப. 3.

4. கோபாலகிருஷ்ணநாயுடு, (கொள்ளிடம் காவேரியில் வெள்ளம் வந்த *நடை அலங்காரச் சிந்து* ப. 3.

மாமலைபோல் விழும் வீடுகள் தன்னை
மதிப்பிடவொண்ணா மனவருத்தம்
ஜாமான் பலதுடன் சக்கிலியத்தெரு
ஜாடாய் முழுகி தயங்குதையோ

எனப் பாடுகிறது.[5] பெருவெள்ளம் தலித்துகளின் வாழிடத்தைச் சூழ்ந்து குடியிருப்புகளை அடித்துச் சென்றதை வெள்ளச் சிந்துகள் பாடியுள்ளன. அ. ஆதிமூல நயினார்,

முடிகண்டனூறது முழுகியேபோச்சுது
மேடுகள்பார்த்துமே ஓடியொழியலாச்சு
வல்லம்பரச்சேரி வலசையாயோடிற்று
வாகானமணமேடு வந்துசேரலாச்சு

மணமேடுரோட்டெல்லாம் மாரளவுஜலம்
மண்ணியார்பெருகியே அன்னீதம்செய்தது
பாக்கம்பறச்சேரி பஞ்சுபோல் பறந்தது
கோழிக்குஞ்சுகளெல்லாம் கூறைமேல்கூவிட

வாகானவறகடை பிள்ளைமாரெல்லோரும்
வருந்தோடைகுருவையை திருத்தியேநட்டார்கள்
சம்பா விறைகளை சரிவரவிட்டார்கள்
சாஸ்திபறையறாலே ஆஸ்தியைசிலவிட்டார்
இன்னமும்பாறாய் பறச்சேரி வீடெல்லாம் ஆறாய்
தர்மகுணமுள்ள தாழஞ்சேரிபிள்ளை
சம்பாகுருவையை ஜாஸ்தியாய்நட்டார்கள்
கள்ளனைப்போல்வந்து வெள்ளமழிக்கவும்
பள்ளன்பறையன்வீடு கொள்ளையாய்போகவும்

மேலமறாந்தூரார் மேவினார் மாயூரம்
மேலானூரனைவரும் புலம்பித்தவிக்கவே
புளியங்குடியதை பெயர்க்குதுஅடியோடு
கன்னியாகுடிபறை காலியாய்போகவே

பட்டிமோட்டாரெல்லாம் திட்டின்மேலேறினார்
பாலூறான்படுகை சாலையிலோடினார்
வாடியிலுள்ளவர் நாடினார்ரோட்டின்மேல்
பறச்சேரிவீடெல்லாம் பாழாகப்போச்சுது

எனப் பாடியுள்ளார்.[6]

பெருவெள்ளம் விளைவித்த பேரழிவில் சாதியப் படிநிலை இருந்ததை வெள்ளச் சிந்துப் படைப்பாளிகள் பாடியுள்ளனர். வாழிடங்களில் பெருவெள்ளம் சூழ்ந்ததில் சாதியப்படிநிலை இருந்ததை அரசுப் புள்ளி விபரங்கள் தெரிவிக்கின்றன. துணை

5. நா. சபாபதி தாசர், *காவேரி கொள்ளடத்தின் பிரளயம்*, (1924), பக். 7–8.

6. அ.ஆதிமூலநயினார், *பலவூர் வெள்ளச்சேதப் பரிதாபச் சிந்து* பக். 3–5.

வட்டாட்சியர் ஒருவர் சிதம்பரம் வட்டம் கஞ்சங்கொல்லைக் கிராமத்தில் ஏற்பட்ட பெருவெள்ளப் படிநிலையை 1924 ஜூலை 27ஆம் நாளிட்ட அறிக்கையில் பதிவு செய்துள்ளார். "அன்று மாலை ஐந்து மணிக்கு வெள்ளம் கிராமத்திற்குள் நுழைந்தது. பிராமணர் தெருவில் மூன்று அடியாகவும், சாதி விவசாயிகளின் தெருவில் ஐந்து அடியாகவும் சேரியில் ஆறு அடியாகவும் வெள்ளம் உயர்ந்தது."[7] இது வாழிடங்களை வெள்ளம் சூழ்ந்ததில் சாதியப் படிநிலை இருந்ததைத் தெளிவுபடுத்துகிறது. அவ்வாறென்றால் மேட்டுப்பகுதியில் வசிக்கும் நிலவுடைமைச் சாதிகளைப் பெருவெள்ளத்தால் தாக்க இயலாதோ? என்ற கேள்வி இங்குத் தவிர்க்க இயலாதது.

செயற்கையை வீழ்த்திய இயற்கை

படிநிலைச் சாதியின் உச்சத்திலும் புவிப்பரப்பில் மேட்டுப் பகுதியிலும் பாதுகாப்பாகக் குடியிருந்த பார்ப்பனர்களை யும் காவேரிப் பெருவெள்ளம் விட்டு வைக்கவில்லை. கோபாலகிருஷ்ணநாயுடு,

ஒத்து ஒத்து என்று சொல்லி உறுமுகின்ற பார்ப்பனர்கள் சேரி
முத்து முத்து என்று சொல்லி முழுதும் நடந்தாரடி[8]

எனப் பாடியுள்ளார். ஆதிமூலநயினார்,

அய்யங்கார் வீடெல்லாம் பொய்யாகப் போச்சுது

எனப் பாடினார்.[9] சீர்காழி வட்டம் வடரெங்கத்தில் பார்ப்பனர்கள் பாதிக்கப்பட்டதை ரெங்கராஜா,

வடரெங்கம் ரெங்கனாதர் கோவிலை யிடித்தே
அக்ரகாரத்தை அடியோடு ஒழித்தே

எனப் பாடுகிறார்.[10] அங்கிருந்த ஸ்ரீ ரங்கநாதர் கோயிலும் அக்ரகாரமும் பெருவெள்ளத்தால் அழிந்துவிட்டன. ஸ்ரீ ரங்கநாதர் சிலையைச் சிலர் காப்பாற்றினர்.[11] வடரங்கத்தில் அக்ரகாரமும் கோயிலும் கொள்ளிட ஆற்றின் உள்கரையில் அமைக்கப்பட்டதால் இந்நிலை ஏற்பட்டது. இதுபோலப்

---

7. G.O. 1482 – 83, Revenue (23 September 1924).

8. கோபாலகிருஷ்ணநாயுடு, கொள்ளிடம் காவேரியில் வெள்ளம் வந்த நடை *அலங்காரச் சிந்து*, ப. 3.

9. அ. ஆதிமூலநயினார், *பலவூர் வெள்ளச்சேதப் பரிதாபச் சிந்து*, ப. 4.

10. ரெங்கராஜா, *சீர்காழி தாலுக்கா வடரெங்கம் கொள்ளிட வெள்ளக் கோலாகலச்சிந்து*, ப. 9.

11. யமுனா புத்ரன், 'வடரங்கம்', *பாரதமணி* (ஜூன் 1946), பக். 318 – 320.

பார்ப்பனர்கள் வேறுஎங்கும் பாதிக்கப்பட்டதாகக் குறிப்புகள் இல்லை. அவர்கள் குறைந்த அளவு பாதிப்புக்கு உள்ளாயினர். பெருவெள்ளம் சூழ்வதிலிருந்து தற்காத்துக் கொள்வதற்காகச் சுயநலத்துடன் பார்ப்பனர்கள் மேட்டுப்பகுதியில் கிராமங்களை அமைத்துக் கொண்டாலும் தற்காத்துக் கொள்ள முடியவில்லை; இயற்கை பலம் வாய்ந்தது என்பதைக் காவேரிப் பெருவெள்ளம் நிரூபித்தது. எனவே, மாமழைக் காலப் பெருவெள்ளம் பார்ப்பனர் உள்ளிட்ட பிற ஆதிக்கச் சாதியினர் வாழிடத்தில் சூழாததும் அல்லது குறைவாகச் சூழ்வதும் நேர்மாறாகத் தலித் வாழிடம் வெள்ளக்காடாய் மாறுவதும் இயற்கையினால் ஏற்படுவதல்ல. அது இந்துமதப் படிநிலைச் சாதியச் சமூகத்தால் திட்டமிட்டு ஏற்படுத்தப்பட்டது என்பது தெளிவு.

சுத்தமும் அசுத்தமும்

இயற்கைப் படிநிலைக்கும் செயற்கைப் படிநிலைக்கும் இடையேயான கட்டமைப்பின் சாதிய அரசியலில் சுத்தம் X அசுத்தம் என்ற நோக்கமும் இருக்கிறது. இதைப் புரிந்து கொள்வதற்கு லூயி தூமோவின் சுத்தம் X அசுத்தம் என்ற இருமைஎதிர்வுக் கோட்பாடு அவசியம். இந்துமதப் படிநிலைச் சாதியக் கட்டமைப்பில் இருக்கின்ற சுத்தம் X அசுத்தம் என்ற இருமைஎதிர்வு மேடு X பள்ளம் என்ற இருமைஎதிர்வோடு பிணைக்கப்பட்டுள்ளது. பெருமழையானது மேட்டுப் பகுதியிலிருக்கும் குப்பைக்கூளங்கள், சேறுசகதிகளை வாரிக் கொண்டு பள்ளமான பகுதியை நோக்கிப் பாய்ந்து அங்குத் தேங்கும். மேலும் தாழ்வான பகுதியில் பெய்யும் மழையும் அங்கேயே தேங்கும். இதனால் மேட்டுப்பகுதி சுத்தமாகவும் தேங்கும் பகுதி அசுத்தமாகவும் மாறும். மேட்டுப் பகுதியில் பார்ப்பனர்களும் பள்ளமான பகுதியில் தலித்துகளும் வாழும் இக்கட்டமைப்பு, முன்னவர்கள் சுத்தமாகவும் பின்னவர்கள் அசுத்தமாகவும் வாழ்வதற்கான ஏற்பாட்டு முறையாகும். இதிலிருந்து வாழுமிடத்திலும் சுத்தம் X அசுத்தம் என்ற கோட்பாட்டை இந்துமதப் படிநிலைச் சாதியச் சமூகம் நுட்பமாகக் கட்டமைத்துள்ளதைப் புரிந்துகொள்ளலாம். கிராமம் X சேரி என்ற இருமைஎதிர்வுக் கட்டமைப்பில் சேரியைக் கிராமம் அசுத்தப்படுத்துகிறது; சேரி அதைத் தாங்குவதால் கிராமம் சுத்தமாக இருக்கிறது. பேரழிவைப் பெருவெள்ளம் ஏற்படுத்திக் கொண்டிருக்கும் தருணம் படபடப்பானது. உயிரைக் காப்பாற்றிக் கொள்ள மக்கள் ஓடோடிக்கொண்டு இருப்பர். ஆனால் அந்நிலையிலும் ஆதிக்கச் சாதியினர் தீண்டாமையைக் கடைப்பிடித்ததைக் கோபாலகிருஷ்ணநாயுடு,

> சேரியிலே புகுந்துவரும் நாற்றச்சேற்றை அணிந்தவரும் கரை கடந்து போனவுடன் கனத்த செண்டை பூசுறார்கள்[12]

எனக் காட்டுகிறார்.

பேரழிவில் படிநிலை

இந்துமதப் படிநிலைச் சாதியச் சமூகக் கட்டமைப்பால் மழைக்காலங்களில் வீடுகளை இழத்தல், நோய்த் தாக்குதல் எனப் பல இன்னல்களைத் தலித்துகள் கூடுதலாக அனுபவிக்கின்றனர். காவேரிப் பெருவெள்ளம் பாதித்த ஆற்றுக் கரையோரக் கிராமங்களைப் பார்வையிட்ட ஒருவர், "இந்தப் பிரதேசங்களில் வசிப்பவர்கள் பரம ஏழைகள், சிறிய குடிசைகளில் குடியிருந்து கொண்டு, அன்றாடம் வேலை செய்து கிடைக்கும் ஊதியத்தைக்கொண்டு கால ஷேபம் செய்துவந்தார்கள்." எனக் குறிப்பிட்டார்.[13] "வீடுகளையும் உடைமைகளையும் இழந்தவர்களில் ஆகப்பெரும்பாலானோர் 'ஏழை மக்கள்' என அரசின் மாவட்டக் கையேடுகள் பொதுவாகக் குறிப்பிட்டன. வர்க்கக் கண்ணோட்டத்தில் கூறப்பட்ட இந்த 'ஏழை மக்களில்' பெரும்பாலானோர் பறையர், பள்ளர் சாதிகளைச் சேர்ந்தோர் என்று சேலம் மாவட்ட ஆட்சியர் குறிப்பிட்டார்.[14] வீடுகளின் அழிவில் சாதியப் படிநிலை இருந்தது. திருச்சிராப்பள்ளி மாவட்டம் உடையார்பாளையம் வட்டம் திருமலைவாடி கிராமத்தில் 350 வீடுகள் இருந்தன. அங்குப் பார்ப்பனர்களின் நான்கு வீடுகளும் சாதி இந்துக்களின் பதினாறு வீடுகளும் தலித்துகளின் ஐம்பது வீடுகளும் அழிந்தன. பேரழிவில் இப்படிநிலை இருந்ததற்குக் காரணம் என்ன? செங்கற்களால் காரைவீடுகள் கட்டுவதற்குத் தலித்துகளுக்கு அனுமதி மறுக்கப்பட்டது; தாழ்வான பகுதிகளில் களிமண், கீற்று போன்றவற்றால் கட்டப்பட்ட தலித்துகளின் வீடுகளைப் பெருவெள்ளம் கூழாகக் கரைத்து இழுத்துச் சென்றது.

மேட்டுப் பகுதியில் செங்கற்களால் கட்டப்பட்ட பார்ப்பனர், ஆதிக்கச் சாதியினரின் வலுவான காரைவீடுகளில் பாதிப்பு குறைவு. பார்ப்பனர் வீடுகள் மிகக் குறைந்த எண்ணிக்கையில் அழிந்ததற்கு காரணம் என்ன? தஞ்சாவூர் வட்டம், மருவூர்க் கிராமத்தில் செங்கற்களால் கட்டப்பட்ட பார்ப்பனர் வீடுகள் தவிர அங்கிருந்த பிற சாதியினரின் வீடுகள் வெள்ளத்தில் முற்றிலும் அழிந்தன. மேட்டுப் பகுதியில் வாழும் சமூக

---

12. கோபாலகிருஷ்ணநாயுடு, கொள்ளிடம் காவேரியில் வெள்ளம் வந்த *நடை அலங்காரச் சிந்து*, ப. 3.

13. நேரில் கண்டவர், *ஆரோக்கிய தீபிகை* (ஆகஸ்ட், 1924), ப. 157.

14. G.O. 1587, Revenue (11 October 1924).

உரிமையும் வலுவான காரைவீடுகளைக் கட்டுவதற்கான உரிமையும் அதற்கான பொருளாதாரப் பலத்தையும் பெற்றிருந்த பார்ப்பனர், ஆதிக்கச் சாதியினர் குறைவான பாதிப்பை அனுபவித்தனர்.[15] படிநிலையின் உச்சியில் இருப்பவர்களுக்குத் தரப்பட்டுள்ள கூடுதல் உரிமைகளால் அவர்கள் குறைவான பாதிப்புகளை அடைந்தனர். இதற்கு நேர்மாறாக, கீழ்நிலையில் அழுத்தப்பட்டவர்கள் உரிமைகளற்ற நிலையையோ குறைந்த உரிமைகளையோ பெற்றிருந்ததால் அவர்கள் கூடுதல் பாதிப்புகளை அனுபவித்தனர். இதைக் காவேரிப் பெருவெள்ளம் விளைவித்த பேரழிவு நிரூபிக்கிறது.

பறையருக்கு நிவாரணம்

காவேரிப் பெருவெள்ளத்தில் பல சாதியினரும் பாதிக்கப் பட்டதால் அனைவருக்கும் நிவாரணம் வழங்கப்பட்டது. நிவாரணம் கொடுத்தபோது சாதி இந்துக்களை 'விவசாய சாதி' என்றும் தலித்துகளைப் 'பறையர்' என்றும் குறிப்பிட்டனர். வெள்ளச் சிந்துகளிலும் பிற ஆவணங்களிலும் இதைக் காணமுடிகிறது. ரெங்கராஜா,

அனேக புண்ணியவான்கள் அரிசிபடிதந்து
அதற்கான சிலவுக்கு அரையணா ஈந்துமே
அலுத்த ஜனங்களை ஆதரித்தழைத்துமே
அழகான செட்டிநாட்டாரும் கிளம்பியே நல்ல
துணிகளைவாங்கியே தந்தார் ஜனங்களின்
துக்கத்தை மாற்றியே ஓழித்தார்

எனப் பாடுகிறார்.[16] இந்தப் பாடல் வரிகள் பாதிக்கப்பட்ட மக்களுக்கு உதவிபுரிந்ததைக் கூறுகிறது. உதவியைப் பெற்றவர் எந்தெந்தச் சாதிகளைச் சேர்ந்தவர் எனக்குறிப்பிடவில்லை. ஆனால் பறையருக்கு வழங்கப்பட்டதை வேறொரு இடத்தில் ரெங்கராஜா,

பணக்காரர் ஏழைகட்குப் படியரிசி அரையணாவும்
ஒருவாரம் கஞ்சி காச்சி ஊற்றினார்கள் பறையருக்கு
இந்தச்சேதி கேட்டவுடன் நாட்டுக்கோட்டைச் செட்டிகளும்
எடுத்துத் தந்தார் சீட்டித்துணி ஏழை பற ஜாதியர்க்கே

எனப்பாடுகிறார்.[17] இதுபோல் இலங்கை நிவாரண நிதி அமைப்பும் பல சாதியினருக்கு நிவாரணம் வழங்கியபோதிலும் தலித்துகளுக்கு

---

15. The Ceylon Emigration Commissioner, *Ceylon Relief Fund*, pp. 20 & 23.

16. ரெங்கராஜா, *சீர்காழி தாலுக்கா வடரெங்கம் கொள்ளிடவெள்ளக் கோலாகலச்சிந்து*, ப. 8

17. மேலது.

வழங்கியதை "ஆதிதிராவிடர்களுக்கு வழங்கப்பட்டது" எனக் குறிப்பிட்டுள்ளது. தலித்துகளுக்கு நிவாரணம் வழங்கியபோது சாதிப் பெயர் குறிப்பிடப்பட்டது.

புகலிடத்தில் படிநிலை

பெருவெள்ளத்தில் வீடுகளை இழந்தோர் வீதியில் தற்காலிமாகக் குடியேறினர். சில பகுதிகளில் பொதுச் சத்திரம், கோயிலில் தங்கினர். சமயச்சார்பற்ற, சமயம்சார்ந்த பொதுவெளிகளில் அனுமதி மறுக்கப்பட்ட அக்காலத்தில் தலித்துகள் அங்குத் தங்குவதற்கு அனுமதிக்கப்பட்டனரா? எனத் தெரியவில்லை. வெள்ளச்சிந்துகளும் பிற ஆவணங்களும் இது குறித்துப் பதிவு செய்யவில்லை. இந்த வெள்ளத்தின்போது கேரளத்தில் சாதி, வர்க்க வேறுபாடின்றித் தங்கினர். கொடுகளூர் கொச்சுண்ணித் தம்புரான் கேரளத்தில் பெருவெள்ளம் தீண்டாமையையும் வர்க்க வேறுபாட்டையும் வாரிச்சென்றதாகத் தன் வெள்ளச் சிந்தில் பாடினார். அங்குப் பல சாதியினரும் ஒன்றாக இடைவெளியின்றி இருந்தனராம்.[18]

படிநிலைப் புனரமைப்பு

காவேரிப் பெருவெள்ளத்திற்குப் பின்னர் வீடு கட்டுதல், புதிய கிராமங்களைத் தோற்றுவித்தல், மணல்திட்டு அகற்றம், அணை, ஆறு உடைப்புகளை அடைத்தல் ஆகிய புனரமைப்புப் பணிகள் மேற்கொள்ளப்பட்டன. மிக இறுக்கமாகத் தீண்டாமை செயல்பட்ட அக்காலத்தில் மீட்புப்பணியில் ஈடுபட்டவர் யார்? தலித்துகளோடு பிற்படுத்தப்பட்ட சாதியினர் இணைந்து பணியாற்றினரா? போன்ற கேள்விகள் எழுவது இயல்பு. இழந்த வீடுகளை மீண்டும் கட்டுவதற்கான பொருளாதாரத்தைச் சிலர் கொண்டிருந்தனர். அரசு, தொண்டு நிறுவனங்களின் நிவாரண நிதியைச் சில சாதியினர் வாங்கவில்லை. தாங்களாகவே நிதி திரட்டி வீடு கட்டினர். பலருக்கும் அச்சக்தி இல்லை. குறிப்பாகத் தலித்துகள் பொருளாதாரமின்றித் தவித்தனர். "மீனவர், பண்டாரம், சக்கிலியர்" போன்ற சாதிகளைச் சேர்ந்தோர் சுயமாக வீடுகட்ட இயலாமல் இருக்கும் நிலையைக் கோயம்புத்தூர் மாவட்ட ஆட்சியர் குறிப்பிட்டார்.[19] இவர்களுக்கு மட்டுமின்றித் தலித்தல்லாத ஆதிக்கச் சாதிகளுக்கும் அரசும் தொண்டு நிறுவனங்களும் வீடு கட்டுவதற்கான மூலப்பொருட்களைக் கொடுத்தன. அவரவர் வீடுகள் அவரவரால் கட்டப்பட்டன.

---

18. Meenu Jacob, '1924 Flood of Tranvancore: A Literary Representation', p. 78.

19. G.O. 1548, Revenue (04 October 1924).

இதனால் ஏற்பட்ட ஊதிய இழப்பை ஈடுகட்டுவதற்காக வீடு கட்டும் பணியைச் செய்த நாட்களுக்குத் தொண்டு நிறுவனங்கள் ஊதியம் கொடுத்தன. இலங்கை நிவாரண நிதியானது பொருளாதாரப் பலமற்ற தலித்துகளுக்குக் கூடுதல் ஊதியமும் (ரூ. 10 முதல் ரூ. 15 வரை) வலுவானவர்களுக்குக் குறைந்த ஊதியமும் (ரூ. 2 முதல் ரூ. 8 வரை) கொடுத்தது.

காவேரிப் பெருவெள்ளம் சில கிராமங்களை அழித்ததால் அவை புதிய இடங்களில் மறுநிர்மாணம் செய்யப்பட்டன. அவை இந்துமதப் படிநிலைச் சாதியக் கட்டமைப்பின்படி ஏற்கனவே இருந்ததுபோல் வாழிடம் ஒதுக்குதல், தெருக்கள் அமைத்தல், கோயில் கட்டுதல் என அமைக்கப்பட்டன. ஏற்கனவே இருந்துவந்தது போல் அந்தந்தச் சாதியினருக்குத் தனித்தனியாகவே குடியிருப்புகள் அமைக்கப்பட்டன. அதுமட்டுமின்றி அந்தந்தச் சாதிகளின் வர்க்க நிலையும் அவ்வாறே பேணப்பட்டது. இதற்கு அரசும் துணையாக இருந்தது. திருச்சிராப்பள்ளி அருகே முருங்கப்பேட்டைக் கிராமத்தில் இந்துக்களும் இசுலாமியர்களும் இருந்தனர்; தலித்துகள் இல்லை. இக்கிராமம் புதிய இடத்தில் உருவாக்கப்பட்டது. அதற்கான திட்டத்தை வடிவமைத்தபோது அனைவருக்கும் சமமாக நிலம் ஒதுக்கவில்லை. அங்கு வாழ்ந்த மக்களை முதலாம், இரண்டாம், மூன்றாம் வகுப்புகள் எனப் பிரித்தனர். அதன் அடிப்படையில் முதல் வகுப்புக்கு (21 குடும்பங்கள்) பத்து சென்ட், இரண்டாம் வகுப்புக்கு ஐந்து சென்ட் (79 குடும்பங்கள்), மூன்றாம் வகுப்புக்கு (40 குடும்பங்கள்) மூன்று சென்ட் என வர்க்க நிலைக்கு ஏற்றவாறு வீட்டுமனைகள் ஒதுக்கப்பட்டன. அக்கிராமத்தில் தலித்துகள் இல்லை. அந்தக் கிராமத்தில் மூன்றாம் வகுப்பு எந்தச் சாதி? என்பதை அறிந்து கொள்ள இயலவில்லை.[20] பெருவெள்ளம் சிதைத்த இந்துமதப் படிநிலைச் சாதியக் கட்டமைப்பைச் சாதியச் சமூகமும் அரசும் இணைந்து மீண்டும் புனரமைத்தன.

பொதுப்பணியில் சாதி

காவேரிப் பெருவெள்ளத்தால் நீர்நிலை, பாலம், கோயில்களும் சேதமடைந்தன. இதில் கோயில் புனரமைப்புத் தரவுகள் கிட்டவில்லை ஆகவே அதில் எந்தெந்தச் சாதியினர் ஈடுபட்டனர் என்பதை அறிய இயலவில்லை. நீர்நிலைகளைப் புனரமைப்பதில் ஏராளமான தொழிலாளர்கள் ஈடுபட்டனர். கிணறு தோண்டும் தொழிலில் திறமையுடைய ஒட்டர் சாதியைச் சேர்ந்தோர் ஆறு, அணை உடைப்புகளை அடைப்பதற்கு

---

20. G.O. 666, Revenue (6 May 1925).

வரவழைக்கப்பட்டனர். அகரஎளத்தூர், சிப்பிலியூர் ஆகிய பகுதிகளில் ஏற்பட்ட உடைப்புகளை அடைப்பதற்குத் திருவண்ணாமலையிலிருந்து ஒட்டர் சாதியினர் 200 பேர் அழைக்கப்பட்டனர்.[21] கல்லணைப் புனரமைப்புப் பணியில் படகுகளை மீனவர்கள் இயக்கினர்.

சாதியா? மனிதரா?

காவேரிப் பெருவெள்ளம் அநாதைகளை உருவாக்கியது மிகத்துயரமானது. " . . . எத்தனை குடும்பங்கள் அடியோடு அற்றுப் போயினவோ எத்தனை குழந்தைகள் தாய் தந்தையரை இழந்து தவியாய்த் தவிக்கின்றனவோ" எனக் கூறிய பாலபாரதி[22] பத்திரிகை, அநாதையான குழந்தைகளைப் பாதுகாக்க அந்தந்தச் சாதியினர் முன்வரவில்லை என வருந்தியது. இந்நிலைப்பாடு பாலபாரதி பத்திரிகை குழந்தைகளைச் சாதியாகக் கண்டதைத் தெரிவிக்கிறது.

> துறந்தார்க்கும் துவ்வாதவர்க்கும் இறந்தார்க்கும்
> இல் வாழ்வான் என்பான் துணை –

என்பதை அங்கேயுள்ள கிரகஸ்தர் நினைத்துப் பார்த்து அநாதைக் குழந்தைகளை எடுத்து வளர்க்க முற்படுவர் என நம்புகிறோம். சேரமாதேவி பரத்து வாஜ ஆசிரமம் தனக்குச் சக்தி உள்ள அளவுக்கு இந்த வெள்ளத்தில் அநாதைகளாகிவிட்ட குழந்தைகளை வளர்ப்பதற்குச் சித்தமாக இருக்கிறது என்று அதன் காரியஸ்தர் நமக்குத் தெரிவிக்கிறார்" என அப்பத்திரிகை கூறியது. இக்காலத்தைப் போல அன்று அநாதைகளைப் பாதுகாப்பதற்கெனக் காப்பகங்கள் இல்லை ஆகவே காவேரிப் பெருவெள்ளத்தால் அநாதைகளானோரின் நிலை என்ன? என்பது கேள்வியாகவே இருக்கிறது.

---

21. G.O. 1428, Revenue (14 September 1925).

22. 'ஆலோகன அவலோகனம்', *பாலபாரதி* (ஐப்பசி, 1924).

முடிவுரை

வரலாறு கற்பிக்கிறது

மனித சமூகம் பல வடிவங்களில் நிகழ்வுகளைப் பதிவு செய்கிறது. அச்சுப் பண்பாட்டு அறிமுகத்துக்குப் பின்னர் மாமழை, பெருவெள்ளம், பேரழிவு குறித்த பதிவுகள் மிகுதியாகக் கிடைக்கின்றன. இவை கலை இலக்கிய வடிவில் பதிவு செய்யப்பட்டன. கிடைத்திருக்கும் வெள்ளச் சிந்துகளில் 1923ஆம் ஆண்டு தாமிரபரணி ஆற்றில் ஏற்பட்ட வெள்ளத்தைப் பற்றிப் பாடப்பட்ட பாடல்கள்தாம் முதல் வெள்ளச் சிந்து எனக் கருதலாம். இது இரு பாகங்களாக வெளியிடப்பட்டது. இரண்டாம் பாகம்தான் கைக்குக் கிட்டியது. இங்கு அது இணைக்கப் பட்டுள்ளது. 1924ஆம் ஆண்டுப் பெருவெள்ளம் தமிழிலும் மலையாளத்திலும் இலக்கியங்களாக ஆவணப்படுத்தப்பட்டன. மலையாளத்தைவிட தமிழில் ஏராளமான ஆவணங்கள் வெளியாயின. அதேசமயம் மலையாளத்தில் அவ்வெள்ளத்தைப் பற்றி எழுபதுகளுக்குப் பிறகு கலைப் படைப்புகள் வெளியாயின. தமிழில் அத்தகைய முயற்சிகள் இல்லை. இப்படைப்புகள் பெருவெள்ள நிகழ்வை அவ்வாறே பதிவு செய்துள்ளன. அதேசமயம் பெருமழைக்கும் பேரழிவுக்குமான காரணத்தை மழை, கடவுள் மீது சுமத்தின. அன்றைய காலங்களில் அந்த அளவுக்குத்தான் புரிதல் இருந்தது; மலையாளத்திலும் தமிழிலும் சில படைப்பாளர்கள் சாதியையும் கணக்கில் கொண்டனர்; பிற சாதிகளைவிடத் தலித்துகள் வெள்ளத்தில் சிக்கித் தவிப்பதைப் பாடினர். இந்தச் சிந்துகளை இயற்றியோர் தலித்தல்லாத

சாதிகளைச் சேர்ந்தோர்; பொருளாதாரத்தில் வலுவானவர்கள். எஸ்.எஸ்.எம். அர்த்தனாரிசாமி செட்டியார் தன் படைப்பில் "அர்த்தனாரிசாமி மெத்தையைத் தவிர மற்ற கட்டிடம் எல்லாம் விழுந்ததைப் பாரடியே" என்ற வரியில் அவர் தன்னைக் குறிப்பிடுகிறார். படைப்பாளர் வசதிபடைத்தோர் என்பதை இது தெரிவிக்கிறது. இருப்பினும் சார்புத் தன்மையின்றி அவற்றைப் படைத்தனர். காவேரிப் பெருவெள்ளத்தால் பெரும் பாதிப்புகளை அனுபவித்தவர் தலித்துகள். அன்றைய காலத்தில் பதிப்புப் பணிகளில் ஈடுபட்ட தலித்துகள் வெள்ளச் சிந்துகளைப் பதிப்பிக்காதது ஏன்? என்ற கேள்வி பதிலற்று நிற்கிறது.

மலையடிவாரத்தில் மழை பொழிந்தது என்றன வெள்ளச்சிந்துகள். அதன் அளவைக் கூறவில்லை. மழையை அளவிடுவதற்கான அறிவியல் முறை பாரம்பரிய சமூகத்தில் இருந்ததா? எனத் தெரியவில்லை. பிரித்தானிய ஏகாதிபத்தியக் காலந்தொட்டு மழையளவு பதிவு செய்யப்படுகிறது. மழை பொழிந்த பின்னர்தான் அளவு தெரிகிறது. மிதமான அல்லது கனமான மழை பெய்யக்கூடும் என்ற அறிவிப்புகள் சில சமயம் பொய்த்துவிடுகின்றன; பல சமயம் மெய்யாகின்றன. முன்கூட்டியே மழையளவைத் துல்லியமாகக் கூற இயலாது. ஆகவே பெருவெள்ளம் ஏற்படுவதைக் கணிக்க இயலாது. எனவே பெருவெள்ளம் ஏற்பட்டால் மழையைக் குற்றவாளியாக்குவது தவறு. ஏனென்றால் குறைவாகவோ கூடுதலாகவோ மழை பொழிவது இயற்கையானது; அதைத் தடுக்கவும் முடியாது. ஆனால் அதேசமயம் கடந்தகாலங்களில் பொழிந்த மழையளவையும் பெருவெள்ளத்தையும் கணக்கில்கொண்டு பாதுகாப்பான வாழ்க்கையை அமைக்க இயலும். காவேரிப் பெருவெள்ளத்திற்கு முன்பே பிரித்தானிய ஏகாதிபத்தியம் மழையளவைப் பதிவு செய்தது. வெள்ளச் சிந்துகளைப் படைத்தோர் 'எதிர்பாராத' மழை எனக் கூறியதை ஏற்கலாம். ஆனால் தொடர்ந்து கடந்தகால மழையளவை ஆவணப்படுத்திய பிரித்தானிய ஏகாதிபத்தியம் அவ்வாறு கூறுவதை ஏற்க இயலாது. காரணம் அரசின் கடமைகளில் முக்கியமான ஒன்று தன்னால் ஆளப்படும் மக்களை எல்லா இன்னல்களிலிருந்து பாதுகாப்பதும் ஆகும். ஆனால் தங்களின் "வளர்ச்சி"க்காக இயற்கை நீர்த்தேக்கிகளையும், நீர் வழித்தடங்களையும் ஆக்கிரமித்து அழித்துப் பேரழிவுக்கு வித்திட்ட பிரித்தானிய ஏகாதிபத்தியமும் அந்நியத் தனியார் நிறுவனங்களும் பேரழிவிலிருந்து மக்களைக் காக்கும் என எதிர்பார்க்க இயலாது. நீர்வழித்தடங்கள், நீர்த்தேக்கிகள் போன்றவற்றை அழித்தும் ஆக்கிரமித்தும் உருவாக்கப்படும் வளர்ச்சி பெரும் வீழ்ச்சியை விளைக்கும் என்பதற்குக் காவேரிப்

பெருவெள்ளமே சாட்சி. எனவே ‘வளர்ச்சி’ என்ற கவர்ச்சியான அரசியல் வாதத்தை விமர்சனப்பூர்வமாக அணுக வேண்டும். ‘வளர்ச்சி’ என்றால் என்ன? ‘வளர்ச்சி’ யாருக்கானது? ‘வளர்ச்சி’ விளைவிக்கும் எதிர்மறை விளைவுகள் என்னென்ன? போன்ற வினாக்கள் கேட்கப்பட வேண்டியவை.

காவேரிப் பேரழிவில் இந்துமதப் படிநிலைச் சாதியக் கட்டமைப்பின் உச்சத்திலும் புவிப்பரப்பின் மேட்டுப் பகுதியிலும் வசித்த பார்ப்பனர்கள் பிற நிலவுடைமைச் சாதிகள் குறைந்த பாதிப்பையும், இடைநிலை ஆதிக்கச் சாதியினர் அவர்களைவிட குறைவான இன்னல்களை அனுபவித்தனர். இந்த இரு பிரிவினரைவிடவும் சமூகக் கீழ்த்தட்டிலும் புவிப்பரப்பின் தாழ்வான பகுதியிலும் வசித்த தலித்துகள் பெரும் பாதிப்புகளை அனுபவித்தனர். அதாவது பேரழிவை விளைவித்ததில் பெருவெள்ளத்திற்கு இணையான பங்கு இந்துமதப் படிநிலைச் சாதியக் கட்டமைப்புக்கும் உண்டு. எனவே, மேடான பகுதிகளில் வசிக்கும் உரிமையைப் பெறுவதும் சமத்துவத்துக்கான போராட்டத்தின் ஓர் அங்கமாக இருக்கிறது. மகளிரைப் பொறுத்தமட்டில் சமத்துவத்துக்கான போராட்டத்தில் மரமேறுதலும் அடங்கும். வெள்ளக்காலங்களில் தங்களைப் பாதுகாத்துக் கொள்வதற்கு அத்திறனைக் கற்றல் தேவையாக இருக்கிறது.

மாமழையும் வெள்ளமும் ஏற்படுகிறபோது ‘வரலாறு காணத மழை’ எனப் பலரும் கூறுகின்றனர். கடந்த காலத்தில் நிகழ்ந்த சகலத்தையும் வரலாறு தன்னுள் பொதிந்து வைத்துள்ளது; அதற்குள் மாமழையும் பெருவெள்ளமும் இருக்கிறது. ‘வரலாறு காணாத மழை’ எனக் கூறுப்படுவதை ஏற்கனவே பல முறை வரலாறு கண்டிருக்கிறது; பேரழிவும் நிகழ்ந்திருக்கிறது. உலகமயத்தால் பன்னாட்டு நிறுவனங்கள் இயற்கையைச் சூறையாடுவதால் ஏற்பட்டுள்ள சூழலியல் சிக்கல் குறித்த ஆராய்ச்சி அறிவியல், சமூக அறிவியல், கலைப் புலம் என அனைத்துத் துறைகளிலும் மேற்கொள்ளப்படுகிறது. இதற்குள் பெருவெள்ளமும் அடக்கம். இந்த ஆராய்ச்சியில் வரலாற்றுப் புலத்தினரும் தங்களை ஈடுபடுத்துகின்றனர்; இது தொடக்க நிலையில் உள்ளது. “வருங்காலத்தில் என்ன நடக்கலாம் என்பதைக் கடந்த காலத்தில் என்ன நடந்தது என்பதை வைத்து ஊகிக்கலாம்” என்ற அம்பேத்கர் கூற்று பெருவெள்ளத்திற்கும் பேரழிவுகளுக்கும் பொருந்தும். காவேரிப் பெருவெள்ளப் பேரழிவு வரலாறு வருங்காலத்தைக் கட்டமைப்பதற்குத் துணைபுரியும்.

புகைப்படங்கள்

1924ஆம் ஆண்டு வெள்ளத்தில் உடைந்த திருச்சிராப்பள்ளி உறையூர் குளம்.

1924ஆம் ஆண்டு வெள்ளத்தில் நொறுங்கிய திருச்சிராப்பள்ளி கொள்ளிடப்பாலம்.

புனரமைக்கப்பட்ட கிராமம்

புனரமைக்கப்பட்ட அசோகபுரம்

புனரமைக்கப்பட்ட கிராமம்

புனரமைப்பு பணி

காவேரிப் பெருவெள்ளம் (1924)

உடுப்புகளைப் பெற்றுக் கொண்ட மக்கள்

வீடுகளைப் புனரமைக்க மூங்கில் வழங்கும் துணை ஆணையர்

கொள்ளிடம் ஆவிரத நிலயம்

இருப்புப்பாதை உடைப்பு, சீர்காழி

காவேரிப் பெருவெள்ளம் (1924)

சான்றுகள்

I. முதல்நிலைச் சான்றுகள்

A. Government Orders, 1924 – 1926

G.O. 1241, Revenue, 13 August 1924.
G.O. 1276, Revenue, 20 August 1924.
G.O. 1448, Revenue, 18 September 1924.
G.O. 1482 – 83, Revenue, 23 September 1924.
G.O. 1548, Revenue, 4 October 1924
G.O. 1587, Revenue, 11 October 1924.
G.O. 1599, Revenue, 15 October 1924.
G.O. 1725, Revenue, 6 November 1924.
G.O. 1759, Revenue, 12 November 1924.
G.O. 1793, Revenue, 20 November 1924.
G.O. 1794, Revenue, 20 November 1924.
G.O. 1974-75-76, Revenue, 22 December 1924.
G.O. 2, Revenue, 3 January 1925.
G.O. 78, Revenue, 15 January 1925.
G.O. 104, Revenue, 20 January 1925.
G.O. 112, Revenue, 20 Janauary 1925.
G.O. 222, Revenue, 9 February 1925.
G.O. 666, Revenue, 6 May 1925.

G.O. 1168, Revenue, 27 July 1925.

G.O. 1379, Revenue, 3 September 1925.

G.O. 1424, Revenue, 12 September 1925.

G.O.1428, Revenue, 14 September 1925.

G.O. 1793, Revenue, 18 November 1925.

G.O. 1244, Revenue, 2 August 1926.

B. Madras Legislative Council Proceedings, 1924 - 1926

MLCP, 14 October 1924, Vol. XX, Part – I.

MLCP, 21 October 1924, Vol. XX, Part – II.

MLCP, 17 November 1924, vol. XXI, Part-I.

MLCP, 28 October 1925, Vol. XXV.

MLCP, 30 October 1925, Vol. XXV.

MLCP, 9 February 1926, Vol. XXVII.

C. District Statistical Appendixes

Ayyar, Krishnaswamy, K.N., Rutherford, T.G., *Statistical Appendix for Malabar District.* Madras: The Superintendent, Government Press, 1933.

Ayyar, Krishnaswami, K.N., Cox, A.R., *Statistical Appendix and Supplement to the Revised District Manual (1898) for Coimbatore District. Madras:* The Superintendent, Government Press, 1933.

Ayyar, Krishnaswami, K.N., *Satistical Appendix Together With a Supplement to the District Gazetteer (1906) for Tanjore District.* Madras: The Suprintendent, Government Press, 1933.

Krishnaswami, K.N., Souter, C.A. *Statistical Appendix Together With a Supplement to the District Gazetteer (1917) for Tinnevelly District.* Madras: The Superintendent, Government Press 1934.

Ayyar, Krishnaswamy, K.N., Hall, J.P., *Stastistical Appendix, together with a Supplement to two District Manuals for South Kanara District.* Madras: The Superintendent, 1938.

Statistical Appendix for the Nilgri District. Madras: The Superintendent, Government Press, 1915.

Statistical Appendix for Trichinopoly District. Madras: The Superintendent, Government Press, 1931.

Statistical Appendix for Trichinopoliy District,Vol.II. Madras: The Superintendent, Government Press, 1931.

Statistical Appendix for South Arcot District Vol. II. Madras: The Superindent Government Press, 1932.

Statistical Appendix, Together with a Supplement to the Disctrict Gazeetteer (1906) for Tanjore District. Madras: The Superintendent, Government Press, 1933.

D. இதழ்கள்

ஆரோக்கிய தீபிகை. ஆகஸ்ட் 1924, தொகுதி – 1, பகுதி – 8.

கிராமானுகூலன், ஜுலை – ஆகஸ்ட் 1924,

தர்மபோதினி, ஜுலை 1924, தொகுதி. 1, பகுதி. 4.

பஞ்சாமிர்தம், செப்டம்பர் 1924,

பாலபாரதி, ஐப்பசி 1924

விவேக சிந்தாமணி, 1911, Vol. XIX, No. 5.

லட்சுமி, டிசம்பர், 1923.

II. இரண்டாம்நிலைச் சான்றுகள்

அ. ஆங்கில நூல்கள் கட்டுரைகள்

Aiyar, Ramanath, S., Sastri, V.L. *Travancore of To-Day.* Madras: Oriental Encyclopedia, 1920.

Adolphus, Woodhouse, W.H. Proceedings of the Chief Conservator of Forests. Madras: The Superintendent, 1932.

Jacob, Meenu. '1924 Flood of Tranvancore: A Literary Representation'. VISTAS, Vol. 5, No. 1, 2016, downloaded at http://groupexcelindia.com.vistas/index.html on 22 June 2018 <http://groupexcelindia.com.vistas/index.html%20on%2022%20June%202018>.

M. June Ja, F. Mauelshagen, 'Disaster and Pre-industrial Societies: Historiographic Trends and Comparative Perspectives'. *The Medival History Journal, 10, 1&2, (2007).*

Mencher, Joan P., 'Kerala and Madras: A Comparative Study of Ecology and Social Structure', *Ethnology.* April 1966, Vol. V, No. 2.

Narasimhan, B., Bhallamudi, S.M., Mondal, A., Gosh, S., Mujumdar, P. *Chennai Floods, 2015: A Rapid Assessment*. Bangalore: Interdisciplinary Centre for Water Research & Indian Institute of Science, 2016.

Nicholson, Scoble, H. Cauvery Floods, 1924. Trichinopoly: Jegam & Co, Dodson Press, 1926.

Wood, H.F.A. Mount Stuart Forests. Madras: Government Press, 1919.

ஆ. தமிழ் நூல்கள், கட்டுரைகள்

அம்பேத்கர் நூல் தொகுப்பு தொகுதி 1. புது டில்லி: இந்திய அரசு, 1993.

அம்பேத்கர் நூல் தொகுப்பு தொகுதி 2. புது டெல்லி: இந்திய அரசு, 1993.

புத்ரன், யமுனா. 'வடவரங்கம்'. *பாரதமணி,* ஜுன், *1946.*

வெங்கடேசய்யங்கார், ஆர். 'ஹொகேனக்கல்'. *தர்மபோதினி,* ஜுலை *1924,* தொகுதி. *1,* பகுதி. *4.*

இ. வெள்ளச் சிந்துகள்

அர்த்தனாரிசாமி செட்டியார், S.S.M. *பவானி காவேரி நதிகளின் வெள்ளச்சிந்து.* பவானி: கோல்டன் பிரஸ், *1924.*

அர்த்தனாரிசாமி செட்டியார், S.S.M. *காவேரியாற்றின் வெள்ளச்சிந்து இரண்டாம் பாகம்.* பவானி: கோல்டன் பிரஸ், *1924.*

ஆதிமூலநயினார், அ. *பலவூர் வெள்ளச்சேத பரிதாபச் சிந்து.* மாயவரம்: வஸந்தா பிரஸ், *1924.*

குமரவேல் நாயனார், கொள்ளிடத்தின் உடைப்பினால் ஏற்பட்ட பரிதாபச்சிந்து – இரண்டாம் பாகம். *1924.*

கோபாலகிருஷ்ணநாயுடு. *திரிசாபுரத்திலும் ஸ்ரீரெங்கத்திலும் கொள்ளிடம் காவேரியில் வெள்ளம் வந்த நடை அலங்காரச் சிந்து.* திருச்சி: ஸ்ரீமட்டுவார் குழலம்பாள் பிரஸ், *1924.*

ரெங்கராஜா. *சீர்காழி தாலுக்கா வடரெங்கம் கொள்ளிடவெள்ளக் கோலாகலச்சிந்து.* சிதம்பரம்: பார்வதி பிரஸ், *1924.*

விநாயகமூர்த்தி செட்டியார், கோ.ச. *காவிரி ஆறு கரைபுரண்ட வெள்ளச்சிந்து இண்டாம் பாகம்.* சென்னை: ஆதிமூலம் பிரஸ், *1924.*

மாணிக்க நாயகர், *கொள்ளிடங்காவேரி வெள்ளவிபத்துச் சிந்து.* சென்னை சூளை: பெரியநாயகியம்மன் அச்சுக்கூடம், *1924.*

முருகேசவாண்டையார், ஆ. கணேசன், T.S. *திருச்சி ஜில்லா விபரீத வெள்ளம்.* திரிசிராபுரம்: நிலயம் பிரஸ், 1924.

முத்துப்பிள்ளை. *தாங்காத வெள்ளத்தால் கொள்ளிடம் உடைப்பாகி சீர்காழி டவுன் தத்தளித்துமீண்ட சிந்து.* சீர்காழி: விலாஸ அச்சுக்கூடம், 1924.

ஜன்னபா சாய்பு, டி.எம். *திருச்சி காவேரி வெள்ளச்சிந்து.* திருச்சி: விலாஸ பிரஸ், 1924.

வெ.நா. சபாபதிதாசர், பூதவெள்ளச்சிந்து

171

இலாவி

1923-ம் ௵ டிசம்பர் ௴ 16-ல்

திருநெல்வேலியில் நடத்த ஜலப்பிரளய

பூதவெள்ளச்சிந்து.

உ-ம் பாகம்

விஜயபுரம்,

வெ. நா. சபாபதிதாசரால்.

இயற்றப்பட்டு,

வள்ளல்நகர் வாசன் வீராசமுத்திரம்,

கவிரத்தினம்

K. N. பாஷாபாவலர் அவர்களால்,

சங்கரநயினார்கோவில்,

"ஆனந்தா பிரிண்டிங் பிரஸில்"

பதிப்பிக்கப்பெற்றது.

1924

(அணா-1)

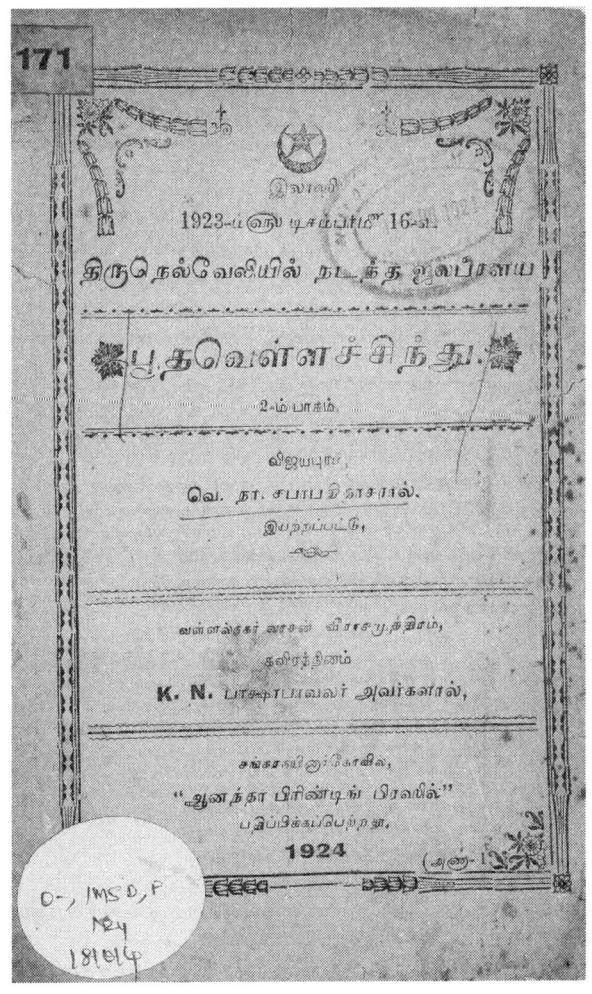

விருத்தம்

பொதிகையில் மாறிதுற்ற பொருணயில் வெள்ளமோங்கி
அதிமகி திருநெல்வேலி அதமுர அனேகர்மாள
விதியா ஈசல்கோப வெகுபல கஷ்டம்
முதியவர் பாடிமெச்ச முன்னவ னருளூற்றோமே

அலங்காரத்தெம்மாங்கு

1. ஆண்டு ருதிரோத்தகாரி ஆகிமிகும் மார்கழியில்
தாண்டுதிருநெல்வேலி தவித்ததையோ வெள்ளமதில்
அடிபார்த்த நெஞ்சம் பதையலாட பன்னிவெள்ளம்பாயலூட
அ. பார்த்திலோமென்பலர் சொல்லூட பளிங்குமெத்தைபில்டிங்

2. அருள்நிறைந்த விராவரம் அடுத்துருகும்பேட்டைநகர் காட
தெருள்பாளையங்கோட்டை திரைகடல்போலானதுவே
அடிவருணன் மலையில் வருஷமாரி வாயுராஜன்வாரிதூரி
தருணம்பாராதண்ணீர்சீரி தாக்கட்டவுனைநோக்கியேரி
அடபொருணைநதியும் பொங்கலேரிபுகுந்தபாவம் புரட்டிவீரி

3. தேமலூர்ஜனமதெல்லாம் தியங்கிமயங்கிடவே
சாமமதில் பிரளயம்போல் ஜலம்புகுந்த சஞ்சலமே
அடிதூரல்மலையில்துளியலாட தூய்மேகசூழ் கநீட
சாரல்வாடைசார்ந்துகூட சாகரம்போல்வெள்ளமோட
அடநேரலுண்டோர்நெஞ்சம்வாட நிலையவொண்ணா அலையுஞ்சாட

4. சொரிமுத்தன்கோவிலப்பால்சூழ்வனத்தில்பெய்தமழை
பறிபோகஜில்லாவை பஞ்சுபெரச்செய்ததையோ
அடி ஏழைபாழைஏங்கலாச்சு எண்ணவொண்ணா சேதமாச்சு
சாலையில்டிங்சாயலாச்சு சாகரம்போல் ஜலமுண்டாச்சு
ஆட ஆலைமில்கள் அதமதாச்சு அய்யோவென்றே அலரலாச்சு

5. சங்கீதடிராமவும் சார்ந்தபயாஸ்கம்பெனியும்
பொங்கேகிஜலம்புரள புதுநடனமாகியதே
அடி தாசிபெண்கள் தவியலாச்சு தாளம்மேளம் தபெலாபோச்சு
வாசித்தபின்பாடல்போச்சு வந்தனண்பர்வோடலாச்சு
அடஆசிசினிமாவும்போச்சு ஆயிலிஞ்சின் அமுங்கலாச்சு

6. மாந்தர்மக்கள்மரமேரிமரணம்வந்ததென்றுசொல்லி
பாந்தமுற்றே ஐம்புலனும் பதரிவிதரினரே
அடி அண்டமிடிபோல் அதிர்முழங்கிட ஆழிஅலைபோல் அலர்துலங்கிட
கண்டவிடமே சுழல் கலங்கிட கட்டடங்களில் பெலம்விளங்கிட
அடகண்டமாறுதசாரலோங்கிட சகலநண்பர்ஜடம்தியங்கிட

7. ஆறடிமேல்முப்பதடி அமுளிபெறடவுனதுள்ளே
ஏரவெள்ளம் வயரெரிந்தார் இஸ்டர்மனம் தத்தளித்தே
அடி கடையும்வீதிகாலியாச்சு கணக்கும்கல்லாபெட்டிபோச்சு
படைபுகும்பெருபள்ளமாச்சு பாதைகாணாபதரலாச்சு
அடி உடையும்ஜிப்பாநடையும்போச்சு ஊர்முழுவதும்பாழதாச்சு

8. கோடானகோடி வெள்ளம் குவலயத்தில் பார்த்திருப்போம்
ஈடாக இதற்கிணையே இதுவரையில் கண்டதெல்லாம்
அடிபெட்டி மெத்தைபீரோ போச்சு பெலத்த ஜவுளிஷாப்பும் போச்சு
கட்டும் சேலை ரவிக்கை போச்சு கணக்கதிலநாசமாச்சு
அட வட்டியீடுகட்டியாச்சு வழியரியாவாடலாச்சு

பொன்னுலவு சென்னிகுள மென்ற மெட்டு

1. பேட்டைநெல்வேலியும் ஜங்சன் தாட்டிகவீராவரமும்
பேர்ப்பெரும் பிரளயத்தின் பாபமோ எவர்
வொப்பியே கொடுத்ததுயர் சாபமோ வெள்ளம்
பின்னிசென்றிட குண்ணி மாந்தர்கள் எண்ணி பற்பல தண்ணிமத்தி
பிள்ளையை எடுத்தணைத்து வோடவே வழி யில்
யில்லையென் கண்ணீறொழுகவாடவே

2. ஆளும்பண்டமாஸ்திகளும் ஆடுமாடனேகஉடை
ஆகிய மூன்றுகோடிமேல்நஷ்டமே பில்டிங்
ஆயிரமாயிரம் விழ்ந்த கஷ்டமே ஜனம்
அங்குமிங்கு ..ங்குல் முற்றிலும் சங்கடத்துயர் தங்களுக்குள்ளே
அய்யோவென் அனேகர் அவராகவே உயிர்
நையவெள்ளத் திலகன்றார் சாகவே

3. பெற்றதன் சிசுவை தோழில்பற்றியே அகன்றிடுவார்
பெண்டுபிள்ளையை இழந்துவாருவார் வேறு
அண்டுதற்கிடமிலை யென்வோடுவார் நகர்
போச்சுதேஎன பேச்சுமீரிட தாக்ஷிபாய் மனம் தேக்ஷிவிட்டுடன்
பெர்ப்பெரும்பிரளயத்தைக் காணவே ஈசன்
கர்ப்பனையோவென்றழுதார் கோணவே

4. வோங்கிய விருக்ஷமதில்யேங்கியேரித் தத்தழித்தார்
வோடவும்வழியதிலாவொண்டனே மனம்
நீடமிகசஞ்சலங்க ளுண்டவே எங்கும்
வோலமாகவே காலம்வந்ததென் ஆலமுண்டவன் கோலமோவென
வொற்றழுதார் ஊர்முழுதும் வொப்பியே உப்பு
பற்றும்வரை யோடும் வெள்ளம் கப்பியே.

5. பத்திரம் அடகுநகை வொத்தி மனைசத்திரமும்
பஞ்சுபேரப்பற்றி வெள்ளம்பாயவே நண்பர்
அஞ்சலுற்றே மெய்மறந்து சாயவே என்ன
பாவம்வந்ததெனதேவனெ எனைக்காவதாரெனகோவெனப் பலர்

பந்தி டந்தி கண்ணி மைநீ ரோடவே துயர்
சந்து பொந்துமேயழுகை நீடவே

நொண்டிச்சிந்து

புரளையகாலமிதென்பார் வயரெரிய பெண்டுபிள்ளை தாய் மகனைப் பிடித்தழுவார் திரளவேமடிந்தோமென்பார் தேவாதி தேவதிருச்செந்தூர்வாழ் குமரதேசிகா வென்பார் சிரந்ததோர் பழணியுரும் சின்னக்குழந்தை செல்வரேகார்த்தாளுமெனசெப்பி விழுவார் மிரந்திடாலாகாலமகற்றி மதுரைசத்தி மீனாக்ஷி கார்எனவே மிகப்பணிவார் பரந்திட வயரெரிந்தே இனிபிழைக்க பாதையில்லை. யென்செய்வோ மென்பதைத்தழுதார் மரந்திட உலகாசை எங்களுக்கு மாராத்துயரமென மனம் களைப்பார் அறம்தழை தீன்குலத்தரும் ஆபத்திலுன்னி அல்லாஹோ அக்பரேன்ற அகம்களைந்தார் பரம்பரை கிருஷ்டீன்கள் ஏசுவே என்று பைபிளை சிரத்தில் வைத்து பல ஜெபம் செய்தார் துரந்தசந்யாசிகள் மகான்நமக்கிவ்வித துன்பம்வந்ததென்றலரி துடிதுடித்தார் வரம்தரும் தெய்வமதெல்லாம் கோவிலிடிய வாதனைக்கு ளானதுண்மைவரைய வொண்ண கந்தின.

காணவேணும் காணவேணும் என்ற மெட்டு

1. சன்னியாசி கிராமமதை பின்னி வெள்ளம்
சான்றது மீனாக்ஷிபுரம் உன்னி வெகு
சாவடிமச்சுமனையைபாவமாயடித்ததன்றே
சாடி ஜலம் நீடி

2. சீக்கில்சிந்து பூந்துரையுள் தாழ பக்கம்
சேர்ந்தகயிலாயபுரம் வீழ உயிர்
செத்தஜீவஜெந்ததனை மொத்தமாயெடுத்துரைய
செல்லும் மாதம் கொள்ளும்

3. பாலமெலாம் தூள்பரக்க லாச்சு வெகு
பாரபில்டிங்கெலாம் விட்ட மூச்சு ரெயில்
பாதைகள்பஞ்சுபறவே வாதையாய்தந்திமரங்கள்
பாய படல் சாய

4. ஆயில்கம்பேனியைவெள்ளம் தாக்கி ரெயில்
அற்புதங்களை சுற்றி தேக்கி ஜனம்
அங்குமிங்குசெல்லவொண்ணா சங்கடமுண்டாக்கியது
அதர மனம் பதர

5. போஸ்டாபீஸ்தமிந்தவெள்ளம் புக்கி தலை
பேச்சுது லெக்ஷம்மரைமேல் எக்கி பார்சல்
போகுமெயில்கட்டதெலாம்எகம்வெள்ளத்தில் நனைந்தே
போச்சாம் நட்ட மாச்சாம்

6. ஆபீஸ்கலைக்கடர்கச்சேரி ஆள்ந்தபல
அற்புதக்கட்ட டம் நீரில் தாழ்ந்த ஜலம்
ஆரடிமேல்சுற்றிநின்ற ஊரதும்பல உருண்ட
அஞ்ச திகில் மிஞ்சி

7. சீக்காஸ்பத்திரியில் வெள்ளம் சீர டாக்டர்
சென்று நோயாழியைவேறு யோ இடம்
தசர்த்துபெரும் மேடைதனில்நோத்தியாய் கடத்தினாராம்
சீராய் நல்ல பேராய்

லாவணி மெட்டு

1. அன்பதுபிணம்வரை அடித்து வெள்ளத்தில் வந்தே
ஆற்றில் புகுந்து வந்து கூடி கூடி
அணுகி ஸ்ரீவைகுண்டம் அணையில்கிடந்ததென்றே
அரையும் சுதேசமித்திரன் நீடி நீடி

2. ஆழ்வார் திருநகரி அமர்ந்தரயில்வேஷ்டேஷன்
ஆழிக்கரைக்ககன்றே அன்றே அன்றே
அழகியபலசிவதலமதும் நாசமுற்ற
அதரிபிரளயமும் சென்றே

3. திருநெல்வேலிரெயில்வேலோகோ ஆபீஸ்முழுக
திரைபோல் விளைந்த வெள்ளம் தீரம் தீரம்
திரர்சம்சீன்பைல்வான்கள் ஆரபாரமிழந்தார்
திக்கரிவார்கள் கெங்கை வீரம் வீரம்

4. நட்டமிகுக்கவெள்ளம் விட்னெரி ஆஸ்பெட்டலில்
நாடித்திரண்டுருண்டு நண்ணி நண்ணி
நால்விதகால்நடையும் ஆள்தளவாடமெலாம்
நாடி தெப்பத்தில் வந்த உன்னி உன்னி

5. மீனாக்ஷிபத்தில்முன்னாள் கருணாவெள்ளம்புகுவ
மிக்கக் கவரையுர லாச்சு லாச்சு
முழுவதும் ஊர்பாழதுர அழுது அனேகர்வாட
முப்பதடிஜலமேல் நீச்சு நீச்சு

6. அந்தவீரணாவத்து சிந்துபூந்துரைமூழ்க
ஆழிபுரண்டது போலாக ஆக
ஆடுகோழிமனுவும் வோடிவெள்ளத்திடையே
அடித்தகன்றது பாவமாக ஆக

கும்மிபாடல்

1. கன்னியிளமையில் காதலிமாங்குயில் கற்பரசி வெஞ்காக்ஷிதனை
உன்னிபூலோக முளவரைப்பாடிட ஊன்றி... லுரைத்திடுவாய்

2. சன்னியாசி சிராமமதோடு ரும்பட்டிகள் சல்லிபொ கெங்
கைகாடிவந்து உன்னி உடையாரின்பட்டியைதாக்கியே வோடி
வொதுக்கி உருட்டியே

3. தப்பிப்பிளைத்திட்ட வேணஜனங்களைதாங்கி கலைக்டார்தரு மதுரைதெப்பத்திலேற்றியே வேணபிரயாசமாய்தேற்றிய புண் ணியம் செப்பவொண்ணா

4. மெம்பும்சில்லாக்கோர்ட்டும் வொப்பும்கலைக்றாபீஸ்மீசுரம் சேர்பலகச்சேரி சப்கோர்ட்டும் நலடீமுகோர்ட்டிலும் சார்ந்து பிரளயம் சாடியதே

5. கான்சாபுரத்தில் மனுக்களிறந்திட்டகாரணம் சொல்ல களையுருதே வீண்மிகுமுப்பதினாயிரம் நஷ்டமேவேணமனையும் விழுந்ததுவாம்.

6. தாலுகாநாங்கு நேரியையடுத்திட்ட தக்கதோர்திருக் கரங்குடியில் நாலுகா லுற்றதோற் ஜீவஜெந்தாவையும் நாரி கிடக்குதாம் நால்புரமும்

7. வோ எ எம் ஜீ எனும் *S.I.R.* இஞ்சின்கள் வோடிய வெள்ளததுருண்டுசென்று போகயிடமின்றி மண்ணில்புதைந்தது பொங்கியவெள்ளம் புரண்டதனால்

8. ஆண்டவன்கோபமதிகமதாகவே அய்யோநெல்வேலி அத மதுற்ற மாண்டவிபத்தை வுரைக்கவென்றாலிதை மாபாரதம் போல்வரைந்திடலாம்

9. விஷயாபுரநகர்மேவும் கவிவலோன்வித்வன் சபாபதிவெண் டமிழை திசையுளோர்பாடி சபாஷெனமுற்றிலும் தீர்க்காயுளாக திகழ்பெருவீர்.

பாளைவாய் கமுகி...[1] வந்து என்ற வர்ணமெட்டு

1. ஆதிநாள் சத்தியநெறி நீதிதவறாதிருக்கு ஆளுகைகர்னா டமன்னர் ஆக்ஷியில் அய்யர் மாலுரும் தெய்வமதோற்றார்காக்ஷி யில்.

2. பார்ப்பனர்வலதாகையால் ஏற்படுஅக்கினி சத்தி பாருல கைஆண்டுவந்தபக்தியாய் இப்போ மாறுபாடாய் போச் சுதின்னாள் சத்தியாய்.

3. வேதமந்திரம் துலைய போதக இங்லிஷ்பருக வேஷமார லாச்சு நம்சாஸ்திரம் இங்கிலாண்டு தேசமறியுமிதனை சூஸ்திரமே.

4. தாய்பாஷையகன்று இங்லீஷ்பாயுர அடுப்படியும் தன்னை மரந்தேவருதுதாண்டியே வேதம் பின்னையார் உபதேசிப்பர் வேண்டியே

5. செட்டியார் நகரில் சத்திரம்கட்டி பிராமணர்க்கென்றே செய்குரார்ஏராள தர்மம் சூத்ரன் கையில் உண்டை இல்லைபட்னி முத்தியோ

6. ஜீவகாருண்ய நிறைக்கு பாவமும்பழியதேது செய்வறோ ஊர்மெச்சுதர்மம் சேஷமே அய்யர் தெய்வமாய் எண்ணிடில் முழுவேஷமே

---

1. வெள்ளச் சிந்துகளின் மூலப்பிரதிகளில் ஒருசில எழுத்துகள், வார்த்தைகள், வரிகள் சிதைந்து இருக்கின்றன ஆகவே அப்பகுதிகளில் புள்ளிகள் இடப்பட்டுள்ளன.

7. காசி அரிச்சந்திரன் நளன் கார்த்தவீரியமுக குந்தன்
   காளை சிபிச்சக்ரவர்த்திமாபலி   நாளில்
   வேலையென் அய்யர்கள் செய்தார் சொல்வளி

8. பக்ஷபாரபக்ஷமாச்சுபாண்டி   சேரசோழநகர்
   பாவிகள் அநேகர் விர்த்தியாகுதே   எங்கும்
   மேவியே பிரளயங்கள் பாகுதே

9. பாண்டிமாதேவிநகர்வாழ் பாவலன் ஆறுமுகன்சொல்
   பாகுளோர் சபாஷென வேபற்றவே   மன
   ஆருதல் கொண்டாள்க எனைநற்றவே.

காவேரிப் பெருவெள்ளம் (1924)

குமாரவேல் நாயனார், பரிதாபச்சிந்து

உ

முருகன் துணை.

கொள்ளிடத்தின் உடைப்பினால்

ஏற்பட்ட பரிதாபச்சிந்து.

இரண்டாம் பாகம்.

M. K. P. M. ம னார் மாணாக்கர்

வை. தர்மலிங்கநாயனார் குமாரன்

குமரவேல் நாயனார் இயற்றியதை,

ஸ பிரஸில்," பதிப்பிக்கப்பெற்றது

1924 விலை 6 பை.

வெண்பா

கொள்ளடிமுங் காவேரியும் – கூடஉப்பாறுடனே
வெள்ளம் விந்தைதனை விள்வதற்கு – உள்ளமதில்
சிந்து பல பாவினங்கள் சேர்ந்தெழுதப் புத்தகத்தில்
தந்தி முகாவந்தருளைத்தா

அதிசியம் ....மழைபெய்த
அற்புதம் கேளீர்

அனுபல்லவி

சதிமயமாளங்கும் கண்டன்போல் பொன்னிமுன்
பதிவிட்டுஏழைகள் பரிதாபமுரச்செய்த (அதி)

சரணங்கள்

1. மலைதனில் மழைபெய்ய – வதிக ஜலமதாச்சு
மதிப்பிடலாகாமல் – மனிதற்கிதுவே பேச்சு
கடல் திரண்டதுபோலே – காவேரி கரையாச்சு
கண்டோர் மனதெல்லாம் – கலங்கினதிகில்மீச்சு
கஷ்டமுண்டாச்சு – வெள்ளத்தார் சிலவூர்கள் நஷ்டமதாச்சு

2. போனபட்டணம் ஜில்லா பொதுப்படசொல்கிரேன்
புகழும் திருச்சிராப் – பள்ளிஎன் புகல்குரேன்
சிந்தாமணிக்கு வெள்ளஞ் – சீறினவிள்குரேன்
ஸ்ரீரங்கம் பவானி – சிறப்பெல்லாம் நல்குரேன்
வந்துதாம் வெள்ளம் – கொள்ளிட மதகையும் உடைத்ததாம் மெள்ள

3. கொள்ளிட மதகுமே – இரண்டாய் வெடித்ததாம்
கூச்சலிட்டு ஜலம் – குமளி பிரண்டதாம்
அண்டைக்குடிபக்கம் – ஆறும் முடைந்ததாம்
அணைக்கறை பக்கமே – அதிக வெள்ளமாகுதாம்
உருகுதாமுள்ளம் ஊரைவிடாமலே பெருகுதாம் வெள்ளம்

4. ஆணுடன் பெண்களும் – அழுதுமடிந்தாரே
ஐயையோ வென்செய்வோ – மென்றுவழுதாரே
ஆடுமாடுகளுடன் – அடியோடு மிதந்த தாம்
ஆகாயினி வெள்ளம் – அடைக்க முடியாதென்றார்
அடித்தது பாருஆனால் பெரும் வெள்ளம் வருவது நேரு

நொண்டிச்சிந்து

பாரடி பெண்மயிலே பனைமங்கலம் பண்புள்ள உப்பனாற்றின் உடைப்புதனை – உற்று நீ பாரு இங்கே உறைக்கின்ரேனே பெரும் உடைப்பிதுதான் – கெட்டியான ரெயில்வேலயன்தனில் புகுந்து சட்டமதாய் போகும்வெள்ளம் இஷ்டதாக – அலைகடல்போல்கிளம்பி வெள்ளம் பிரண்டு – அலங்கோலம் செய்ய சிலர் மனது நொந்து – மாடாடுதான் மிதந்து போகும் பாவங்கள் – மானிலத்தில் கண்டதில்லை இதையறிந்து—பயிர் செய்யும் குடிகளெல்லாம் ஐயையோவென்று— பதறியே கீழ்விழுந்து கதறியழ அவ்வுடைப்பைத் தானடைக்க அதிவிரைவில் – அறந்தாங்கியிலிருந்து ஆள்கள் வர – அடைக்க முடியாமல் அலையடித்து – பிரளய காலம் போல் கடலை நோக்கி – போகும் ஜலமதனை கலைக்டர் – பொட்டெனவே வந்தடைத்தும் முடியாதென்னார் —வருகுது பார் வெள்ளம் ஊரை விடாமல் – வைத்தீஸ்வரன் கோவிலை வளைத்துக்கொண்டே தந்தினமதன தன்னா

காணவேணும் காணவேணும் என்றமெட்டு

1. வைத்தியநாதர் நகரில் போக – ஜனம்
வாயிலும் வயிற்றிலறைந்தேக – வெள்ளம்
வாயினார் சொல்ல முடியா நேரிநீல் சென்று புகுர
வாசம் செய்த உல்லாசம்

2. சேரியுலுள்ள ஜனங்கள் எல்லாம் – ஒரு
மேட்டின்மோல் வந்தேரினதே மெள்ள – வெகு
சொத்துடன் மாடாடுகளை பத்திரமாய்காற்பதற்கு
சேர்த்தார் உயிர் காத்தார்.

3. குத்தும் உரல் உலக்கை மறந்தார் – குதிரில்
கொட்டி வைத்த தானியத்தை இழந்தார் – பாவம்
கூகூவென்று சத்தமதை மேவிஇதோ கேட்கிறது
கேளாய் இன்னும் பாராய்

4. வைத்தியநாதர் கோவிலில் புகுந்து – செய்யும்
வதிசியத்தை கேட்க மனம் கசிந்து – ஐயோ
வைபகத்தில் கண்டதில்லை வாயளவு வந்த ஜலம்
மதிகம் மகா பெருக்கம்.

5. விதை விதைத்த பயிர் களெல்லாம்போச்சு – வெகு
வீணான நஷ்டங்களுமுண்டாச்சு – விதையை
வீணாய்க் கொட்டி விட்டோ மென்று பாரினில் மனம் திகைத்து
பதற மனம் கதற.

6. வெள்ளங் கண்டு வெகு ஜனங்கள் மீறி – தப்பி
வேகமதாய் மாயவரம் கோறி – வந்து
வாடியே யுயிர் பிழைத்து நாடியே யிருப்போமென்று
வாறார் மனந் தேறார்.

7. காணுதுபார் இன்னமொரு ஊரு அதுகள் பார் பாபாகுடி என்பதுவும் சீரு கட்டு கறை ஊரை சுத்தி கொட்டியாய் இருத்தியுமே காலம் இல்லை விசாரம்

8. கன்னியாகுடி பக்கத்தில் வெள்ளம் லயனை கட்டுடனே போர்த்ததுபார் வெள்ளம்

காகங்களும் மேல் பறக்க மாகையைபோல் தான் பிரண்டு போக ஜலம் ஏக

9. ரக்தாக்ஷி வருஷமதில் வந்து – வெள்ளம்
ராதாம்பூரில் வாழும் ஜனம் நொந்து – சீவன்
ராப்பொழுதில் போகுமென்று பார்த்துமே வயரெறிய
ரானார் பயம் போனார்.

10. மானே யான் சொல்குபவை கேளும் – மனோ
ரஞ்சிதமாம் என் குருவின்பேரு – மிக்க
மர்மமும் வைக்காமல் என்மேல்தர்மம்போல் இருப்பாரென்று
பாரு வழி தேரு.

தில்லாலே டப்பா என்ற மெட்டு

1. வடக்கு தெற்கேகும் ரெயில்வழியதுவும் தெரியாமலே
கிடக்குதுபார் பெண்மயிலே சீர்காழி மாயாவரம்
கெட்டதுபாரு வழியும் தட்டுதுநேரு

2. ஆனைதாண்டவபுரத்தினருகிலுள்ள பெருமுடைப்பை
பார்த்ததுவுடன் தந்திசொன்னார் பக்ஷமுடன் டீடீயஸ்க்கு
பார்க்கலுற்றாராங் காதில் கேட்கலுற்றாராம்

3. போர்பெருகும் டிராபிக்கு மானேஜர்துரையவரும்
காதலாய் கலைக்டருடன் கலந்துவந்தார் மாஜிஸ்ட்ரேட்டும்
வேகமதாக தனிரெயில் மாயமாயேக.

4. போலீஸ்காரருடன் போதுமான வேலையாளும்
ஏட்டுடன் சூப்பிரண்டார் ஏகமாககூடினாராம்
எட்டுநாளாக லயனை கட்டுந்கோப்பாக

5. உடைப்பு தனையுற்றுநோக்க உல்லாசமாய்த்திரண்டு
நடக்கிறர் பார் லயன்தனில் நாவினாலே சொல்லலாகா
நாடியேவாரார் ஜனங்கள் ஓடியேவாரார்

6. ஆனைதாண்டாபுத்தினருகிலுள்ள ஆற்றுறோறக்தில்
நாகைநகரிலுள்ள நற்படகுவந்தவிதம்
நோக்கவிந்தையே இன்னம் பார்க்காவிந்தையே

7. வீணில்சனம் மடியுதென்று விரைவுடனே சேவகரும்
சாக்ஷியாதன் மமென்று தானும்போறார் ஜனத்தையேற்ற
சற்றுறேன் கேளு போலிஸ்மாஸ்டரும்பேரு

8. காறை நாகைதனிலிருந்து கட்டுமரம் வந்துருக்கு
நீரைப்பிளர்ந்துசென்று பலத்திக்கிலும் ஜனத்தையேற்றி
வருகுதான்பாரு ஜனங்கள் பரிதாபத்தைகூறு

9. காங்கிரசில் இருந்துகொண்டு கஷ்டபட்டுசேர்த்த
காசைபாங்காக ஏழைகளுக்கு பக்ஷமுடன்எட்டு
நாளாய்பந்தியும் வைத்தார் கூட கஞ்சியும்வார்த்தார்

10. ஆயிரத்துளாயிரத்து ஆனயிருபத்துநான்கு
ஆண்டதனில்தூலை மாதமான யிருபத்தாராந்தேதி
நேர்ந்ததுவெள்ளம் அதைநினைத்திரு உள்ளம்

11. தர்மம்செய்ய சிலர்கள் தன்புடனே ஏழைகட்கு
பாராய் அன்னம்வடித்து பந்தியைப்போலசெய்கிறார்கள்
பார்த்துமேவாறார் சாதம்கேட்டுமேவாறார்

12. கொள்ளிடத்து உடைப்பைபார்க்க கூத்நூர் துரைகலைக்டரும்
நன்மையாய் ஓடமதில் நாடியேரிபோகலுற்றார்
நாட்டமதாக போகுது ஓட்டமதாக

13. உடைப்புதனைப்பார்த்து ஓகோகோ வாறோமென்று
ஆனைதாண்டவபுரத்திற் கனுப்பினாராம் தந்திதனை
ஆளுமே ஓடத்தீனி கூடவே நாட.

14. கொள்ளிடத்தின் உடப்பைபார்த்து கூரும் துரைகலைக்டரும்
கன்னியாகுடிபக்கமதில் நிலைகெட்டு தவிக்கலுற்றார்
கட்டுனார்பாரு இரவில் நிற்பதும் சீரு

15. துரைவருவார்என்றுசொல்லி துரிதமுடன் துரைசாணியம்
பார்க்குராள் துரையவரை பஞ்செழும்பகண்கரெண்டும்
பதரவேலானால் மனம் கதரவேலானாள்

16. தங்கிவந்த துரையவரும் தத்தளித்துமனம் கலங்கி
மற்றானாள் காலையினில் மாவேகமாய் வருகுறாராம்
மாயமாய் ஓடிவாரார் உபாயமாய்நாடி

17. கட்டுமரம்படவுமாக கலந்துகிடக்கிறதை கண்டால்
கடல்கரை என்பார்க்காதலியே இங்கே என்று
கண்டதில்லை இவைகள் வந்ததில்லையே

18. நீடுர்நெய்வாசல்தளில் நேர்மையுள்ள குமரவேலாம்
பாடிவந்த பாடலில் பிழையிருந்தால் பொருக்கவேணும்
பாக்கியவானே உங்கள்பாதம் பணிந்தேனே.

வெண்பா

பாலன்குமரவேலின் பாடிவரும் புத்தகத்தை
ஆவலுடன் யாரொருவன் அச்சிடுவோன் – காலமெல்லாம்
எந்தன்மனையில் பிறந்து இயற்கையுடனேவளரும்
சொந்தமக நென்றவனைச்சொல்.

கு. வீறப்ப நாய்க்கர், பிரளயச் சிந்து

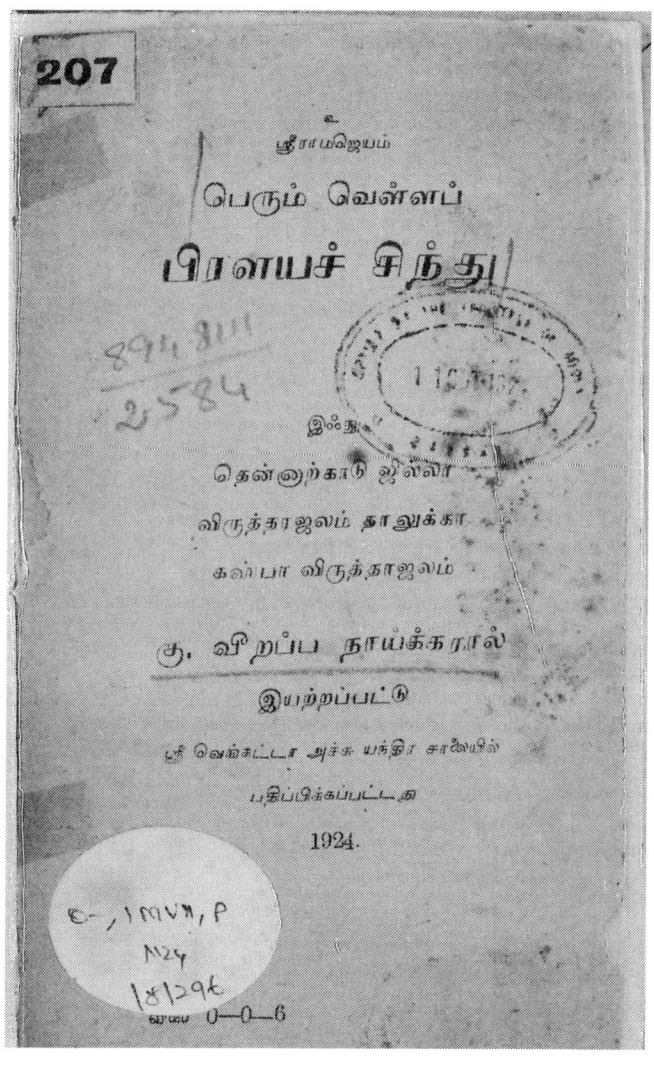

207

உ

ஸ்ரீராமஜெயம்

பெரும் வெள்ளப்

பிரளயச் சிந்து

இஃது

தென்னாற்காடு ஜில்லா

விருத்தாஜலம் தாலுக்கா

கஸ்பா விருத்தாஜலம்

கு. வீறப்ப நாய்க்கரால்

இயற்றப்பட்டு

ஸ்ரீ வெங்கட்டா அச்சு யந்திர சாலையில்

பதிப்பிக்கப்பட்டது

1924.

விலை 0—0—6

விருத்தம்

மகாதேவர் மகுடமுடிமேலிருக்கும்
மங்கை கங்காதேவியம்மாள் மண்மேல்பாய்ந்து
மலையாளம் மைசூரு தேசம்விட்டு
மனம்போலே கடல்தனக்குள் – பாய்ந்திட்டாளே

பல்லவி

புறப்பட்டாள் கங்கை – மலையை விட்டை
வறப்பட்டாளிங்கே

அனுபல்லவி

புறப்பட்டுவரும்போது எதிர்ப்பட்ட நாட்டோரை
இறக்கப் போகிறோமென்று ஏக்கம் பிடிக்க வைத்து

(புரப்பட்டாள்)

சறணங்கள்

1. புரப்பட்டு வருகிறாள் புலியைப்போல் பாய்ந்துமே
வரப்பட்ட வழிகளில் எதிர்ப்பட்ட ஊர்களை
ஏழைகுடிசைகளை எடுத்து தலைமேல் வைத்து
நாடுநகரங்களை தேடி உலாவிக்கொண்டு (புரப்பட்டாள்)

2. ஆயுரத்து துலாயிரத்து இருப்பத்திநாலாண்டில்
ஆனி ஆடிமாதத்தில் தேடிவெள்ளம் பெறுகி
வாழைக்கமுகளை வாரியெடுத்துக்கொண்டு
கூடிக்கொள்ளிடம் தன்னில் கொக்கரித்துக்கொண்டு

(புரப்பட்டாள்)

3. கொச்சிகுடகை விட்டு கூரைவீட்டைபிரித்து
மச்சிவீட்டையிடித்து பெட்டிப்பேழை எடுத்து
வாரதிபதிகளை நேராயுடைத்துக் கொண்டு
சீராகஸ்ரீரங்கம் நேறாகதரிசித்து

(புரப்பட்டாள்)

4. பவானி ஈரோடு பாழாகி போச்சுது
பக்கத்து ஊர்கள் படுநாசமாச்சுது

வெத்திலை தோட்டங்கள் வெகுநஷ்டமாச்சு
வேணவூர் ஜனங்களும் காணமல்போச்சு (புரபட்)

5. திரிச்சினாப்பள்ளியும் சிந்தாமணியோடு
ஸ்ரீரெங்க நகருடன் திருவானக்காவலும்
பெருத்தவெள்ளம் புகுந்து வருத்தப்பட அடித்து
பாளந்தனையுடைத்து பறவிஊரையெடுத்து (புரபட்)

6. காவேரி கொள்ளிடம் கரைகள் புரண்டு வெள்ளம்
ஏராளமாகவே நேராக ஊரெங்கும்
உள்ளே நுழைந்து வெள்ளம் கொள்ளையடித்துக்கொண்டு
ஊருஜாமான்களை வாரிஎடுத்துக்கொண்டு (புரபட்)

7. மேற்கே வெகுதூரத்தில் வெகுவெள்ளங்கள் புரண்டு
யானைக்குதிரைகளை தானேமிதைக்கிக்கொண்டு
மரமட்டைசெடிகளை வாரியெடுத்துக்கொண்டு
நேராய்கடல் தனக்குள் போரைபிரட்டிக்கொண்டு
(புரப்பட்டாளே)

8. வெகுநாள் மழையில்லாமல் விளைவும் குரைந்து போச்சு
பாழும் மழையில்லாமல் படியுமகுறையலாச்சி
ஏழைஎளியஜனம் இறந்துகுடிக்கலாச்சி
எங்கும் ஜனங்கள்கூடி மயங்கியழுகலாச்சி (புரபட்)

9. தான தருமம் யெங்கும் வீணாய்மரந்துபோச்சி
தந்தைதாய் வார்த்தையை தவரிநடக்கலாச்சி
தாசிகள் வேசிகள் வார்த்தையமுர்தமாச்சி
தங்காமல் வெள்ளங்கள் எங்கும் புரண்டுபோச்சி
(புரப்பட்டாளே)

10. கோபுரம் தாழ்ந்துமே குப்பை உயலாச்சி
கொடும்பாபம் செய்ததால் அகம்பாபம் உண்டாச்சி
கோதையர் புருஷனை கொல்லத்துணியலாச்சி
கொல்லவந்த வெள்ளத்தை வெல்லக்கூடாமல் போச்சி
(புரப்பட்டாள்)

11. தாய்நாட்டு கல்விகள் தங்கிகிடக்கலாச்சி
மேல்நாட்டுகல்விகள் மேன்மைபெறவுமாச்சி
ஒற்றுமை யென்பது ஓதுங்கி கிடக்கலாச்சி
பக்தி என்பது எங்கும் பதிங்கி கிடக்கலாச்சி
பாரதமாதாவும் பரதவித்தழலாச்சி (புரப்பட்டாள்)

12. இந்த வெள்ளக்கதையை எடுத்து உரைத்திட்டேன்
ஏதும் தெரியாத ஏழை வீரப்பநாயக்கன்
சாஸ்திரமுறைமைகள் சற்றும் தெரியாது
கோர்த்துயரக்கதையை பாட்டாக பாடினேன்
பிழைகளிருந்தாலும் பெரியோர் மனம்பொருத்து
கஷ்டங்கள் வாறாமல் கருணைமிகப் புரிந்துஇன்னம் சிலகதையை
எடுத்து உரைப்பதர்க்கு
பின்னங்கள் வராமல் யின்னம் அருளளீப்பீர் (புரப்)

2–வது உருக்கம்

தில்லாம்திரி–தில்லாம்திரி என்ற மெட்டு

1. ஈஸ்பரனார் சடைமுடிமேல் இருக்கும் கெங்காதேவி
எங்கும் சுத்தி பார்ப்பதர்க்கு இறங்கி வந்தாளையா

2. மைசூர் மலையாளம் கொச்சி குடகு தேசம் விட்டு
மங்கை கெங்காதேவியம்மாள் பொங்கி கடல் சேர்ந்தால்

3. மேர்க்கே வெகுதூரத்திலே வெகு ஊர்களையடித்து
கிழக்குமுகம் திரும்பி எங்கும் பரக்க அடித்தாளே

4. கொள்ளிடமும் காவேரியும் குறையாமலை நிரையாய்
பள்ளமேடுத் தெரியாமலே வெள்ளம் போச்சுதையா

5. வெள்ளம்போகும் வேகத்தினால் பள்ளமான ஊர்கள்
பார்க்கடர்க்குள் போரோமென்று பறதவித்தாரையா

6. கட்டிவைத்த நெல்சேர்களும் நட்டநாத்துநடவும்
வைக்கோல்போரும் தெப்பத்தைபோல் வாரிபோகுதையா

7. ஓடும்ரெயில்ரோட்டு எங்கும் ஊடப்பெடுத்து போச்சே அதில்
ஏரும் ஜனம் கூடிநின்று வாடியழுதார்கள்

8. எந்தநாளும் யிந்தவெள்ளம் வந்ததில்லையிங்கே
ஏறாளமாய்புறண்டு வெள்ளம்எல்லாம் போச்சுதையா

9. ஆடுமாடுநாய்நரிகள் அதம்பரந்து போச்சே
ஆத்தோரமாயிருந்த ஊர்கள் சோத்துக்கழலாச்சே

10. கலிகாலத்தின் கொடுமையினால் கஷ்டபடலாச்சே
கணக்கில்லாஜனங்கள் எங்கும் காணாமலெ போச்சே

11. கெங்காதேவி பொங்கிவந்த கொடுமை தன்னைபார்த்து
எங்கே போவோமென்று ஜனம் ஏங்கியழுதார்கள்

12. இன்னம் என்னதுன்பம் செய்ய எண்ணங்கொண்டீரையா
இந்தியர் பரிதாபத்தை எண்ணிப்பாருமையா

13. எல்லோரையும் கார்க்கவந்த ஈசாகயிலாசா
இன்னம் துன்பம்வறாமலே இருந்துக்காருமையா

பெரும் வெள்ளத்தின் கும்மி

1. கும்மியடிப் பெண்ணே கும்மியடி நீங்கள்
கூடிகும்பலாய் கும்மியடி
சங்கரநாயகி கங்காதேவிக்கு
சாய்ந்து கும்மி யடியுங்கடி

2. பிள்ளையார்தோத்திரம் சொல்லி எல்லோர்களும்
பெரும்வெள்ளவந்தக் கதையைச்சொல்லி
எல்லோரும்கூடி ஈஸ்பரனை நோக்கி
எரைந்துக்கும்மி யடியுங்கடி

3. கொச்சிக் குடகு மலையாள தேசத்தில்
வத்தா சமுத்திரம் போலடித்து
தத்தித்தளும்பிய தலைக்குமேல் வெள்ளங்கள்
தடவி வருவதை பாருங்கடி

4. மேர்க்கே வெகுதூரம் தானிருந்து வெள்ளம்
கிழக்கேக் கடலுக்குபோகையிலே
ஓன்டியாய்ப் போகமுடியாமல் ஜனத்தை
கொண்டுமே போகுராள பாருங்கடி

5. கொள்ளிடம் காவேரி கொந்தளிக்க அதை
கண்டு ஜனங்களும் தத்தளிக்க
வள்ளலுடனெங்கும் வெள்ளம் பெரிகியே
வாரிக்கொண்டோடுது பாருங்கடி

6. வாழைக்கமுகும் எலிமிச்சை நார்த்தையும்
மஞ்சளும் இஞ்சும் மணத்திருக்கும் எங்கும்
வஞ்சிகள் குளிக்கும் மஞ்சள் செடிகளை
வாரிக்கொண்டோடுது பாருங்கடி

7. ரோட்டுகள் எங்கும் உடப்பாச்சி எங்கும்
கோர்ட்டுக் கச்சேரிகள் நீராச்சி ஜனம்
வீட்டுக்குப் போக வழிகள் தெரியாமல்
வெம்பி யழுதார்கள் பாருங்கடி

8. ஓடிபிழைக்க ஓர்மேடுமில்லை எங்கும்
ஓத்தாசை செய்ய மனிதரில்லை
தாவிபிழைப்போமென்ரே எதிரி சிலர்
தண்ணீரில் விழுந்தார்கள் பாருங்கடி

9. ஓடும் ரெயில் வண்டி வாடிநிர்க்க அதில்
ஏறும் ஜனங்களும் கூடிநிர்க்க
தந்தி மரமெங்கும் தடுமாரி போனதை
கண்டுமேக் கும்மி யடியுங்கடி

10. ஊருகள் எங்கும் உடப்பாச்சி எங்கும்
உத்ததோர் ஜாமானும் பாழாச்சி
என்ன செய்யப்போரோமென்று ஜனங்களும்
ஏங்கியழுதார்கள் பாருங்கடி

11. யானைக் குதிரைப் புலிக் கரடி எங்கும்
தானேஉலாவி தனித்து நிர்க்க அதுகள்
வானத்தை பார்த்துமே நீரோட்டத் தண்ணிலே
வந்து மடிந்தது பாருங்கடி

12. கட்டியப் பட்டரை நெல்லு சேறுகளும்
வைத்ததோர் ஜாமான்களத்தனையும்
வைக்கோல்போரு எங்கும் தெப்பலடித்துமே
மலையைப்போல் போகுது பாருங்கடி

13. பட்டத்தில் விட்டதோர் ஓட்டடைக்குருவையும்
நட்ட நடவுகளைத்தனையும் அதுகள்

கட்டாயமாகவே எட்டிப்பாறாமலே
கடலுக்குள் சென்றது பாருங்கடி

14. ஆத்தோறமிருக்கும் அய்யம்பிடாரியும்
அம்மனும் மாரியும் வாழ்முனியும்
கரத்தான் கருப்பனும் பாவாடைறாயனும்
காணாமல் போய்விட்டார் பாருங்கடி

15 நட்ட நடாத்திலே திட்டில் கிறாமங்கள்
தப்பியிருந்தது எப்போதும் எங்கும்
ஓட்டாமலே நடுதிட்டுக் கிறாமங்கள்
சுத்தமாய் போச்சுது பாருங்கடி

16. சிவனும் பெருமாளும் சில்லரைத் தெய்வமும்
சீர்குலைந்து எங்கும் சிதரிடவே
வடரெங்கப் பெருமாள் வனவாசம் போகவே
வந்தது பெருவெள்ளம் பாருங்கடி

17. மங்களக் கலியாணம் எங்குமே செய்திட
வைத்ததோர் தேதிகள் தப்பினதும் எங்கும்
வந்தவெள்ளத்தினால் பங்கம் வந்துதென்று
மயங்கியழுதார்கள் பாருங்கடி

18. சீனாதேசமெங்கும் வெள்ளமடி அதை
சேர்ந்த நாடு எங்கும் கொள்ளையடி
அனியாயமாகவே அய்யாயிறம் ஜனம்
அடுக்கா மடிந்தாறாம் பாருங்கடி

19. சோழதேசமெங்கும் வெள்ளமடி அதை
சூழ்ந்த நாடு எங்கும் கொள்ளையடி
பள்ளக்கிறாமங்கள் பாழாகி போனதை
பார்த்துமேக் கும்மி யடியுங்கடி

20. சேலம் ஜில்லாவில் மழையுமில்லை
தென்னார்க்காடு ஜில்லாவிலும் தண்ணியில்லே
குடிக்கக்கிணத்தில் ஜலமும் கிடைக்காமல்
கூடியழுகுரார் பாருங்கடி

21. தெர்க்கேக்கிக்கே மழையுமில்லே எங்கும்
தெப்பலடிக்குதே தண்ணிரிங்கே
வத்தா சமுத்திறம்போல் வந்து வெள்ளங்கள்
வாரிக்கொண்டோடுது பாருங்கடி

22. எத்தனை நாளைக்கு வத்தாமல் வெள்ளங்கள்
எங்குமே மோதி யடிக்கயிலே அதற்க்கு
ஒத்தாசை செய்யவே சர்க்காறார் கூடியே
ஓடிவருகுரார் பாருங்கடி

23. ஓடமும் தோனியும் தெப்பமறங்களும்
ஒருமட்டாய் ஊர்களில் கொண்டுவந்து
வாரி ஜனங்களை மேட்டுமேலேத்தியே
வைத்துமே கார்த்திட்டார் பாருங்கடி

24. சர்க்கார் பந்தபஸ்து சரியாசெய்யா விட்டால்
சாகும் ஜனங்கள் கணக்கிறாது அவர்கள்
அக்கரையாகவே திக்குத்திசை எங்கும்
பக்குவமாகார்த்து வறார்கள்

25. தெற்க்கேப் பெரியோர்கள் செய்ததருமத்தால்
எப்போதும் ஆபத்து வந்ததில்லை யிப்ப
தப்பிதமாகவே தருமந்தனைவிட்டு
தாசிக்கழிக்குரார் பாருங்கடி

26. சத்திறம் சாவடி கட்டிப் பெரியோர்கள்
சாதங்கள் எப்போதும் போடசெய்தார் யிப்போ
அர்ப்பமனிதர்கள் கூடிசத்திறத்தில்
அனியாயம் செய்குரார் பாருங்கடி

27. ஈசன் மனமும் இரும்பாச்சி எங்கும்
இந்தியர் செய்வதும் தப்பாச்சி
பாரதமாதா பறதவித்தழுவதை
பார்த்துமே கும்மி யடியுங்கடி

28. இந்த வெள்ளக்கதையை எல்லோருமரிய
எழுதினேன் ஏழை வீறப்பநாய்க்கன்
வந்தனம் செய்துமே ஸ்ரீரெங்கநாதனை
வணங்கிக் கும்மி யடியுங்கடி

29. எத்தனைத் தப்புப்பிழைகளிருந்தாலும்
கற்ற பெரியோர்கள் தான்பொருத்து இப்பொ
ஒத்துமையாகவே எத்திசையோர்களை
...........க்தியாய்க் கும்மி யடியுங்கடி

டி.எம். ஜன்னபா சாய்பு, காவேரி வெள்ளச்சிந்து

ஓம் தத். ஸத் ஆஞ்சனேயர் துணை
ஸ்ரீ லக்ஷ்மணாநந்த குருசகாயம்.
1924 ஆம் வருஷம் ஆகஸ்ட் மீ 16ஆ
ரக்தாக்ஷி வருஷ ஆடி மீ 1

திருச்சி காவேரி வெள்ளச்சிந்து.

திருச்சி புகழ்கவி டி. எம். ஜன்னபா சாய்பு
அவர்கள் இயற்றியதை
வில்லாபுரம் ஸ்ரீ லக்ஷ்மணாநந்த விலாஸ்
வி. கே. நாராயணன் அண் கோ.,
புரொப்ரைட்டர்
பொன்னுசாமிபிள்ளையால்
...ணிய விலாஸ பிரஸில்
...க்கப்பட்டது.
1924 (அணா 1

சிங்கார தெம்மாங்கு

1. பரிதாபம் பரிதாபம்
பார்க்கலாச்சுதே – வெள்ளம்வந்த பரி

2. அரிவுள்ள மாமயிலே – அலையடித்து வெள்ளமது
சரியான ரக்தாக்ஷி சமய மாடி மாசத்திலே பரி

3. மைசூர் மலையாளத்தில் – மழையதிக மானதினால்
தையலரே சொல்கிறேன் கேள் தண்ணீர்வந்த விபறமது பரி

4. மாவேக மனவேகமாய் – மாமயிலே வெள்ளம் வந்து
காவேரி கொள்ளிடமும் கறை புறண்டு போகுதேடி பரி

5. ஆற்றாங்கறை வோரத்திலே – அடுக்கடுக்கா மெத்தைவீடு
நேற்று வந்த வெள்ளத்திலே நீஞ்சுறதை பாருங்கடி பரி

6. தண்ணீர் பயமில்லாமல் – தைரியமாய் வீடுகட்டி
கண்ணிர் விட்டமுதல்லவோ கதருவதை பாருங்களே பரி

7. சிந்தாமணி வீடுகடை – சிறப்புடனே வாழ்ந்திருக்க
வந்தபெரும் வெள்ளத்தாலே அந்தரமாய் நிற்கலாச்சே பரி

8. பட்டு பட்டாடையெல்லாம் – பார்த்து யெடுக்காமலே
கட்டிருந்த வேஷ்டியோடு கண்கலங்கி வோடுவது பரி

9. கோதிவருகுதேடி குணமயிலே – வேகத் தோடு
போலீசு லயனுக்குள்ளே பூந்துதடி வெள்ளம்வந்து பரி

10. சீக்கிரம் வெள்ளம்வற – சிந்தாமணி ஜனங்களிலே
பாக்கி சிலர் வீட்டில் சிக்கிபதரி தவிக்கிரது பரி

11. பள்ளர் பறையர் வீடு – பள்ளமடி சிந்தாமணி
வெள்ளம் வந்து பூந்ததினால் விசனமடைகிராறே பரி

12. திருச்சி ஜில்லாவைச் சேர்ந்த திவவி – யமான ஸ்ரீரங்கமாம்
திருவானைக்காவலிலும் திறண்டுதடி வெள்ளம் வந்து பரி

13. இம்மாதிரி பெருத்த வெள்ளம் யிதுவரையில் வந்ததில்லை
கம்பறஷம் பேட்டைவூரு – காணாமடி கண்மணியே பரி

14. காடுமறஞ் செடிகள் கனத்த வெள்ளம் வந்ததினால்
ஆடு மாடுகளெல்லாம் – அடித்து ஆற்றில் வருகிரது பரி

15. உள்ளங்கலங்குதடி வூரிலுள்ள போர்களுக்கு
கொள்ளிடம் வுடைந்து தென்று – கூக்குறலைபாருங்கடி பரி

16. முக்கம்புதோல்க்கேட்டில் முளிக்கிதங்கே சறக்கு வண்டி
இக்கறையில் வியாபாரிகள் – யேங்கித்தவிக்கிரது பரி

17. குடிக்கஜல மில்லாமல் கோட்டை ஜனங்களெல்லாம்
விடியமற்றும் குடத்தை தூக்கி விசனத்தோடுபோகுரது பரி

18. ஆடிமாதம் முதல் தேதியில் ஆறம்பித்த வெள்ளமதை
வேடிக்கை பார்ப்பதற்கு வெகுஜனங்கள் வருகிரது பரி

19. ஊருமுழுகுமென்று உத்தமறாம் கலெக்டர்துறை
பாருங்கடி வோடிவந்து – பட்சமுடன் வுழைக்கிறது பரி

20. திருச்சி ஜில்லா மேஸ்த்தி ரேட்டாம் – திவ்வியமான அய்யரவர்
கருணையுன் யேழைகளை காக்க வுழைக்கிறாரே பரி

21. போலீஸ் யினிஸ் பெக்ட்டராம் – புண்ணியவான் செய்தநன்மை
வாலிபமுள்ளவளே வகையுடனே சொல்கிறேன் கேள் பரி

22. திருநெல்வேலி ஜில்லாவிலே திறண்டுவெள்ளம் வந்ததிலே
கருணைவைத்து யேழைகளை காப்பாற்றி வந்தவராம் பரி

23. சுத்தமனதுடையோர் முத்தையா முதலியாறாம்
உத்தமர் வெள்ளத்திலே வுழைக்கிரதை பாருங்கடி பரி

24. சீமானென்று பேர்விளங்கும் – சிரந்த கந்தசாமி சேர்வை
ஆமா பெண்ணே யேழைகட்கு அன்னம்படைக்கிரது பரி

25. தண்ணீர் அதிகமாச்சு தையலறே வெள்ளத்தினால்
கண்ணீர் விட்டமுகுரது கண்றாவியை பாற்கணுமோ பரி

26. அன்பான சகோதரரே அனியாயமாய் வெள்ளம் வற
அன்பன் டி.எம். ஜன்னபா அதிசயத்தைபாடலானேன் பரி

27. அந்தமுள்ள திருச்சியிலே–வந்தபெரும் வெள்ளத்திற்கு
ஹிந்துமுஸ்லீம் சகோதரரே யிறையவனை மன்ராடுங்க பரி

வேறு தெம்மாங்கு

தென்னிந்தியாதேசம்மழைச்சேதமதால் மோசம
பொன்னுச்சாமி சொன்னேன்பொறுமையுடன் கேட்பீர்

தந்திதபால்கள் போச்சு சர்க்காருக்கு பயமுண்டாச்சு
இந்திய சுதேசமித்திரன் இடவழியில் நின்றுபோச்சுதெ

தஞ்சாவூர் நாகபட்டணம் தான்றிகுடி நீலகிரி
அஞ்சுநாள் பெய்தமழை அங்கேஎல்லாம் உடைப்புண்டாச்சு (தெ

நாகூரு நாகபட்டணம் நலமான புதுச்சேரி
யேகமாய் மழைபொழிந்து யெங்கும் உடைப்புண்டாச்சு (தெ

யீரோடு தாராபுரம் யேகமாக வெள்ளமதால்
வேரோடு மரங்கிளைகள் வீடுகளும் விழுந்துபோச்சு (தெ

கொள்ளடம் காவேரி கொப்பளித்து தண்ணீர்பொங்கி
இல்லடம் மாடாடுகள் யேகமாக மாண்டுபோச்சு (தென்)

மலைநாடு தாம்பிரவர்னிமா பெரிய தென்காசி
அலைமோதி வெள்ளமதால் அடங்கலுமே சேதமாச்சு (தென்)

கொல்லத்து ரயில் பாதைகுகையாக இருந்ததுவும்
எள்ளத்தனைசேதமன்றி இடிந்து விழுந்துபோச்சு (தென்)

சிலோன்போற போட்மெயில்தான் செல்லமார்க்க மில்லாமலே
நலமுடனே கூடலூரில் நல்லகப்பல் மார்க்கமதாய் (தெ)

கப்பலில் பாசஞ்சரை கனமுடனே தானேற்றி
தப்பாமல் நாகபட்டணம் தான்விடுத்து போகிறதாம் (தெ)

நாகபட்டணமிருந்து நலமுடனே போட்மெயிலும்
வேகமுடன் கொழும்புக்கேகும் வினோதமதை என்ன சொல்வேன்

மாண்டு மடிந்து போனமகாஜனத்தின் துகையதனை
மீண்டு எடுத்துரைப்பேன் வில்வபுரம் பொன்னுச்சாமி (தெ)

கோபாலகிருஷ்ண நாயுடு, அலங்கார சிந்து

உ

முருகன் துணை

திரிசிரபுரத்திலும் ஸ்ரீரெங்கத்திலும்

கொள்ளிடம் காவேரியில்

வெள்ளம் வந்த

நடை அலங்கார சிந்து

... ஆடி-மீ 3உ 1924-ஞ் ஆகஸ்டு-மீ 18உ

... சாதகாரவீதியிலிருக்கும் மன்னார்குடி

செட்டில் டாக்டர்

...லகிருஷ்ண நாயுடு இயற்றியதை

...ரேகரன் பிழை திருத்தி

... ஸ்ரீபட்டிவார் குழலம்பாள் பிரஸில்

அச்சிடப்பட்டது.

இதன் விலை அணா 1.

விருத்தம்

கற்பக பிள்ளையாரே கார்த்திடும் விநாயகரே
சித்திர வல்லவனே சிறப்புடன் பாடுகிறேன்
பக்தியும் சித்திபோச்சு ஜனங்கள்பரகெதி அடையலாச்சு
பக்தியாய் பாடினேன் நான் பாலன் கோபால கிருஷ்ணன்

தெம்மாங்கு

1. கண்மணியே மாதரசே கதிர் வடிவேல் துணையிருக்க கொள்ளி
டமும் காவேரியும் கறைபுறண்டு ஓடுதடி
(காணலங்காறம் திருச்சி பார்க்க விநோதம்)

2. கூடவந்து உதவிசெய்யும் குமரகுருதற்பரனே பாடிவாரேன்
பாலன் நானும் பதத்துக்கருள் புரிவாய்
(காணலங்காறம்)

3. ஆயிரத்து துளாயிரத்து இருபத்தி நாலாவருடம் ஆனதொரு
ஜூலை மாதம் பதினெட்டாந் தேதிதனில் (காணலங்காறம்)

4. திருச்சிநகர் மேல்புறத்தில் குடமுறுட்டி ஜலம்பெருக பாலம்
தெரியாமலே பெருகுதடி ஜலத்தால் வெள்ளம் (காணலங்காறம்)

5. ஶ்ரீரங்கம் ஸ்டேஷன்போச்சு சிகரட்பீடி குடிக்கலாச்சு வாட்டர்
பைப் மேஸ்திரிகள் தெப்பம்போட்டு மிதக்கலாச்சு (காணலங்காறம்)

6. இருப்புப்பாதை லயினும் போச்சு இனி இல்லாத சொகுசும்
மாச்சு டைலட் சோப் குளிக்கலாச்சு அம்மாமார்கள்
ஜாகிட் ரவிக்கை போடலாச்சு (காணலங்காறம்)

7. கரூர் லயினும்போச்சு கனத்த தந்திகள் முரியலாச்சு பேஷ்பவு
டர் அடிக்கலாச்சு சில்க்கர்சீப் பொட்டுமாச்சு (காணலங்காறம்)

8. மோட்டார்வண்டி வேகம்போச்சு தலைகுட்டைகள் பரக்கலாச்சு
டான்சுலேடி யோகம்போச்சு தனியாய் படுத்துத் தூங்க லாச்சு
(காணலங்காறம்)

9. கணுகால்மறைந்த வேஷ்டிபோச்சு கால்சட்டை டௌரசர்
பூட்ஸ்சும்போச்சு கனவான்கள் தலைமேல்மூட்டை தூக்கிக்
கொண்டுநீந்தலாச்சு (காணலங்காறம்)

10. போட்டசட்டை வாங்காதாரும் பூட்ஸ்களை கழட்டாதாரும் மாரி
வெள்ள ஜலத்தினாலே மதிமயங்கி தவிக்கிறார்கள்
(காணலங்காறம்)

11. முத்தரசன் முருங்கப்பேட்டை மூழ்கியேகிடக்கலாச்சு புஞ்சை
நஞ்சை நிலங்களெல்லாம் மண்ணால் மறையலாச்சு
(காணலங்காறம்)

12. உய்யகொண்டான் குடமுறுட்டி கனத்தவெள்ள பெறுக்கத்தினால்
சிந்தாமணிகடைவீதி தரைமட்டமாய் போகலாச்சு (காணலங்காறம்)

13. சேரியிலே புகுந்துவரும் நாற்றசேற்றை அணிந்தவரும் கறை
கடந்து போனவுடன் கனத்த செண்டை பூசுறார்கள்
(காணலங்காறம்)

14. பருசு துறையுமில்லை பார்ப்பதற்கு ஒருவரில்லை பத்தி பத்தியாஞ்......
கும்பல் பறக்குதடி ஜனங்களெல்லாம் (காணலங்காறம்)

15. சிந்தாமணி கடைவீதி ஜலத்தினால் மூழ்கியிருக்கு பள்ளுபறை
சேரியிலே பறந்ததடி ஜனங்களெல்லாம் (காணலங்காறம்)

16. ஓத்து ஓத்து என்றுசொல்லி உறுமுகின்ற பார்ப்பனர்கள் சேரி
முத்து முத்து என்று சொல்லி முழுதும் நடந்தாரடி (காணலங்காறம்)

17. கள்ளுகடையும்போச்சு கனமான பொருளும்போச்சு கள்ளதன
மான பெருத்த குடியும்போச்சு (காணலங்காறம்)

18. சிந்தாமணி ரோட்டதனில் நேர்ந்த வெள்ளப் பெருக்கதினால்
மெயின்ரோட்டு ரஸ்தாவிலே பெருத்த உடப்புமாச்சி
(காணலங்காறம்)

19. யானை இறங்குவதற்கு அண்டாதபள்ளாமாச்சு போலீஸ் லயன்
களும் சின்னபின்னமாக போச்சு (காணலங்காறம்)

20. பெட்டிகளும் பேழை போச்சு பெண்டுபிள்ளை நகையுபோச்சு
ஏழை குடிகளெல்லாம் ஏங்கி தவிக்கலாச்சு (காணலங்காறம்)

21. கன்றுகளும் மாடுகளும் கனமான பொருளும் போச்சு கட்ட
துணி இல்லாமலே கதரி தவிக்கலாச்சு (காணலங்காறம்)

22. கோட்டையிலே காளியவள் குடிபுகுந்தாள் இன்னேரத்தில்
கொள்ளை இட்டு வாருகிறாள் கோடி ஜனங்களைத்தான்
(காணலங்காறம்)

23. அம்மாளும் இத்தருணம் அமர்ந்திருக்க வேணுமென்று நன்
மணியே வேண்டுகின்றேன் நாடி அருள்புரிவாய் (காணலங்காறம்)

24. உன்னை பணிவதற்கு உலகமெல்லாம் காத்திருக்க உள்ளங்
குளிர்ந்திருந்து உலகமெல்லாம் கார்க்கவேணும் (காணலங்காறம்)

25. கோணக்கறை உடைப்பதினால் கொடிய ஜலத்தின் வெள்ளம்
தாரணியில் ஜனங்கள் கஷ்டம் தாங்கமுடியவில்லை
(காணலங்காறம்)

26. கீழ் சிந்தாமணியாம் கீர்த்தியுள்ள மாடிகளாம் பூர்த்தியாக
ஜலப்பெருக்கம் புகுந்ததடி இன்னேரத்தில் (காணலங்காறம்)

27. தண்ணீர்க்குள் மாடிகளும் தழைத்து மூழ்கியிருக்க பெண்டு
பிள்ளை புருஷரோடு புறப்பட்டார்கள் வீட்டைவிட்டு (காணலங்காறம்)

காவேரிப் பெருவெள்ளம் (1924) 145

28. நகைநட்டு சாமான்களை நங்கையர்கள் எடுக்கவில்லை படுக்கை
தலையாணி மெத்தை மிதக்குதடி தண்ணீர்மேல் (காணலங்காறம்)

29. அண்டா தோண்டிகளும் அடியோடு போகுதடி கொண்டா
டும் கொலு ஜாமான் கூடவே போகுதடி (காணலங்காறம்)

30. சாமானை பார்ப்பவரும் ஓலமிட்டழுபவரும் பார்த்திருந்த
கோபாலகிருஷ்ணன் பாடிவந்தேன் சிந்துதன்னை (காணலங்காறம்)

ஒடப்பாட்டு

ஏலேலோ ஓ, ஓ, ஓ, ஓ ஏலிலேலோ ரெங்கையா
ஏலேலோ ஓ, ஓ, ஓ, ஓ ஏலிலேலோ ஆலிலைமேல்
கண்வளரும் எங்கள் ஆதிரெங்கன் சேவை
கென்று ஓலமிடும் மாரிவெள்ள மகிமையை
நான் சொல்லிவாரேன்

முடுகு

டில்லி கொல்லாபுரம் சிகரமே சொல்லும் – கொச்சிமலை குடகுமலை பச்சைமலை வாடை – கல்லு போல் கதறியே பெய்த மழையால்–காணாத ஜல வெள்ளம் கதறியேநிற்க – மேறு மலையாளம் அழிந்துமேபோக– மேற்காக ஜலவெள்ளம் பெருகியேஓட – கண்ணனூர் அணைக்கட்டை தாண்டியே ஜலமும் – தாங்காத வெள்ளமது வருவதைபாரு– பாங்கான பவானி பாழாக போக – பாரிலே பரமனை ஜனங்களும் நோக– சேலமும் தம்பமும் பட்டியும் போச்சு – செயலான வீடுகள் மண்ணு மேடாச்சு – யானையும் இரண்டுமே அப்பவே போச்சு – அணியான பெட்டிகள் மிதக்கவேலாச்சு–குணசேகரத்தில் வெள்ளம் பெருக்கமாய் போச்சு – சீனிவாசபெருமாளும் மூழ்கவேலாச்சு – முடிவாக ஜலவெள்ளம் பெருக்கமதாச்சு–கரைகள் தெரியாமல் வெள்ளமது வரவே – கதறியே கொள்ளிடம் பாலமது விழவே– ஜனங்கள் ....ளர் திருடர் போல் கலங்கியே நிற்க–காவேரி ஜலவெள்ளம் துடர்.......மேவரவே–கனமான கட்டடம் திட்டமாய் வெடிக்க–காணஞ்.கைபிடி சுவர்களும் இழுக்க – இந்தவிதமான சந்தியில் ரெங்கன்ஞ்விடுத்த சக்ரம் தொடுக்க–மூட்டை யடுக்க காவல் படுக்க பந்தோபஸ்தாகவே கார்க்கிறார் பாரடி– ஏலேலோ ஓ,ஓ,ஓ,ஓ

கும்மி

1. கும்மியடி பெண்கள் கும்மியடி கூந்தல் குலுங்கவே கும்மியடி செம்மையாயிரு ந்த மாம்பழக்கடையும் சீர்குலைந்ததை பாருங்கடி

2. கொள்ளிடங் காவேரி வெள்ளத்தினால் வந்த கோடி ஜனங்கள் மடியும்படி உள்ளத்தில் ஈசன் விதித்த விதிதானே ஒன்றும் அரியேனே பாருங்கடி.

3. புஷ்யமண்டப படித்துரை ஓரத்தில் பொங்கியே ஓடப்பு தானுங்காண வெள்ளியனை சாலைரோட்டும் போச்சுதங்க வேண பொருள்கள் மடிந்ததுபார்.

4. மாங்கனி தென்னை பிலாச்சோலை அங்கே மண்டபங்களும் விழுந்ததுபார் குங்குகொட்டார வீடுகளெல்லாம் கொள்ளை இட்டது பார் வெள்ளமது.

5. வீரமாகாளி கோவிலருகே ஜலம் வேணமட்டும் ஓடி நிற்கையிலே, கேட்கும் உடுக்கோசை காணோமடி அங்கே கேள்வி கேட்பதற்கு என்ன செய்வோம்.

6. சத்தியக் கட்டுநிலை தவறாமலே சாற்றிவந்தாள் அவள் பூர்த்தி செய்வாள் நீதிதவறி நிலைதவறினதினால் சோரவிட்டாள் கையை வீரியவள்.

7. தைமாச கெருடமண்டபமாம் இது கண்மணியே இங்கே பாரடி நீ மண்டபகீழ் புறமாக வெள்ளம் வந்து மலையானகோட்டை உடைத்ததுபார்.

8. வீரேஸ்புரமென்று சொல்லுவார்களங்கே வேண கனவான்கள் னிருந்தார் கண்ட வெள்ளத்தினால் கொண்ட பெண்டுபிள்ளை கூட்டமாய் ஓடுகிறார் பாருங்கடி.

9. கட்டின வீடெங்கும் பாழாச்சு அந்த கரைகள் முழுதங்கே நீராச்சு சுற்றிலும் நாகதாளிகள் மண்ணுமேலே சேர்ந்து புரண்டு குடியாச்சு.

10. பெண்டுபிள்ளை என்று தானழுவார் சிலர் பொன் பொருள் போச்சென்று தானழுவார் பெட்டி நகைகளும் கட்ட துணிகள் போனதைபற்றியே தானழுவார்.

11. பக்தியில் முக்தி அடைந்தவராம் முந்தி மாமதுரை கவியாழ்வாராம் முத்திக்கு முன்னாலே வைத்த புஷ்பவனம் மூழ்கியே போனதை பாருங்கடி.

12. கண்ட திருமேனி சரமுமில்லை ரெங்கன் கொண்டைப் பூமாலையும் தானுமில்லை அண்டம் முழுதும் ஆளுகின்ற அந்த அய்யனுக்கே புஷ்பம் அற்றதடி.

13. மோட்சங் கொடுக்கும் படித்துறையாம் இது மோகனரங்கன் திருத்துறையாம் ஆட்சியாய் நின்ற அம்மாமண்டபம் போன அனியாய கோலத்தை பாருங்கடி.

14. சீதாபுரத்து குடியும் போச்சு அங்கே கீர்த்தி உள்ளோர்களும் ஓடலாச்சே ஆடுமாடுகளும் பேடைபேழைகளும் அப்பலே பருசில் தான் மிதக்க.

15. அம்மாமண்டபம் எஸ்டன்சுகட்டிய அருமையை பாரடி பெண்மயிலே கட்டின கட்டிடம் காணோமென்று ஜனம் கலங்கி தவிப்பதை பாருங்கடி.

16. சொல்லவும் நாவு நடுங்குதடி பெண்ணே சூழ்ந்த ஜலத்தின் பெருக்கத்தினால் பள்ளமேடு தெரியாமல் ஜலம் பாய்ந்து வருவதை பாருங்கடி.

17. தந்திமரத்தையும் பாரடி கண்ணே நீ தரையில்கிடக்கிற சீரதைப்பார் தண்ணீரில் கம்பி சுற்றிக்கொண்டு காலை மெள்ள இழுப்பதை பாருங்கடி.

18. இந்திர பட்டினத்திலெமனொருவன் ஏகசக்ரவர்த்தி யிருக்க இத்தனை உயிரை கொண்டுபோவதற்கு என்ன உபாயங்கள் செய்தானோ.

19. ஆலிலைமேல் பள்ளிகொண்டாறாம் முந்தி அப்பவே தெப்பம்போல் தான் மிதந்தார் அந்த தெரிசனம் பார்க்காத ஜனங்கள் இப்போ சிந்தை குளிரவே பார்த்தோமடி.

20. பார்த்த உடன் பயமாகுதடி பெண்ணே பரிமளங்கள் அங்கே வீசுதடி பூர்த்தியாக ஜலம் வந்து பூந்ததடி பொங்கும் மடப்பள்ளி தான்நிறைய.

21. ஸ்ரீரங்கம் சுற்றிலும் வீடுகள் போச்சு அங்கே சேர்ந்த குடிகளும் பாழாச்சு அத்தனை வீட்டையும் பாழாக்கி வெள்ளம் அடியோடழித்ததை பாருங்கடி.

22. நாகப்பிள்ளை மண்டபத்தினருகினில் நண்மணியே பள்ளங்காணுதடி பள்ள நந்தவனம் போகுமுன்னே ஜனம் பதறி தவிக்கிறார் பாருங்கடி.

23. ஆதியில் திருவானைக்காவல் என்று அன்பாக சொன்னேனே பெண்மயிலே நீதியான முறக்கார தெருவதின் நேர்மையை சொல்லுகிறேன் கேளுங்கடி.

24. கட்டின வீடங்கே காணோமடி பெண்ணே கடையில் ஜனங்களை பாரடி நீ பெட்டி சட்டிகளை தூக்கிக்கொண்டு ஜனம் போகின்ற வேடிக்கை பாரடி நீ.

25. கொள்ளிடம் பாலம் விழுந்ததுமே ஜனம் கோவென்ற சத்தமாய் சென்றதுமே அக்கரை போனவர் இக்கரை வராமல் அலைந்து தவிப்பதை பாருங்கடி.

26. வண்டி முழக்கமும் தான்போச்சு பெண்ணே வரிவான வியாபாரம் சீர்போச்சு வண்டிதரகுகள் கொண்டு பிழைப்போரும் வகை கெட்டலைவகை பாருங்கடி.

27. ஜெம்புநாதரை விடவுமில்லை ஜலம் நன்மணி இங்குபாரடி நீ அம்மன் சக்தி கோவிலருகாமல் ஆபத்தான வெள்ளம் தானுமில்லை.

28. காவற்காரத்தெரு தானும் போச்சுதங்கே கொண்டயம்பேட்டை உடப்புமாச்சு இரண்டுவரிசை இருநூறு வீடுகள் இல்லாமல் போனதை பாருங்கடி.

29. தம்பிரான் தெருவை தாக்கினதாம் வெள்ளம் தாவியவடபுரமதினில் ஆங்காரமாகவே சன்னதி வாசலில் ஆனைப்பள்ளம்போல் தான் பறிக்க.

30. பள்ளத்தைப் பார்த்து பயப்படாதே பெண்ணே கோபால கிருஷ்ணன் ஓதும் கும்மிபாட்டை சிந்தைகலங்காமல் செப்புவாயடி நீ சேயிழையே இந்த பூமிதனில்.

முதல்பாகம் முற்றிற்று
இரண்டாம்பாகம் வெளிவரும்

ஆ. முருகேசவாண்டையார், T.S. கணேசன்,
விபரீத வெள்ளம்

உ
ஸ்ரீராமஜயம்.

திருச்சி ஜில்லா

விபரீத வெள்ளம்.

கேர்த்தியான
பல வர்ணமெட்டுகள் கொண்டது.

இஃது
லா. தா. நொச்சியம்
ஆ. முருகேசவாண்டையாரவர்களாலும்

திரு ஆனைக்காவல்
T. S. கணேசனாலும்
இயற்றப்பட்டு

திரிசிரபுரம்
...லியம் பிரஸ், ஸ்ரீரங்க விலாசத்தில்
பதிப்பிக்கப்பட்டது.

காப்பு, வெண்பா

அல்லலற வறுக்குமரும் பிணிகளில் தீய்க்கும்
தொல்லையில் பிறவி துளைத்தாட்டும் – எல்லையில்
இன்ப நெறிகாட்டும் இயற்றமிழமிழ் தூட்டும்
பொன் முகத்தானை துதிப்பார்க்கு.

விருத்தம். ஆனந்தபைரவி

ஆயிரத்தித் தொளாயிரத்து இருபத்து நான்காமாண்டில்
ஆனதொரு சூலை பதினெட்டாந்தேதி
வேணதொரு பொருட் சிலவாலுண்டான பாலம்
விதிவசத்தா லிடிந்து வீழ்ந்த விபரஞ் சொல்வேன்

நொண்டிச் சிந்து

இருபத்தினான்காமாண்டில்–உலகெங்குமேகமாய் ஜலம் புரண்டு நிறைந்ததினால்–வழியொன்றுந் தெரியாமல்–ஜனங்கள்–வாடிமனங் கலங்க நதிகள் பொங்க– இது வென்ன காரணமோ என்று–ஏங்கி மனங்கலங்கித் துயிலகன்று–இருக்கும் நாளதிலே–யாரும்–பொறுக்க முடியாத்துயரான கதை–உரைப்பேன் மடமயிலே–கேளும் உத்தமியே சூலை பதினெட்டாந்தேதி–சென்னைக்கேகும் ரஸ்தாவிலுற்ற – கொள்ளிடத்தின்– சிறப்புள்ள பாலத்தின் விபத்ததனை – என்னவென்றெடுத்துப் புகல்வேன்– இதுவரையிலிப்படி நடந்ததில்லை எப்புவியிலும்– சொற்பமல்லவே மோடார்–சர்வீஸ் நடத்தும் துரிதத்தினாலே பாலங் கலகலகத்து – இருந்த நிலமையறியா–தன்று– எப்போதும்போல பலபேர் வண்டி விடுக்க – அற்புதமாய் பாலம் பிளக்க – பசுபதி –கோவில் வண்டி அப்போது அந்தவழி கடக்க – கேட்டு பீர்சாகிப் தடுக்க – அதனை ஓட்டிவந்த மூவருடன் வண்டியடுக்க – விரிவுண்ட பாலமது – வண்டி வந்த வேகத்தினாலிடிந்து வண்டியும்விழ – பார்த்தவர் மனங் கலங்க–பரிதவித்து–பரமனருளால் மாட்டின் வாலையும்பற்றி–நீந்திக் கரை ஏறினார்– ஆற்றினில் மாய்ந்திடாமல் மூவர்களும் எருதுடனே – எருது இரண்டுமப்போது–தன்னுட–எஜமானைக்

கரையேற்றிவிட்ட பிறகு – பூமியில் வீழ்ந்து இறந்த –
அந்த புதுமையை என்ன சொல்வேன் மடமயிலே –(தன)

ஜனங்கள் வாத்தலைமார்க்கம் சென்ற கஷ்டங்கள்

பூமிமெச்சிடும் என்ற மெட்டு

கொள்ளிடநதியிலுற்ற வெள்ளத்தின்பிர வாகத்தால்
இடிந்தபாலத்தால் வியா கூலத்தால் அங்கு
கொடுக்கத்தந்தியுமற்று நடக்கவழியுமற்றுப்போனதால்
துயர் வேணதால்
எல்லைக்கடங்காத அல்லல் வந்துற்றதாலேங்கினார்
துயில்நீங்கினார் துயர் பொங்கினார் சில
கோடிஜனங்கள் தங்கள் மாடுகன்றுகளோட்டிஓடினார்
மேட்டைத் தேடினார்

திருச்சிக்கோட்டைக்கேகும் வடக்கிக்கோட்டை வாச லிதுவாகும்
கேட்டைக்கடந்தேகும்போது மனநோகும் படி
இரைந்துவாத்தலைவழிவிரைந்துசென்றுமே அந்தக் கரையேகும்
துயர் பெரிதாகும்
ஊசிப்பாலம்நடக்கக் கூசுதுஎன்னுள்ளங்கோதையே
மனவாதையே பெருந் தீதையே உன்னி
ஒன்றும்வழியிலாது சென்றேன் மெள்ள நடந்தப் பாதையே
எந்தன் பேதையே
இருபுரஞ்ஜலப்ர வாகத்தாலென்னுள்ள மேங்குதே
உயிர்நீங்குதேகால் பின் வாங்குதே இலங்கைக்
கேகும்வழியிலுற்ற பாம்பன்நதியும் பின் வாங்குதே
அலைக ளாங்குதே

அணைக்கரைவந்துமே எனக்கொன்றுந்தோன்றாமல் சொக்கினேன்
சற்றுக்குக்கினேன் தெற்கு நோக்கினேன் முருங்கப்
பேட்டைமுற்றிலும் வெள்ளத்தாலழிந்ததைக்கண்டு வெக்கினேன்
வேறு திக்கிலேன்
ஸ்ரீரங்கம் செல்வதற்கென் றெண்ணியேநானும் சென்றிட
மனங்குன்றிட கால்கள் நின்றிட திரு
மாலனுக்ரஹத்தால் மேலூரைவந்துநான் கண்டிட
துயர் விண்டிட
ஐயனார்க்கோவிலுக் கருகாமையில்கரை ஆபத்து
பெரும்விபத்து கண்டு திகைத்து அதைக்
கடந்து ஸ்ரீரங்க மடைந்தேன் கரங்களை குவித்து
ஹரிவிய சேவித்து
அன்றங்குதங்கிநான் சென்றசிரமத்தை ஒழிந்தேன்
துயின்றெழுந்தேன் மனங் குழைந்தேன் அதை
விட்டுப்புறப்பட் டானைக்காவல்செல்வழி நடந்தேன்
கண்ணீர் சொரிந்தேன்
முருகேசன்பதங்களைகேட்டிட உன்மன முருகுதோ
முகங்கருகுதோ கண்ணீர் பெருகுதோ வேறு
முத்தமிழ்வித்துவங்கற்றிலை குகனருள் பெற்றவ
னன்பிற் குற்றவன்

சஹானா, ரூபகம்

கண்ணிகள் (அண்ணி மெத்தப்பசியால் என்ற மெட்டு)

திருவானைக்காவலுக்கேகும் ரஸ்தாவிலுற்ற சீர்கேட்டை
என்னசொல்வேன் நானே பெருந்
தீவினையென்றுரைப் பேனே
கிருஷ்ணசாமிநாயக்கர் கட்டியசத்திரத்தின்
கீழ்புரமெல்லாம் நீரோட்டம் கண்டு
நானடைந்தேன் மனவாட்டம்
முனிசிபலாபீசு விபரிதமாகன்று
மூடப்பட்டது ஜலத்தாலே அதி
லுள்ளோர்வேரிடஞ்சென்றார் பயத்தாலே
அதைக்கண்டுமனமுளன்று சென்றேன்மெள்ளநடந்து
காணஓண்ணாத பரிதாபம் கரி
கடைசந்திலோடும் ஜலவேகம்
நாகப்பிள்ளை மண்டபம் ஏகலாமென்றாலோ
நடக்கமுடியாதங்கு நீச்சு நீந்தி
கறைஏறினதேபெரி தாச்சு
இந்தஅபகேடுவந்ததில்லை எப்போதும் செந்தா
மறைப்பொற்பாதன்
திருவிளையாடலிதும்
ஜெம்புகேசுரனைம் அம்பாளகிலாண்டத்தையும்
சேவிக்கச்சென்றேன்நான் விரைந்து ஜலம்
மறித்ததே நந்தவனத்தில் இறைந்து
ஆனைக்கடங்காப்பள்ள மாகப்பரித்துவெள்ள மலைகள்
மோதிவரவே கண்டேன் மனக்
கவலைகொண்டங்கு சற்றே நின்றே
அந்தமடுக்கடந்தென் சிந்தைமிகவேநைந்து
வந்தேன்முறக்காறத் தெருவு அங்கு
இருந்தவீட்டிற்பல இடிந்துவிழநான்கண்டேன்
இதுவோ இந்தயுகத்தின் முடிவு

திருவானைக்காவலில் வெள்ளமும் அதனாலங்கு
நேர்ந்த அல்லலும்

செந்தமிழ் உலகினில் என்ற மெட்டு

காவேரியம்மனுக்குக் கனத்தகோபமுண்டாகி
கடுகிவெள்ளமாய் வாராளே இந்நகர்தனில்
ஆவேசமுடன் வாராளே
கண்டோர்மண்டல பிரளயமென்றுமேவிண்டிட பெண்டிர்குலைநடுங்க
சண்டமாருதம்போ
லோவென்றிறைந்து வாராளே காவேரியம்மாள்
மாவேகத்துடன் வாராளே
தெப்பக்குளம்வழிய இப்போதுநாம்கண்டதுஅப்பப்பா
புதுமையல்லோ முறக்காரத்தெருவழிவந்தும்
கொடுமையல்லோ
கப்பியபசியினால் கலங்குறாரவர்களும்
எப்போதானிறங்குமோ ஈசுரற்குமனம்

பொக்கென்று ஜலம் வற்றாதோ அவர்களுக்கு
பிழைக்கவழியு முற்றாதோ
எங்குபார்க்கினும்ஜலம் மங்காது பெருகியே
பங்கப்படுத்துது ஐயோ பட்டணம்ரோட்டை
எங்குமுடைத்ததும் பொய்யோ
செங்கைவளையலணி மங்கையர்தாமும்
அங்கைகூப்பியே சங்கரனைக்கூவும்
சப்தம்நுழைய வில்லையே அம்மாளின்கோபம்
சற்றுந்தணியாத் தொல்லையே
சன்னதிவீதியைநோக்க உன்னதமாய்தோணுது
சாமிசேவிப்ப திங்கேது ஜலத்தின்வேகம்
பூமிதனிற்கால் நில்லாது
மெத்தசங்கடமடைந்துநான் இங்குவந்துற்றதும்
பொங்குதே ஆழிபோல் எங்குமேஜலமது
போகவழியேது வேறு சன்னதிவீதி
புதிதாயுண்டான சிற் றாறு
பத்துநாட்களுக்குமேலைந்து நாட்களாகியும்
வற்றாதுஓடுது ஜலம் கோவிலைச்சுற்றி
சற்றாவதில்லையே தடம்
கத்துது கன்றுகள் தவிட்டுக்குத்தானும்
கலங்குறார் மானிடர் உணவுக்குமேயே
சித்தமிரங்க வில்லையே இந்நாளில்பாழாய்
ஓத்தத்தெருவும் போகுதே
கல்லணைரோட்டில்நேர்ந்த பொல்லாஉடைப்பிரண்டால்
சொல்லமுடியாத அல்லல் இவ்வூருக்கல்லோ
விள்ளஇயலாத அல்லல்
காவற்காரதெரு வடியோடேபோச்சு
கனத்தகட்டிடங்களு முட்காரலாச்சு
கண்ணைத்திறந்துபார் அம்மா எங்களின்மனம்
புண்ணாகச்செய்வதேன் சும்மா

கல்லினுங்கடினசித்த நெல்லுமண்டிக்காரர்களும்
கடைகளைப்பூட்டி விட்டாரே கலபத்தரை
ஆகட்டுமென்று கிட்டாரே
செல்லத்தம்மாள்தர்மம் சிறப்புடன்செய்கிறாள்
இல்லமாய்ச்சத்திரத்தை எல்லோருங்கொண்டனர்
அல்லலும்நீங்கிற்று அன்றே அந்தம்மாளை
எல்லோரும்போற்றுதல் நன்றே

தருமதுரைப்பிரிட்டிஷார் தான்கட்டிய கொள்ளிடம்பாலம்
கருமவினையோ போச்சு டோல்கேட்டுக்காரர்
கண்கள்கலங்க லாச்சு
மணச்சநல்லூர் செட்டியார் மதிமயங்கலாச்சு
மண்டலமுழுதுமே இதுபெரும்பேச்சு
மோட்டார்கள் ஓய்ந்திட லாச்சு அவைகளினஷ்ட
காசம் அடங்கிட லாச்சு

பிழைக்கவழியேயற்று மலைத்தவண்டிக்காரரை
அழைக்குதே அக்கரை யும்மே நொச்சியக்கரை
இழுக்குதவர்களை யும்மே

தக்கபடியவர்கள் பக்குவமாகவே
இக்கணந்தங்களின் குதிரைகளுடனே
அக்கரைநாடுகின் றாரே அவர்களுக்கு
மிக்கெதிநேறலா காதே

திருவானைக்காவல்வாசன் சிறுவன்பெயர்கணேசன்
செப்பியசெந்தமிழ் மெட்டு உரைக்கக்கேட்டு
இப்போதேஓர்மனப் பட்டு
மடமடவெனகவி மழையதைசொரிந்திடும்
புலவர்களிதில் பெரும்பிழையிருந்தாலெனைக்
கார்த்துரக்ஷிக்க வேணுமே எந்தனுக்குற்ற
கலக்கமறவே தானுமே

மஞ்சுநிகர்குந்தளமின்ன என்ற மெட்டு

காவேரிக்குத்தென்புறமுற்ற கரூருரோட்டு வெள்ளத்தால்கெட்டும்
காணலாமங்குமே ஓர்கேட்டு சுங்க
காசுவாங்கிட ஏதுவில்லாமல் மாசம்ஒண்ணரை ஆகியும்வழி
காணவில்லை என்று கண்ட்ரேக்ட்டு காரர்மனமும் அனுதினமும்
காண ஓண்ணாத்துயரம்மேலிட்டு
கம்பரசம்பேட்டைமுற்றிலும் தங்க இடங்கள் எங்குமிலாது
மங்குறார்ஜனங்களாங்காங்கு தண்ணீர்
பம்புகுழாவுமின்னாள்பா ழடைந்திட எங்குநோக்கினும் நீர்நிறைந்திட
காணவொண்ணாதப்பரிதாபம் இந்த அநீதம் எந்தக்காலமும்
வந்ததில்லை யார்விட்டசாபம்
அந்தமுள்ளசிந்தாமணியே கடைவீதியில் இடுப்பளவு
கால்வாய்போல்ஜலமுமோடவே அதை
கடக்கவெண்ணியே இடுக்கண்உற்றவர் கணக்கிலடங்காது
எனக்குந்தெரியாது
காரிழையே அப்பால்நீபாரு சின்னியபிள்ளை சத்திரத்தோரம்
என்னவேகமான பேராறு

கும்மி

கும்மியடி பெண்ணே கும்மியடி உந்தன்
கொண்டை கலையவே கும்மியடி
நம்மைப்படைத்துப் புரக்குமந்த நட 1
ராஜனை நாடியே கும்மியடி.

தெங்குகமுகு பலாச்சோலையவை
எங்கு மலிந்த இச்சோனாடு
பாரில் பங்கமுற்றவிதம்
மங்கையே சொல்லுகிறேன் சங்கையில்லாமலே நீ கேட்டு. 2

காற்றுடனே மழைக்கலந்து மின்னாள்
ஊற்றினான் வருணன் மேற்றிசையில்
சாற்றுவேன் கேளடி தையலரே வெள்ளம்
கூற்றுவன்போல் வர நம்நாட்டில். 3

எந்த நாளையிலும் இந்த வெள்ளம்போல
சொந்த நம்நாட்டினில் வந்ததில்லை
என்று பெரியோரும் நன்றாயியம்பியே
நின்று மலைக்குறார் குன்றைப்போல். 4

வெள்ளத்தினால் நேர்ந்த அல்லலை விள்ள என்
உள்ளமுருகினும் தெள்ளமுதே
வெள்ளை விடையோனருட் கொண்டு யானும்
உள்ளதை உள்ளபடியே சொல்வேன். 5

செத்த மனிதர்கள் பத்தாயிரம்போல
எத்தனையோ மேலைச் சீமையிலே
மெத்தை வீடுகளும் பாழாச்சாமென
கத்துது பேபர்கள் உத்தமியே. 6

குடிக்கச் கஞ்சியுடன் உடுக்கைக்காகவே–நாம்
கூவிப்புலம்பு மின்னாளையிலே
அடுக்குமோ அவனுக்கிவ்விடுக்கண் வந்துற்றுது
படுக்க மனமில்லை நீர் பயத்தால். 7

செந்நீர் பெருகினதினாலே அந்த
பொன்னி நதியின் கரைதானும்
பின்னப்படுகுது சென்னை மெயின் ரோட்டுடன்
இன்னலுற்றன கிராமங்களே. 8

கம்பரசம் பேட்டை நம்பியிருந்தோரும்
வெம்புகின்றார்க ளங்கோருடைப்பால்
தெம்புசொல்வதற்கே யாருமில்லை
அந்தபம்புகுழாய் சிஸ்டம்பாழாச்சே. 9

உத்தமசேரியை சுத்திதண்ணீர்வந்து
நத்தியேவளைத்துக் கொண்டதினால்
மெத்தையிலேகத்தும் பத்துப்பேரைமீட்க
ஓத்தைப்பரிசலு மாங்குற்றதே 10

இடையாத்துமங்கல முடைப்பதினால்ஜலம்
ஏகப்ரவாகமாய்ப் புரண்டதினால்
அரியூருதிண்ணியம் அம்பில் கள்ளிக்குடி
அத்தனையும் பாழாச்சுதடி 11

நட்டநடவெல்லாம் பாழாச்சுநாமே
நண்ணும்வயல்மணல் மேடாச்சு இதனால்
கெட்டகுடிக ளதிகமடிஅந்த
கேட்டையென்ன சொல்வேன் மடமயிலே 12

அள்ளிக்குடிக்கவே சுத்தஜலம்த்ரிசிரா
பள்ளியிலில்லாதுபோனதினால்
வெள்ளம்மடிக்கல்லை என்றுமல்லோகால்ரா
கொள்ளைக்கொண்டு போகுதுயிர்களையே 13
கையிலேஓர்தடி மெய்யிலோர்கோவணம்

பையவே ரோட்டினில் நான்நடந்துகண்ட
ஐயன்திருவிளை யாடலையுனக்கும்
அற்புதமாகவெடுத்துச் சொல்வேன். 14

சிந்தாமணிமுதல் கொள்ளிடம்நதிவரை
செப்பலாம் "ஜலக்காடெ"ன்றிப்புவியில்
அந்தமுள்ள ஆனைக்காவலுமேநீரில்
விந்தையே நீந்துவதுகாணும் 15

ஞ்காரத்தெரும் பாழாச்சு சொந்த
காவேரிதாய்களுமுட் காரலாச்சே அந்தோ
காகாரத்தெருவும் நீராச்சே அவர்கள்
காசுவாலுந்தொழிலுக்குங் கேடாச்சே 16

சகன்றுகளைத்தான் ஓட்டி உடன்
மக்கள் மனையாளையுங்கூட்டி
நாடுகின்றார்களே ஓடுஞ்சலத்தினில்
ஈடில்லாநாதன் இருப்பிடமே 17

கூடுவிட்டே ஆவிபோய்விடுமோ வென்று
கூக்குரலிடுமேழை ஜனங்கள்
பாடுபட்டே தாமும் தேடியசொத்தையே
பத்திரஞ்செய்யும் சிலகோடி 18

தூலை பதினெட்டாந்தேதியடி அது
வேளை மத்தியான நேரமடி கொள்ளிடம்
பாலம் உடைந்த செய்தியடி இந்த
ஞாலத்திலெங்கும் பரவுதடி 19

போக்கு வரத்தெங்கு மற்றுப்போச்சு அந்த
புகைவண்டித்தொடருமே நிற்கலாச்சு
பாக்கு வெற்றிலைக்கும் கஷ்டமான அந்த
பாங்கை என்சொல்வேன் மடமயிலே 20

எண்ணிறந்த பேர்கள் தண்ணீர் பஞ்சத்தினால்
கண்ணிழந்தாற்போல் கலங்குகிறார்
பண்ணுங்கள் புண்ணியம் கன்னியவான்களே
நண்ணுமுங்களை முக்கண்ணனருள் 21

யானைகுழாக்கள் நிறைந்த திருவானைக்
காவலிலேவாழும் மோனையனாம்
பானைவயிற்றோனின் நாமம்படைத்தோனாம்
பகருங் கும்மிதனைப்பாடுங்கடி

கானத்தில் நாமலைந்து என்ற மெட்டு

ஈசன் திருவிளையாடலித்துடனே நின்றிடாதோ
தேசமெங்கும் சீர்குலந்தை தீவினையகன்றிடாதோ 1
திருச்சி ஜனங்கள்கோடி செத்தனர் விஷபேதியால்
குடிக்க சுத்தஜலமே அற்றகொடுமையினால் வந்துஉற்ற 2
சுவத்தை யெடுத்தீமம் போகசாத்தியப்படாததினால்
கொடுத்தார் மனு கலைக்டருக்கு அடுத்துமண வாரிக்கேக 3
ஐயாயிரத்துக்குமேலே அதிகஜனமாண்டதாலே
வையகத்திலனைவோரும் வருந்துகிறார் மண்ணின்மேல் 4
தையலரேகேளு முருகேசனுரையிலே வரும்
வையகத்திலுள்ளவர்க்கு வந்து உற்ற மனத்துயரம் 5

பொங்கும் மங்களம் எங்கும் தங்குக

கோ.சா. விநாயகமூர்த்தி செட்டியார், வெள்ளச்சிந்து

உ

சண்முகன் துணை

காவிரி ஆறு கரைபுரண்ட

வெள்ளச்சிந்து

இரண்டாம்–பாகம்

சுப்பிரமணியர் துதி

வெண்பா

கூலிக்காரன்பெற்றான் குறப்பெண்ணைமாலையிட்டான்
தாலிக்கட்டினபெண்ணை தயங்கவிட்டான் – வாலிதனை
கொன்றவனின் தன்மருமகன் குமரேசன் தன்னைநினைக்
கின்றவனே கீர்த்தியுள்ளோன்காண்.

இராகம் நாதநாமக்கிரியை தாளம் ரூபகம்

பல்லவி

விந்தையைப்பாரீர் வெள்ளத்தால் நேர்ந்திட்ட
விதிதனைக்கேளீர்

அநுபல்லவி

விந்தையினும்விந்தை வெள்ளத்தால்படுந்தொல்லை
சிந்தையுருகுது செப்பவும்மனமில்லை விந்

சரணங்கள்

காவிரிநதியின் கனத்தகிளைநதிகள்
கருதும்லக்ஷ்மணதீர்த்தம் கலங்காஹேமாவதி
தாவுமேகாச்சிநதி தாளமுடியாமல்
தவித்தேமநதியினிற் தான்போய்விழுந்திட

பெருகிற்றேவெள்ளம் அருகினிலிருந்தவூரை
ஆக்கிற்றேபள்ளம் இன்னும் 1

பவானிசங்கதியானும் பகருகின்றேன்கேளும்
பயந்துஜனங்களெல்லாம் பதரிகொண்டுவோடி

காவாயீசனேயென்று கர்த்தனைபோற்றியே
கனமாயில்மீதேரி கலங்குகின்றாரையோ

காலத்தைபாரீர் கலிபுருஷனால்நேர்ந்த
கோலத்தைகேளீர் அய்யா 2

பவானியென்னும்பட்டணம் பார்க்கவழகானது
பகரும்ஜெனங்களோ ளாயிறமுன்னூரு
பலமானகட்டடம் பாழாகிபோச்சுது
பாதிவூர்ஜலத்தினில் அமிழ்ந்துகிடக்குது

இதுவென்னகாலம் இப்படியுமீசன்
செய்வானோகோலம் அய்யோ 3

திருமேனிவாசகசாலை கட்டடம்போச்சு
திரளாகவெழுநூரு வீடுமடிந்துப்போச்சு
அருமையிரண்டுலக்ஷம் ரூபாய்நஷ்டமாச்சு
அவதிப்பட்டுஜனம் அழியக்காலமுமாச்சு

அயனின்சதியோ அய்யய்யோவிதுவென்ன
அரனின்சோதனையோ அய்யோ 4

பாழும்வெள்ளம்வந்து பாழாக்கிப்போயிற்று
பருகவன்னமுமின்றி பசிநோயனுகிற்று
தொழுந்தெய்வமிப்படி தூதுசெய்தாயிற்று
தேரோவெள்ளத்தினில் அடித்துக்கொண்டேடிற்று

குமாரபாளையத்தில் கலைக்கடர்கஷ்டப்பட்டு
கூட்டியோரிடத்தில் அய்யோ 5

சத்தியமங்கலம் சதரென்றுசொல்ல லாம்
சாத்தியமில்லாமல் ஜலமோடித்தெண்ணலாம்
மெத்தவெள்ளம்வந்து மோதித்துணறலாம்
மேன்மையானபாலம் ஓடிந்துவிழுந்ததாம்
இருநூருவடிக்கு இடித்தைம்பதடிவாழம்
எடுத்துவோடிற்று அய்யோ 6

நானுற்றிஅருபத்து மூன்றுவீடுபோச்சு
நலமானசின்னவீதி நாசமதாய்போச்சு
காணும்தபாலாபீஸ் கனங்குலைந்துபோச்சு
கவர்னர்அங்குசென்று கண்டாறேஇக்காக்ஷி
புகைப்படம்பிடித்தார் புறளும்வெள்ளத்தைக்கண்டு
நகர்நாடிச்சென்றார் 7

நடுவயதுள்ளவோர் நங்கையொருத்தியாம்
நாடிக்குழந்தையோ டாத்திற்குபோயிற்றாம்
வாடும்குழந்தையும் தான்ஜலமுண்டதாம்
வந்தவெள்ளமிவரை அடித்துக்கொண்டோடித்தாம்

அய்யய்யோசிவமே இவ்விருவர்க்குயிர்கெதி
அமைத்தாயோபவமே அய்யோ 8

முப்பாளையத்தினில் முப்பதுவீடுபோச்சு
மோதிவந்துசின்னப்பன் பாளையத்தின்பேச்சு

அப்பவேநூறகம் அடித்துக்கொண்டுபோச்சு
அய்யய்யோவிதுவென்ன அலங்கோலத்தாலேச்சு
புள்ளையம்பட்டி புகல்வேனைம்பதுவீடு
போயிற்றுகெட்டி அய்யோ 9

கோடயம்பட்டிஜம்பை கூடத்தாலப்பட்டி
குக்கிறாமங்களில் குருகிஜலம்கிட்டி
தேடவப்பக்கூடம் கல்யாணிவகைநெட்டி
வாடிப்பயிர்கள்முத லரைபோச்சுவிதுகெட்டி
விந்தையைபாரீர் வெள்ளத்தால்நேர்ந்திட்ட
விதிதனைகேளீர். 10

கும்மி

அன்னமேகொள்ளே காலத்திலேர்ப்பட்ட
அதிசயவெள்ளக் கும்மிபாட
அருமையிலேரும் அய்யன்முருகன்
ஆதிபரன்குரு தாள்பணிந்தேன். 1

காவிரியாற்றுக் கருகிலுள்ளபல
கிராமங்கள்நீரில் முழுகியது
நாவினால்சொல்ல முடியாதுமுள்ளூரில்
நாசமாய்போயிற் றிரநூருவீடு. 2

அம்பாபுரமுமதர்க் கருகிலுள்ள
அருமைதாசன்புர மிருநகரும்
பெம்மானருளால் இருவீடுயோகாமற்
றெல்லாவீடும் பாழாய் போனதுவே. 3

அய்யனருளால் அங்கொருமேட்டினில்
அவதிப்பட்டுபிள்ளை பெண்டுகளும்
உய்யவழியின்ரி யீசன்பதம்போற்றி
உயிர்தப்பிநின்ருமே தானமுதார். 4

ஆண்டவனருளால் ஆண்பிள்ளைகளெல்லாம்
அங்கிருந்தமற மீதேரி
ஆதிக்கடவுளின் அடிகளைப்போற்றி
அமர்ந்துவிருந்தா ரடிமானே. 5

அன்னமேமனிதர்க்கு சேதமில்லைமற்ற
அருமைகால்நடஜீவன் சேதமில்லை
என்னமாயிக்கோரம் இங்குவந்ததோ
என்னிலேனின்னங்கே ளேந்திழையே. 6

பொருன்சேதமாயிற்று போனபொருள்தனை
புகலுகின்றேன்கேட்பாய் பத்தாயிரம்
அருள்தந்தானீசனவ நடியைப்போற்றி
ஆவலாய்புகழ்கொண்டு பாடுங்கடி. 7

வெள்ளத்தாலடிப்பட்ட வேணஜெனங்களை
வெகுவினயத்தோ டழைத்துவந்து
கள்ளமனமில்லாக் கர்னன்போலவே
காப்பாத்திநாரடி பெண்ணரசே. 8

சீர்பெற்றவைசியர்க் ளொன்றுகூடியங்கு
திக்கற்றுவீடற்ற ஜென்ங்களுக்கு
கார்முகில்வண்ணனைப் போலவேயிங்கு
காப்பாற்றினாரடி பெண்ணரசே. 9

வீடற்றவர்க்குமே வீடுகட்டித்தர
வேண்டுமென்றுசொல்லி சிலபோர்கள்
பாடுபடுகின்றனர் சீக்கிரம்நிரைவேர
பரமனைபோற்றிப் புகழ்வாய்மானே. 10

ஆசியா – ஆப்பிரிக்கா – லண்டன் – என்ற மெட்டு

காதலியே கண்ணம்பாடியனையின் நிலமைதன்னை
கருதுகின்றேன் கேட்பாயடியன்னமே அதை
கவனமாய்க்கருத்தில்வைப்பாய் சொர்னமே காத 1

அணையின் பாலமது அடியோடடித்துப் போச்சு
ஆரணங்கே ளின்னும்கேள் சேதியே நானும்
அனுதினம்துதிப்பேன் பரஞ்சோதியே. காத 2

பாலமதைபார்க்கஜெனம் பதரிவெகுபேர்கள் சென்றார்
பார்க்கப்போன வதியத்தைகேளடி ரெண்டு
பர்லாங்கு தூரம்நின்றார் பாரடி. காத 3

ஆவலாய் அணைக்கட்டு அழிந்த விதத்தைக்கண்டு
அதிசயித்து நின்றவ ரனேகம் ஆ–ஆ
ஆச்சுதே வெள்ளஜல வேதம் காத 4

ஸ்ரீரங்கப்பட்டணத்தின் மைசூர்ரஸ்த்தா தனிலே
ஏர்ப்பட்டரோடில் வெகுசேதம் அதை
பார்க்கமுடியவில்லை பாபம் காத 5

ஆடிபதிநெட்டாந்தேதி அய்யோவெள்ளம்வருமேவென்று
அச்சங்கொள்ளுகின்றார் வெகுபேருமே அதை
அசட்டைசெய்கின்றார்சிலர் பாருமே காத 6

நஞ்சங்காட்டுநகர் தனிலே நாடியேமுன்னூருவீடு
நாசமாகப்போய்விட்டதன்னீதம் அது
நாவினால்சொல்லபரிதாபம் காத 7

ஷிமோகாநகரில்மறங்கள் சேதமதிகமென்று
செப்பயெந்ததொருநாவுமோதுமோ அங்கு
சேதத்தின்விபறம் கூறலாகுமோ காத 8

ஷிமோகாவில் இரண்டுலக்ஷரூபாய்சேதமென்று
செப்புகின்றாரிதுவென்னகாலமோ அதை
சீர்திருத்தம்செய்கிறார்கள்பாருமே காத 9

கஷ்ட்டநிவாரணபண்டுக்கு நாலாயிறம்
கீர்த்தியோடுகவர்மெண்டாரளித்தாரே அதை
கலைக்டர்மனப்பூர்த்தியோடு பெற்றாரே காத 10

நொண்டிச்சிந்து

கண்மணியேபாறாய் யானும்
கழருகின்றேனெந்தன்சொல்லைக் கவனமாய்கேளாய்
சத்தியமங்கலமடுத்த கோபிசெட்டி
பாளையத்தில்காலலம்ப ஜலத்தைக்காணேன்
பயர்கள்வாடிநிற்கின்றது பார்க்க
பரிதாபமாயிருக்குபாவை யென்சொல்வேன்
பவானிதிருவிளையாடல் பகரவென்றால்
பார்ப்பவர்கள்சொல்வதைக்கேட்டு பதைக்குதென்மனம்
சத்தியமங்கலரஸ்த்தா அடுத்த
அரதூரென்னுங்கிராமம் அதிகநஷ்ட்டம்
வீடுகள்போய்விட்டன ஏழைகள்
வேண்டுமுதவிக்கரி யப்பன்பளையம்
தங்கியிருக்கின்றார் அவர்கள்
தயங்குவதைக்கண்டுமனம் தாளவில்லையே
இப்படியும்செய்குவானோ யீசனுக்கு
இதுவுமொருதிருவிளையாடல்தானோ (கண்)

ஆலமரமென்பது இதுதானோ என்றமெட்டு

பார்க்கப்பயமாகுது என்செய்வோமீசா
கார்த்துவருள்தருவாய் கங்கைநேசா பார்

ஆற்றில்வெள்ளம்வந்து அலைகின்றோம்மக்கள்
சோற்றுக்குத்திண்டாடி சுழள்கின்றார் பார்

பூமிபொருள்களும்போய் புசிக்கவுணவுமின்றி
காமியெனக்குவன்னம் தாவெனகேட்கவையோ பார்

ஆதிபறம்பொருளே அய்யாவுன்சோதனையோ
பாதிமதியணிந்த பறமேநின்கட்டளையோ பார்

பெண்டுபிள்ளைகள்வேறு பேதைநாங்கள்வேறாய்
கண்டானந்திக்குறாய் கலியின்கொடுமைதானோ பார்

ஆதரிப்பவர்களை அடைந்தேதஞ்சமென்று
அவர்பாதந்தனில்வீழ்ந்து அன்பாய்புசிக்கின்றோம் பார்

கூரைமீதேரியே கூவிநோம்கோ ழிபோல்
ஆறுமோசம்செய்து ஆக்கிற்றுவிக்கெதி பார்

அண்டகுடிசையில்லை ஆருதல்சொல்வோரில்லை
பண்டங்கள்வீணாக பாழும்நதியில்போச்சு பார்

அயனுமிப்படிவிதி அமைத்தானோவரிகிலோம்
கயவர்நாங்களுமிந்த கஷ்டத்திற்குள்ளானோம் பார்

பாலன்விநாயகன் பகரினானிச்சிந்தை
சீலரேபிழைதனை சீர்திருத்திக்கொள்வீர் பார்

காவிரி ஆறு கரைபுரண்ட வெள்ளச்சிந்து
இரண்டாம் பாகம் முற்றிற்று.

S.S.M. அர்த்தநாரிசாமி செட்டியார், வெள்ளச்சிந்து

சிவமயம்.

பவானி காவேரி நதிகளின்

வெள்ளச்சிந்து.

இஃது

கொமாரபாளையம்

S. S. M. அர்த்தநாரிசாமி செட்டியாரால்

இயற்றியதை

பவானி கோல்டன் பிரஸில் பதிப்பிக்கப்பட்டது.

1924

அணா 0—1—0.

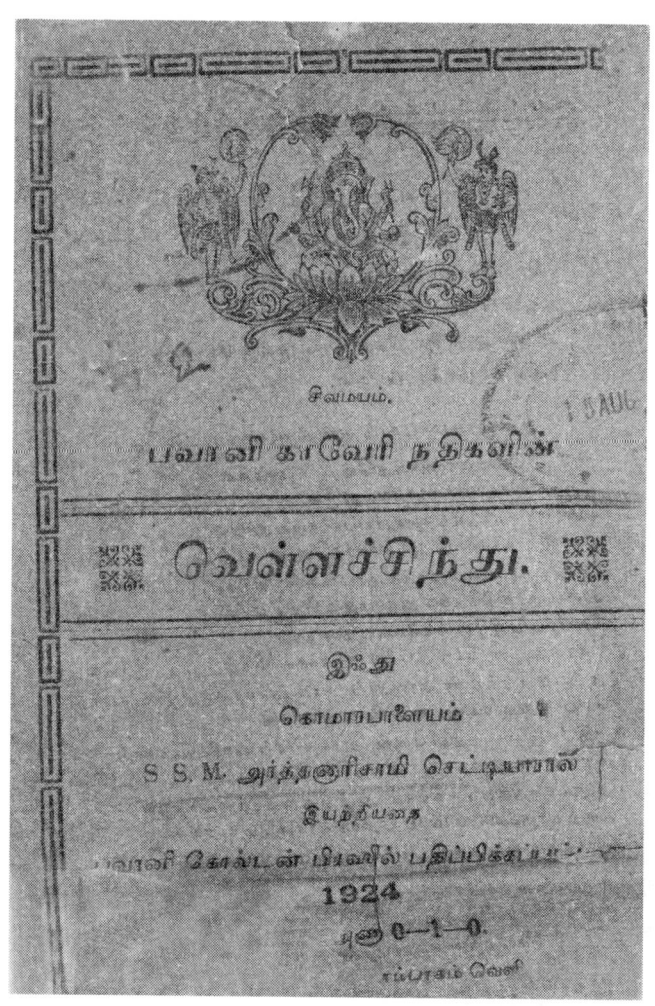

கடவுள் துணை

வெண்பா

சீரார் பவானிநதி பொன்னிநதி சீற்றமுடன்
வோரா துயர்ந்துபல வூர்களிலும் – நேராக
சென்று திருவழித்த செப்புதற்கு சீரானை
கன்று முகத்தான்றாள். காப்பு.

ஆண்டிப்பண்டாரம் என்ற வர்ணமெட்டு

1. வெள்ளம்வந்ததுவே ஊர்கள்
   கொள்ளைகொண்டதுவே (ஆற்றில்)

2. உள்ளம் நடுநடுங்க ஊரார்ப்பதைபதைக்க
   துள்ளி பவானிநதி யூர்துலைக்கவேணுமென்று (வெ)

3. கண்டோர் மனம்துடிக்க கால்கை கிடுகிடுக்க
   அண்டம் கிடுகிடுக்க ஆடிமுதல் தேதியிலே (வெ)

4. நீலகிரிமலையிலே நிகரில்ல மழைகள்
   கோலமுடன் பொழியவே குடிசைவாரிநதி (வெ)

5. அப்பன் பாட்டன் காலமாய் யாருஞ்சொல்லவில்லையென
   செப்புந்திறமையுடன் சீரிப்பவானிநதி (வெ)

6. எதிரே கிடைத்தபொருள் ஏராளமாய் வாரிக்கொண்டு
   மதியே மடமைதர மானிலத்தில் வேகமுடன் (வெ)

7. அழியாமதில்களெல்லாம் அழித்துதிரைக்கையினால்
   செழியாதவண்ணம்பல தேசந்தோருமே புகுந்து (வெ)

8. செந்நெல் விளைந்தவிடம் செங்கரும்பிருந்தவிடம்
   தன்னெஞ்சிருந்தவிடம் தாங்கிபலர்............

9. வருகும் வழியில்பல வூர்களையும்............
   திருகிப்பிடித்திழுத்து தேடிக்கி............

10. சத்தியமங்கலத்தில் சாகசமதா............
    ....பலவான வீடுகள்............

11. ....
    ....

12. தந்திதபாலாபீசு தடுமாறிபோய்விடவே
வுந்தி எதிரொருவர் உள்ளபடியில்லையென்று (வெ)

13. ஆயிரமாயிரமாய் அழகான மாளிகைகள்
போயினபோயினவென்ற புகலபூரணமாய் (வெ)

14. ஐம்பதுடன் பாரமுள்ளபீம்சிரண்டு வருகுதென்று
கம்பிவழியாய் வதந்தி கனபயமாய் வந்திடவே (வெ)

15. தந்திவந்த வுடனிரண்டு நாழிகையில் யானையைப்போல்
வந்ததொரு பீம்சுகண்டு வாய்மேல் கையைவைத்தழுக (வெ)

16. சத்தியமங்கலத்து பாலமதைத் தாக்கிடவே
கத்திதுடித்தொரு கமானழிந்துவிழுந்திடவே (வெ)

17. விழுந்த கமானிதொன்று போதுமென்று வேகமுடன்
செழிந்த தரையொதுக்கி சீரிமற்றுங் கோபமுடன் (வெ)

18. சதுமுகை யென்னுநகர் சாகவூரினுள் நுழைந்து
அதுவினியில்லையென ஆடம்பரமாயழித்து (வெ)

19. அரசூருடன் கொடிவேரி நகரிலேயதிர்த்து
ஒருவீடுமாத்திரம் விட்டுள்ளபடி நாசமாக்கி (வெ)

20. அத்தானி சவுண்டப்பூரு ஆப்புகுடல் மேவானி
பத்தாது கீவானியும் பார்பெருந்தலையூர் கெடவே (வெ)

21. ஆடுடன் மாடுகளும் ஆயிரமாம் வீடுகளும்
காடுடன் தானியமும் கவர்ந்துகண்டோர் நடுங்கிடவே (வெ)

22. ஓரிச்சேரியும் புதூரினுட்புகுந்தே தீவிரமாய்
பொருட்சேரவீடுகளை போதுமானவரையிற்கொண்டு

23. தளவாய்பேட்டைநகரில் தாமதமாய் நின்றுகொண்டு
அளவாய்ப்பொருள்களெல்லாம் ஆண்மையுடன் கவர்ந்துகொண்டு

24. ஓரிச்சேரி கணக்குவேல வெங்கடாச்சார் மனங்கலங்க
திருச்சேரிரும்புபெட்டி தீவிரமாய் வாரிக்கொண்டு (வெ)

25. வைரமங்களல்ஞ்ஜம்பை யிலவமலை முதலியவூர்
வைரமுடனெதிர்த்து வந்தழித்த வீடு பல

26. ....காரம்பாளையம் சேர்ந்தடுத்............
....

கும்மி

கோகிலமே மயிலே மடவன்னமே
கூறுவேன் நீமிகக் கவனமதாய்
கேள்வெள்ளத்தானகர் பவானியானது
கேடுகள் மெத்தவும்பட்டதடி (கும்மியடி)

கோயம்புத்தூர் ஜில்லா வென்பது பவானி
கூறுவர் தாலுகா வென்றுணர்வாய்
கூடும் பவானி காவேரி நதிஸ்நானம்
கோருபவர்வினைப் போகுமடி (கும்மியடி)

அன்ன பவானி நதிதனிலே வெள்ளம்
ஆடிமாதம் முதல் தேதியிலே
சொன்னவிரக்தாக்ஷி யாண்டினில்வந்துமே
தொல்லைகளானதை கேளடிநீ (கும்)

கேளடமாமயி லேகுயிலே வெள்ளம்
கேட்டதும் கண்டதுமில்லையடி
நாளடிசாயுமுன் வந்த துன்பங்களை
நாடவுமுள்ள நடுங்குதடி (கும்மியடி)

வந்ததென்றுசொன்னார் அந்தத்தண்ணீரெல்லாம்
வாய்க்கால்போலூரில் புகுந்ததடி
இந்தப்படிவந்ததில்லையென்றுசொல்லி
ஏங்கித்துடித்துள்ளம் நொந்தாரடி (கும்மியடி)

நொந்து மனதை திடப்படுத்தி மெள்ள
நோண்டி மம்மட்டியால் மண்ணைவெட்டி
வந்த தண்ணீர் குறுக்காட்டவென்று சுவர்
பக்கமாய் போட்டதில் கல்லை வைப்பார் (கும்மி)

கல்லைவைப்பார் கையால்மண்ணை வைப்பார் வெகு
கருத்துடன் ஓலை தன்னைவைப்பார்
சொல்லைவைப்பார் சுவாமி நீயே கதியென்று
சோகத்தழுந்திவிழுந்திடுவார் (கும்மி)

விழுந்திடுவார் எழுந்தோடிடுவார் பின்னும்
வேகமுடன் தண்ணீர் வருகுதென்று
....
....

வெள்ளமதில்போகுதென்று கூரைகளை
வேகமுடன் கரையேற்றுதற்கு
உள்ளத்தில் நினைத்தே ஓடிக்கயர்கட்டி
ஊக்கமுடனிழுப்பாரடியே (கும்மி)

இழுக்கநீரது தானிழுக்கப்பாதி
இறுத்துக்கொண்டாற்றுடன் போகையிலே
கழுத்தை முறித்த வாரதுபோலவே
கையைத்தலையின்மேல் வைத்தழுவார் (கும்மி)

அழுவாரிப்படி ஆற்றோரம் வீட்டினர்
அப்புரம் மெத்தைக் கடைத்தெருவில்
எழுந்த வெள்ளத்தின் சேதிகளைச் சொல்ல
ஏந்திழையே மனம் நோகுதடி (கும்மி)

நோகுதடிவாய் நடுங்குதடிசொல்ல
நுண்ணிய மெல்லிடைத் தோகையரே
துகுதடியாளுமரம் தண்ணீர் நடு
ரோட்டினில் போனதைக் கேளடியே (கும்மி)

கேளடி மெத்தவிசையுடனே தண்ணீர்
கோள்சொலவே ஷாப்புக்கடைகளிலும்
பாளடிசெய்த பலமளிகைக்கடை
பாங்கான ஜவுளிக்கடைகளிலும் (கும்மி)

பாவையரே வாழைப் பழக்கடைகளையும்
பாக்குடன் வெற்றிலைக் கடைகளிலும்
தாவிவருவதைக் கண்டுமனமிகத்
தவித்துநொந்தலைந்தாரடியே (கும்மி)

நொண்டிச் சிந்து

பூமுகப் பாவையரே நல்ல பூவையரே பவானியாற்றின் வெள்ளம் புதனென்ற கிழமையதில் இதமாய் புகுந்துக் கடைத்தெருவின் பொருளை யெல்லாம், கவர்ந்துக் கொண்டோடுவதை நானும் கண்டவற்றில் சிலது பகர்ந்திடுவேன், கவனமாய் கேளடிநீ வெள்ளம் கருத்துடன் பலமதில் களிற்புகுந்து, கைக்கெட்டும் பொருள்களெல்லாம் கவர்ந்து கண்டோர் நடுநடுங்க கட்டழகியே, கொண்டுபோனசேதிகள் கண்டு மிகவும் குழப்பமடைந்துமனம் நடுநடுங்கி, இனியொரு நிமிடமேனும் கடையில் இருக்கமுடியாதென எண்ணமதிட்டு, திடமாக மூட்டைகள் கட்டி விரைவாய் தேடிக்கூலியாள்தலை மீதில்வைத்து, அவரவர் போக நினைக்க அதற்குள் அதிகமாக வெள்ளம் வந்துவிட்டதால், செட்டியாரும் மூட்டையெடுத்து தலையில் தீவிரமாய் வைத்துக்கொண்டு போகையிலே, தட்டுகெட்டுத் தடுமாரி விழுந்து தயங்கி யினிபரசல் வேண்டுமென்று, உடனே வரவழைத்து மனதில் ஊக்கமுடனே நீரின் நோக்குமுடனே, மெதுவாய் பரச லில்வைத்து சாமான்களை மிகநனையாவண்ணைம் சாக்கிரதை, யென்றுகூறி பரசல்விட்டே தரையில் ஏரியவுடன் வண்டி மீதில்வைத்து, அறிந்தவர் உயர்ந்தமனை தன்னில் அடைக்கலங் காருமென வேவரைத்து, திடீரென மண்ணில் விழுவார் எழுந்தய்யோ பொய்யிந்தி பொய்யிந்தி என்று ரைப்பார், உப்பு சர்க்கரை மூட்டைகள் நீரில்விழுந்து சப்பென்றிருப்பதைக்கண்டு மனதில் ஏங்கி உள்ளமுருகி, மிகவும்தாங்காத்துயரமுடன் போகவிரைவாய், அவர்கள் மனைவிமக்கள் காமானுலு போதே போதுந்தி மீருரண்டு, என்றுறைத்திதமாககரையில் ஏற்றிக்கூட்டிச்செல்லும் முறையிதனை, கண்ணால் பார்க்கமுடியாஎந்தன் காரிகையே கவனமா யுணர்வாய், இன்னுஞ்சிலர்கூடி பகவான் இப்படியுந் தலையில் எழுதுவாரோ, கல்விகற்கு மிந்த ஐஸ்கூல் தனிலிருந்து பெஞ்சு பலகையெல்லாம் போகுதுபார், என்று றைத்திடும்பொழுதில் இன்னொருவர் இதிதேர சர்க்கேஸாடுமிடத்தை, பார்க்கமனம்பதைக்குதே அந்தப்பலகை கேலரிகனெல்லாம் போச்சு, டோராவும் போச்சுபோச்சு என்று எண்ணியபடிக்கெல்லாம் பேசிக்

கொண்டார். வெள்ளத்தால்விழுந்த வீடுகள் கணக்கில்லைஞ். (இந்தப்பகுதியின் இறுதியாக எழுதப்பட்டிருக்கும் ஓரிரு வரிகள் இல்லை).

மகம்மதியர் குலத்தில் என்ற மெட்டு

மகத்தான நீர்பவானி மாநகர்தனில்வந்து
மாளிகைகளை வீழ்த்தவே மனிதருள்ளம்
மயங்கிப்பதைபதைக்கபல

மாடுகளாடுகள் ஓடுது நீரினில் வாடிய மனதுடன் கூடியவரையிலும்
மனதில் வேகமாயெடுப்பார் ரிகார்டுகளை மாத்திரங்கொண்டுநடப்பார்

இப்படி மனம் நோக ஏகும் வழியில்செவி
எரத்தநதியின் செய்தியை தண்டூரோமூலம்
ஏரும் ஆரடி நிரின்று [கொளாசுதல்

என்று பலதடவையில் நன்றிது சீக்கிரம் சென்றினிவிடுமென வென்று
விளம்பும் பறைகள் கேட்டவர் மதிமயங்கி வீதியில் நின்றுகொண்டவர்

குமரபாளையம் சென்று கூடியிருப்போமென்று
கோரிமனதில் நாடியே பெண்டுபிள்ளைகள்
ஓடிவருவார்ககோடியே

வெகு கூட்டமாயிவர் வருநாட்டமரிந்தெதிர் வாட்டமுடன் மனமீட்டவே
வந்தெதிர் பந்துக்கள் பாலத்தின்பேரில் வழியைப்பார்த்து
நொந்துக்கொள்வார் சிவன்பேரில்

சிவனை மனதில் நொந்து இவர்கள் வந்தவுடனே
சீரியபொன்னிநதியும் ஜலம்பெருகி
வூர்புகுந்தென்னென்னசெயும்

பலமாடிகள் வீடுகள் தேடியே கூடுடநாடியே கொண்டுசெல் போழ்தினில்
ஓடியே நாயகியே காரென்னுவர்மனம்பதரி ஞாயமோவென்றுசொல்லுவர்

....????????????

சாளைக்குள் தரிச்சாமானிருக்குதென்று மனம்
சாரவேயதையெடுக்கவென்று சென்ற போதவ்
வாளையே கூரைவிழுந்து கொன்றகொன்ற என்ன
அவருங் மூழ்கிவந்தெழுந்து நின்றார் வென்றார் (குமர)
நீரினாலே வந்த துன்பம் சொல்லலாமோ விதி
நேருங்காலதையொருவர் வெல்லலாமே பரி
பூர்ணமா யேழைகளுக்கல்லல் ஆமோ சுக
பூஷனிகாவேரி யுன்னை யெள்ளல் ஆமோ (குமர)
தளவைமாநகர் கவிக்கிறைவர் செல்வன் நன்மை
சாருவெங்கட்றாம செட்டியாரின் சீடன் வெள்ளத்
தளவைசற்றுரைத்த அர்த்தநாரிசாமி பிழை
யறிவோர் பொருத்தே யருள்வாரிந்தப்பூமி (குமர)

முதல் பாகம் முற்றிற்று

S.S.M. அர்த்தநாரிசாமி செட்டியார், வெள்ளச்சிந்து

இரண்டாம் பாகம்

சிவமயம்.

காவேரியாற்றின்

வெள்ளச்சிந்து.

இரண்டாம் பாகம்

இஃது

தளவைதெ. ர. வெங்கட்ருமசெட்டியாரவர்கள் சீடன்

கொமாரபாளையம்

S. S. M. அர்த்தனரிசாமி செட்டியாரால்

இயற்றியதை

...ன் பிரஸில் பதிப்பிக்கப்பட்டது

1924 [அணா 1

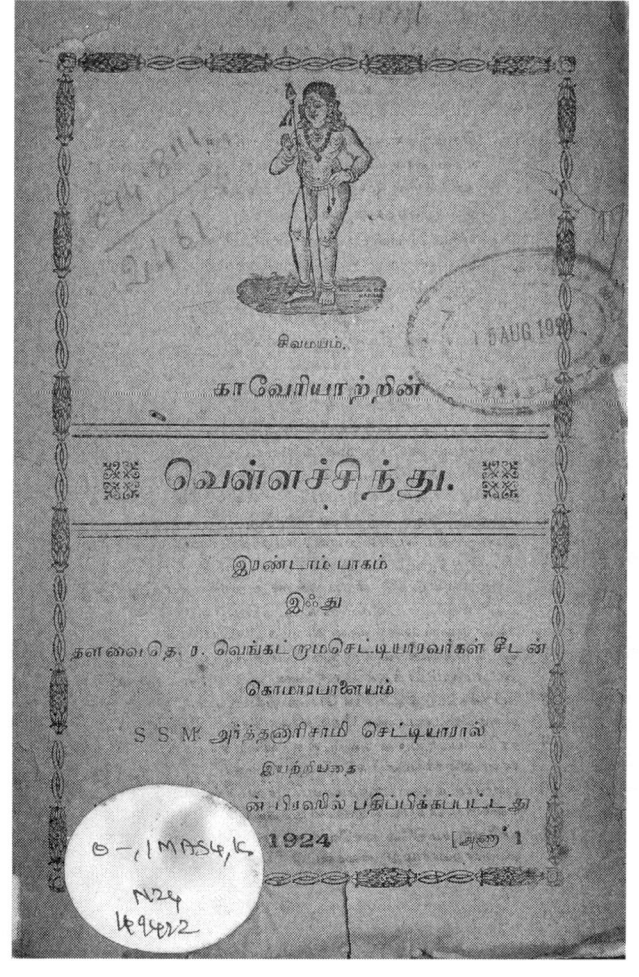

கணபதி துணை

வெண்பா

திருமருவுங் காவேரி சீற்றமுள நீரின்
பருவரலால் பாரிலுள்ளோர் வாட – இருமருங்கும்
தானெதிரு மூரழித்த தக்கதை நான்புகல
ஆனைமுகத்தா னருள்.
பண்டார தண்டாயுதா என்ற மெண்டு.

பல்லவி

வெள்ளம் நிறைந்துதய்யா வீதிவீதியா (வெ)

அனுபல்லவி

துள்ளியலைகளாலேரி தூயபொருள்களை வாரி (வெ)

சரணம்

1. கள்ளங்கபடில்லாத காவேரிமாநதியில்
உள்ளம் நடுநடுங்கி ஊரைவிட்டனேகர்போக (வெ)

2. சூலையிருபத்தா ராந்தேதியில் நீர்பெருக்கம்
காலைமுதலிரண்டு நாள்வரையதிகமாக (வெ)

3. பவானியாறுதனில் பலத்தவெள்ள மென்றுசொன்ன
அவாவுடன் தனக்கு அந்தப்பெயர் வேண்டுமென்று (வெ)

4. சின்னாறுபெருக்கெடுத்தால் சீரேனோ எந்தனுக்கு
இன்னாவதும் பெருமை எனக்குத்தரவேண்டுமென்று (வெ)

5. சிலவூரழித்தவது சின்னாறுவென்றுசொல்லி
பலவூருநானழித்தேன் பாருமென்று திறமையென்று (வெ)

6. கல்நெஞ்சுடையபல கள்ளர்கூட்டத்திலொரு
புல்நெஞ்சுடையதனவான் கிடைத்தவாரெனவே (வெ)

7. குடகுமாநகரில்வெகு குருகலாமென்றுசொலும்
அடமெலாம்தீர்த்துக்கொள்வேன் ஆருங்காணவென்றுசொல்லி

8. பெருக்கமெடுத்துரைக்க பேசவாய்கூடலையே
திருத்தமுடன்பலவூர் தேடித்தேடித்தானழித்து (வெ)

9. காவேரிபட்டியுடன் கல்வடங்குதனில்புகுந்து
நாவாலுரைக்கமனம் நடுநடுங்குமாறுசெய்து (வெ)

10. பூலாம்பட்டிநகர் புகுந்தந்தவூர் பூரணமாய்
வேலைக்காகாதபடி வீடுகளைவீழ்த்திவாரி (வெ)

11. சாவேரிபுரமதிலே கனவேகமாய்நிறைந்து
ஓவென்றவாரழுது ஊரைவிட்டு நீங்குமாறு (வெ)

12. நெருஞ்சிப்பேட்டை சாமியார்மடத்திலே நீர்புகுந்து
துரும்பாய்பலபொருள்கள் தூக்கிவேகமாகவேதான் (வெ)

13. அம்மாப்பேட்டைநகரும் அடுத்தநெடுங்குளநகரும்
சும்மாவிட்டோடிஜன துயர்க்கடலில் விழுந்தழுக (வெ)

14. சிங்கம்பேட்டைநகரில் தீவிரமாயுட்புகுந்து
அங்கம்துடித்திடவே அலைக்கையினால் கூரைத்தூக்கி (வெ)

15. காடப்பனூருடன் வெள்ளாளபாளையம் நுழைந்து
மாடமாளிகைகளெல்லாம் மடமடவெனவீழ்த்திடவே (வெ)

16. கூத்தம்பட்டிவருத னள்ளியூர்களிலேகூர்மையுடன்
ஆர்த்துப்பலதுலைகள் தோட்டமோடுவீடுபோக (வெ)

17. புள்ளாக்கவுண்டம்பட்டி புளியம்பட்டி முதலியவூர்
வெள்ளாமையுடன் பலவாய் வீடழித்துவேகமுடன் (வெ)

18. சின்னப்பநாய்க்கன் பாளையந்தனிலேதீவிரமாய்
என்னப்பாஎன்றழவே யேகிபலவீடுவீழ்த்தி (வெ)

19. ஆடுடன்மாடுகளும் அநேகத்தட்டுப்போர்களையும்
வீடுடன் தானியமும் வேகமாகவாரிக்கொண்டு (வெ)

20. தொட்டிலுடன் பிள்ளைகளைத் தூக்கிக்கொண்டுமேடுதனில்
காட்டுக்கரடுகளில் கடுகிஜனம்போகச்செய்து (வெ)

21. ஆடுபோச்சுமாடுபோச்சு ஐய்யையோ வீடுபோச்சு
தேடும்பொருள்கள்போச்சு தெய்வமேகாவென்றழுக (வெ)

22. மனிதரழுகும்குரலோ மானமீதிலிடியொலியோ
புனிதக்கடலிரையோ போனபொருள்களென்றசத்தம் (வெ)

23. கோடானகோடிரூபாய் கொள்ளும்பொருளையெல்லாம்
ஓடியொருநொடியில் ஊர்புகுந்தெடுத்துக்கொண்டு (வெ)

24. ஈசன் அருளிதுவோ எங்கள் தலைவிதியோ
மோசம்மோசம்நதியால் மூண்டுவந்த துக்கமென்ன (வெ)

25. தந்திமேல்தந்திவர தாராளமாய்நீரும்வர
சிந்தைகலங்கியிரு கண்களிலுந்தாரைவா (வெ)

பூரணச்சந்திரன் போலமுகத்தொளிர் பொருப்பின்மாமுலைப் பூவையரே
காரணங்கேள்நதி காவேரிதண்ணிலே கணக்கில்லாவெள்ளம் வந்ததடி.
தொளாயிரத்தி யிருபத்தினாலாமாண்டு சூலையிருபத் தாராந்தேதி
பளாபளாயிது பார்த்ததில்லையென பரந்துவெள்ளமும் வந்ததடி.
வந்ததடிநீர் பெருக்கெடுத்து நல்லவாகான குமாரபாளையத்தில்
நொந்ததடிமச்சு மாடிவீடுகளை நுணுக்கிபூமியில் சாய்த்ததடி
முன்னொருதடவை நீர்பெருகிவெகு முதல்கள் தானழித்திந்தநதி
இன்னமும்நாலாறு நாளாகவில்லையே யென்றுசொல்வார்
பெரியோர்களெல்லாம்

சாய்த்தடிமண்ணில் தேய்த்ததடிமிக சாமர்த்தியங்களைச் செய்ததடி
ஏய்த்ததடிபணம் போட்டவர்நெஞ்சத்தை யெரியச்செய்தது ஏந்திழையே
ஏந்திழையேயினி சற்று கவனமாய் கேளடியான்றின் வலிமையெலாம்
காந்தியுடன் பலமாகவேகட்டிய கட்டிடம் பற்பல போனதடி
போனது ஆற்றோரம் பிள்ளையார்கோவில்கள் பூரணமாய் சிகரமுழுகி
யானதும்சாய்ந்தது காய்ந்தது நீர்பின்னு மண்டையில் பெண்பிள்ளை பாட
பெண்பிள்ளை பாடசாலைபோச்சு மிகப்பெரிய கட்டிடங்கள்போச்சு சாலை
அண்டையில்கட்டிய கிராமச்சாவடி யடுத்தசத்திரமும்போச்சு
போச்சுதடிசில வில்லைவீடுகளும்போச்சு பலகூரைவீடுகளும்
ஆச்சுதடியினியாற்றோர சங்கதியப்புரம் நேர்ந்ததைச் சொல்லுகிறேன்.
சொல்லுகிறேன்ரோட்டு செங்ககிரிப்பாதைமீதிலோராதெனசொன்னவரை
வெல்லுகிறேனென வேகமுடன்வந்து விழுந்தரோட்டிலோடியே நீர்
நீராய்நிறைந்து பழயசந்தைப்பேட்டை பக்காமய்மிக்க பெருக்கமுடன்
நேராய்புகுந்து பலவீடழித்துமே நேர்ந்ததுபோலீ ஸ்டேசன்வழியாய்.
வழியிலேபலர் வாழுகின்ற வில்லைவலுத்த வீடுகளையழித்து
ஓழியவேமனம் ஓடுங்கியவாழ ஓடுதடிமிக வேகமதாய்
வேகமதாய்பல் சாமான்கள்வாரியே வேகமனமிகவீரிட்டழ
நோகவீடுபோன போனதென்றுபலர் நொந்தழுவாரடி கண்மணியே
கண்ணேமணியே கருவிளமேயிதைக் காட்டியுரைக்கில் மிகப்பெருகும்
உண்மையாயிதைக் தானிருத்தியினி யுரைப்பன் பாலத்தின் சேதிதனை
பாலத்தின்கண்கள் எல்லாம் மூடிஜலம் பரந்துவந்தது பாலத்தின்மேல்
சேலத்திலிருந்து வந்த கனம் துரையவர்கள்சீரான இஞ்சினியர்
இஞ்சினியரவர்களுடன் மாட்சிமை தங்கிய ஜில்லா கலெக்டர் துரை
வஞ்சியரே மோட்டார் வண்டியில் இரண்டு வள்ளல்களும்வந்து
தானிரங்கி

இறங்கும் காலையில் சங்ககிரி கனம் சப்கலெக்டர் துரைதானிருந்து
வருமிறைவரை கூட்டியே வேகமாய் வந்தனர் பலத்தருகினிலே
பாலத்தருகே வரும்போது கனம் தங்கிய தேவூர் ராஜா அவர்கள்
சேலம் செங்ககிரியரசர்களுக்கு சேர்ந்துவந்தனோபசாரம் செய்தார்
வந்தனோபசாரம் செய்தார்கள் பின்னும் வலுமையாகவே பாலத்தின்மேல்
சிந்தைவலுவுடன் முன்செலுமென்னலும் சேர்ந்துநடந்தந்த நால்வர்களும்
முழங்கால்தண்ணீரிலே நடந்தேநின்று முண்டாரிச்சுவற்றைத்தான்பிடித்து
அழும்புண்டா இதற்கென்று சொல்லியதை யசைத்துபார்த்துனர்பக்குவமாய்
பக்குவமாயிரு பக்கத்திலும்சென்று பார்த்துக்கடைசிவரையிலும்போய்
சொக்கிலுயர்ந்தவர் நால்வர்களும்நின்று சொகுசாய்
பிடித்தனர்போட்டோவை

போட்டோபிடித்தனர் நாலுதிசையிலும் பூரணமாயதுதீர்ந்ததின் பின்
ஜோடியாய் நால்வருமேதிரும்பிவீரர் நிலைக்கு வந்ததைக்கேளடியே

கேளடிபற்பல மோட்டாரில் சில கிரீடந்தாங்கிய துரைகளெல்லாம்
நீளவேவந்துகண்ணால் பார்த்துநின்று நீண்ட மூக்கின்
மேல்கையைவைப்பார்
கையைவைத்துநிற்குங் காலையிலேதண்ணீர் கடுகியேமிக வருகுதென்று
நையுமனதிற்கிடார்தரவேதந்தி நாடிமோட்டாரில் பறந்துவரும்
பறந்துவரும்பற்பல மோட்டார்பம் பாய்பட்டணம்போலக் கடைத்தெருவில்
திரிந்துவரும்பலர் நீர்பெருக்கைக்கண்டு திகைத்துக்கலங்குவரேந்திழையே
ஏந்திழையேயினி சற்று கவனமாய் என் மொழிதன்னையே கேளடிநீ
மாந்தர்பலர்மனைப்போச்சுபோச்சுதென்றுமண்மேல் மயங்கிவிழுந்தழுவார்
அழுவாரூரை விட்டேபோவார் பலர் ஐயோசிவனேயென்றேதலைமேல்
விழுமோயிப்படி பேரிடியென்று விளம்பிகலங்கியே நின்றிடுவார்
சீலமிகுந்த ஆர்.எஸ். பழனிசெட்டியார்சப் இன்ஸ்பெக்டரவர்களுமே
காலகாலத்திலே ஜனங்கள்துயர் கண்டுகருத்துடன் துணையிருந்தார்
நின்றவர்செய்திகள் நிற்கவேஜலம் நீளப்பெருகி வருகுதென்று
சின்னப்பநாயக்கன்பாளையத்தைவென்று சீரிவருகிறதென்றுசொல்வார்
சொல்லுகின்ற சின்னப்பநாயக்கன்பாளையம் தன்னில்வீடுகள் சேர்ந்துவிழ
செல்லுவோம்சீக்கிரம்ஊரைவிட்டென்றேகி சேர்ந்தகாடுகளிலேதவிப்பார்
தவிப்பாரிப்படி யன்னவர்குமர பாளையத்தார்கள் மிகவாடி
தவமெப்படியோ கோம்பில்நீர்வந்திடில் தான்பிழைப்பது வருத்தமென்று
என்று மனத்துள்ளே எண்ணமிட்டு சாமான் எடுத்து மூட்டைகள்
கட்டிக்கொண்டு
அன்றுசென்றனர் காட்டூர்கத்தோரி தட்டாங்குட்டைசாமியம்பாளையத்தில்
பாளையம்போலப் பலரேகிநின்று பரதவித்திடும் பார்மீது
வேளானுகூலத்தை வெல்வதற்கு மாந்தர் விரும்பியென்செய்குவார்பாபம்
பாபபுண்ணிய விதியில்லையென்று சொல்லும்பாரியக்கல் மனக்காரர்களும்
ஓபகவரனேகார் எங்கள் தலைவிதி உள்ளதுமிப்படிதானோவென்பார்
என்பாரிப்படி பற்பலவிதமாய் ஏங்கி ஜனங்கள் தவித்துருகி
கண்பாரீசனே என்று பலதரம் கண்களில் நீர்வரக் கதரிடுவார்
கதரிமனம்போன போக்குடனிப்படி காலம்கழித்துவருகையிலே
சிதரியகோபமடக்கிக் காவேரியும் சிருகசிருகநீர் குறைந்தனளே
நீர்குறைந்தவுடன் மூட்டைமுடிச்சுகள் நேருடன் வண்டியின்மேலேற்றி
பார்புகழ்குமரபாளையத்தில்வந்து பழையபடி யிருந்தார்களடி.

நொண்டிச்சிந்து

நூலிழை தணில்சிருத்து மிகவும் நுணுங்கிய மெல்லிடைத் தோகையரே, சேல்விழி சேயிழையே செல்வே மிருவரும் பவானி நகர் பார்க்க, கோலமான பாலக்கடைசி யிதனை கூடிமனதில்மிக நாடியேபார், பள்ளம் மிகப்பெரிதாய் தண்ணீர் பாய்ந்துகுடைந்தபள்ளங்களைப்பார்க்க, உள்ளம் நடுங்குதடி மிக உறுத்துது கால்களை நடப்பதற்கு, ஆனாலும் மெதுவாய் யிறங்கி யப்புரம் சென்றுசுற்றிக் கண்டிடலாம், கையைப்பிடித்திரங்கி காண்பாய் கடைசி பாலச்சுவர் வீழ்ந்ததனை இரும்போயிது செங்கல்லோ இதனை எடுத்துப்பார்த்துவிட்டு என்பின்னால்வா, துரும்பச்சாடி மாளிகை சிருதுண்டு துண்டுகளாக பொடிந்தபேங்கு அர்பன் இரும்புப்பெட்டி, மட்டிலும் அசையாதிருப்பதைக்காண்டிநீ

பேர்பெற்றதுபழய பெண்கள் பாடசாலையதுயெங்குபோச்சு, அதற்கெதிரிருந்த மச்சு, மாடிவீடுபோன திறம் பாரடியே, பாரடி இந்தப்பக்கம் வீடுகள் பாழாகிக்கிடப்பதைக் கண்டதினால், வெந்ததுஎந்தன்மனம். இனி, வேகமாகச்சென்று கண்டிடலாம், சிந்தைகரையுதடி இந்த சிங்காரரீடிங்கு ரூம்போனதைப்பார் பத்திரம் மெதுவாய்வா அந்த பத்திரம் அர்த்தனாரிசாமி செட்டியார் மித்தைதவிர மற்ற கட்டிடம் எல்லாம் விழுந்ததைப்பாரடியே, கந்தைகிழிந்ததைப் போல் பல மனைப்பாழாகிகிடப்பதைப்பாரடிநீ சிந்தைகரைந்துருகும் இந்த திருமலசாமி நாய்க்கர்மாடிவீடு, நொந்துவிழுந்ததடி, பார்பார்நோக்கமாகப் பள்ளிக்கூடமதை, கம்பவுண்டு சுவர்களெலாம், காணோம் கடுகிநடந்தினிவா கால் மெதுவாய், வைத்துசீக்கிரம்வாடி இந்த வகைரா கடைத்தெருவில் பலமனைகள் இருந்தும் இல்லாததுமாய் நின்று, ஏங்கித்தவிப்பதைப்பார், ஏந்திழையே, இந்தரோட்டுகளிலெல்லாம் பள்ளங்கள் பாரியகிணறுகள்போலாச்சு, எப்படி வண்டிகள் நடக்கும், இனி எத்தனை மாதமாகும் சுத்தமாக பித்தம்பிடித்ததைப்போல், மனம்பிதற்றி பேயனைப்போல் மிகவாடுதுள்ளம், இத்தனை யித்தெருவில், போதும் இனிநடப்போம் தேர்வீதியிலே சித்தாலங்குடி இந்த சீர்கேட்டை காண்பதற்குச்சேயிழையே, யித்தனை வீடுகளும், இடிந்துவிழுந்து கிடப்பதைநீ காணடியே மொத்தாயிந்த சயிட்டில் மூன்று, நான்குவீடுகள் மட்டுமிச்சமிருக்கு, மைத்தவை, மண்ணாச்சு, இந்த மண்பிறந்ததுமுதல் இப்படிக்கஷ்டம், வந்திராதென்று சொல்வேன், இப்போ மாயமாகத்தண்ணீர் பெருக்கெடுத்து, எப்படி வந்ததுவோ, ஈசாஏதுந்தெரியலையே நீயமரும், தேரும்நிலைகுலைந்து, குனிந்துவிட்டனவெனில்பல விளம்புவதேன், உத்தமியானவளே பாராய் ஒருமரக் கடையிங்கே யிருந்ததிதில், எத்தனை மரம்போச்சோ அரியேன் இதைப்பார் கண்ணின்மணியானவளே, தாசிகறுப்பாயி கரைந்தழுக கட்டிடச்சுவர் நீளவிழுந்ததனை யோசி மற்றுமித்தேரு மனதில், யூகமாகக்காண்பா யொழிந்ததெலாம், சரிசரிநேரமாச்சு யினி சற்றுமிருக்குமுடியாதெனினும் ஒருவாருரைத்திடுவேன்கேளாய் ஓவென்றமு குரலையொண்டோடியே நாவா லுரைக்கமுடியா அந்த நாராயணன் தான்கதி யிவர்களுக்கு, பரமன்துணை யிருந்து இந்த பரிதாபகரமதைத் தவிர்த்திடநாம் திறமாய்த் துதித்திடுவோம் வாடி சிங்காரமானசிலை நுதலாளே.

(தந்தினம்தினதனனா)

பேசவாய்க்கோடிவேணுமே என்ற மெட்டு

பல்லவி

பரிதாபமென்னென்றுரைப்பேன் நதியில்போன
பலவான பொருள்களுரைப்பேன் (பரி)

அனுபல்லவி

அரியதான பலமரங்களும் விலங்கும்
அடித்துக்கொண்டுச்செல்லும் பொருள்மிகக் கலங்கும். (பரி)

சரணம்

பருவதநிகர்கரி பலபலபன்றி பலத்த புலிகரடி பாம்புகளன்றி
சிருநரியாடுகள்மாடு சிறுத்தையுடன் செந்நாய்குரங்கெருமை
முதலிய பலசெலும் (பரி)

தருவிலுயர் சந்தனங்குங்குமந் தாழைதாரம்பை பலா மாமரம் வேம்பு
உருவிலுயர்ந்தபனை தெங்குடன் தேக்கும் உருதியானபல
பீம்சுகள் போக்கின் (பரி)

கம்புகேழ்வரகு கோதிநெல் சாமை கரும்புமஞ்சள் தட்டைக்
கொட்டைக்கடுகுளுந்து. நம்புமரிசி பயிருடன்பல தான்யம் நாடுதர்க்
கரியபல் கூரைவீடுகள் செலும்.

ஏழைகள் படுந்துயரைத்தை யியம்பலாமே யிவர்கள்படும்
கூழின்கஷ்டமென்ன சொல்லுவேன் குடி வீடுபோச்சுது
வாசல்போச்சுது வேகமாய் நெய்யுந்தரிகள் போச்சுது வேறுகதி
யில்லயேயீசா எனத்தலைமேல் கைகளை வைத்து ஏங்கியழுதூரை
விடுவார்

காவேரிவெள்ளத்தினால் மாந்தர்பட்டதுயரம் கெட்டபொருள்கள்
நாவினாலுரைக்க வசமோ தன மேவினோர் கன மாவியேநிகர்
தாவியேபொருள் போனசேதியை சற்றுரை யர்த்தநாரிசாமி
பிழைபொருத்தே பேணுவாருள்ளம் பெரியவரென்பதுமெளிதே

குமாரபாளையத்தார் சாமான்களை வண்டியில் ஏற்றிச்சென்றது.

மஞ்சுநிகர் குந்தள என்றமெட்டு

இலக்ஷகணக்கான ஜவுளி களையேமூட்டைகளாககட்டி
ஏற்றுவார்கள் வண்டிமீதிலே
கத்தேரிசமாமியம் பாளையத்துடன் செங்ககிரி சேலம் காட்டூரு
சேர்ந்துகடை வீடுகள்வாங்கி
வாடகைதந்து மனந்தளர்ந்து சோர்ந்திருந்து வாடிநிற்கிறார்
கம்புகேழ்வரகு நெல்சாமை கற்கண்டு மஞ்சள்
கடுகுளுந்து கட்டி மூட்டை வண்டியேற்றியே
கனவேகமாய் மனநோகவே செலத்தாகமாயத்தண்ணீரிலாமலே
தயங்கியுள்ளம் வாடிநின்றார்கள்

வயிரெறிந்து துயரால்நொந்து கடுகிநடப்பார்கள் மெலிந்து
இப்படி பலபல சாமான் இயன்றவரை எடுத்துக்கட்டி
ஏதுந்தெரியாமல் மயங்கி
இனிவிரைவிலேகுவோம் வருகுவிரென கருதியேமனம்
உருகியேசென்று
காட்டுக்கொட்டாய்களிலுமேதங்கி மதிமயங்கி மாதவமிது
வோ யென்றேங்கி

வாழிநீர் நிலம் வாழிய வாழிபூ
வாழி வள்ளல்கள் வாழிய வந்தணர்
வாழி யிக்கதை வாசித்தவர் மறை
வாழி வாகுடன் கேட்டவர் வாழியே

முற்றிற்று

நா. சபாபதி தாசர், விபரீத சிந்து

30

உ

ஸ்ரீசெந்திலாண்டவன் துணை

ரக்தாக்ஷி வருஷ பலாபலப்படி

காவேரி கொள்ளடத்தின் பிரளயம்

கோயம்புத்தூர், பவானி, சேலம், திருச்சி, ஜில்லாவிலும்

வெள்ளத்தால் மடிந்த விபரீதசிந்து

இஃது

நா. சபாபதி தாசரால்

...றியது

...ல், பதிப்பிக்கப்பெற்றது

...924 விலை 6 பை.

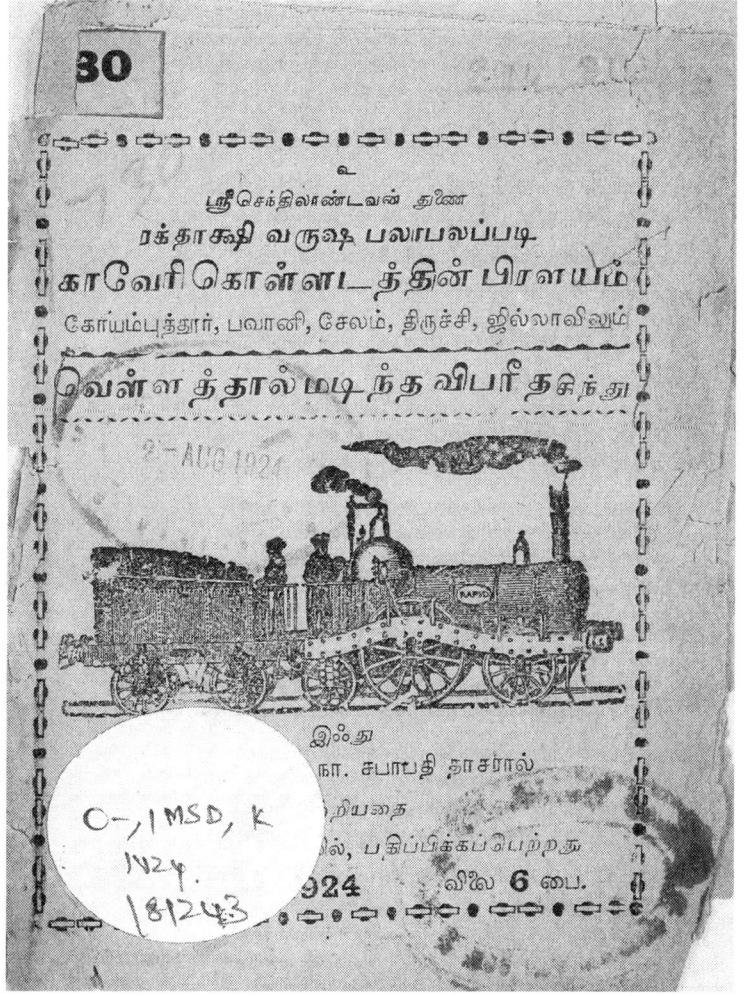

செந்திலாண்டவன் துணை

விருத்தம்

மலைபருகு மைசூரில் மழைதுளிய வாருதிபோல் மன்னி
நிலைநிமிர காவிரியில் நேரிநெடு கொள்ளடமும் (கங்கை
குலைபதர இதுவரையில் காணாதபிர (நெட்டி வெள்ளம்
கலைபருகு செய்யுள்வழி கா (ளயத்தால் குலைந்தசேதம்
ண இசை உலகரிய கரிதாழ் காப்பே

சிந்தடி வஞ்சிப்பா

காவேரியும் கொள்ளடத்தால் கனத்த உயிர் போச்சு
கணக்கதிலா நகர் டவுன்கள் கடல் மயமதாச்சு – கா

1. மைசூரில் மழை பொழிய அருவிதிரண்டோட
மட்டடங்கா பிரளயமே காவிரியில் நீட
மேய்சோர்க டவுன் கிராமம் மிதந்து ஜனம்வாட
மிரண்டுருண்டு மாண்டு பலர் மெய்மரந்தார்சாட

2. பாவமென்றே பார்த்தவர்கள் பதரி அழலாச்சு
பாவை மக்கள் ஆடவர்கள் பதைத்துழன்றோர் மீச்சு
சாவ விதி வந்ததென்றே ஜனத்திரளின் பேச்சு
சகல பொருள் மாடாடும் ஜலத்திலிறையாச்சு

3. கோயம்புத்தூர் ஜில்லாவில் கூடிவெள்ளம் பாய
கொந்தளித்தே நதிபுரள குடிகளெல்லாம் நோய
மாயமனை ஆயிரத்தெண்ணூர் அதிகம் சாய
மட்டடங்க கால்நடைகள் பிரளயத்தில் மாய

4. காவிரி பவானி வொன்றாய் கலக்குமிடம் வேகம்
கரையிலுற்ற கிராமமெல்லாம் கரைசேர்ந்த யேகம்
நோவேகி மனந்துடித்தார் நொடிப்பொழுதில் ஏகம்
நொக்க வெள்ளம் வயரெரிந்தார் குடிகளெல்லாம் தேகம்

5. நீளமுப்பத்தீர் அடிமேல் நெட்டி ஜலம் முட்டில்
நிறைந்து வந்த திருசைநகர் பிதிர்கலங்க எட்டில்
ஆழமதை அளவெடுக்க ஆச்சுதணைக்கட்டில்
அரித்து வந்த கிராமமதை அறைவதொண்ணாமட்டில்

6. வைக்கோல் போர்மேலே மேல்வந்தார் வெகுபாவம்
வாழ்மனையும் மாடாடும் மடிந்த பரிதாபம்
நைய்க்கப்பார் நதி புரண்ட ஈசுரனின் கோபம்
நமனுலகை அடைந்த உயிர் எண்ண வொண்ண ஏகம்

7. கொள்ளடத்தின் மேபாலம் குலைந்துடையலாச்சு
கோடியின்மேல் கும்பனிக்கு கொண்ட சிலவாச்சு
சல்லி சல்லியாய் பாலம் சக்கையுரலாச்சு
சர்க்காரடோல் கேட்டதற்கு சஞ்சலமுண்டாச்சு (கா)

8. பட்டுப் பட்டாடை கவுன்பாவாடை போச்சு
படுக்கும் மெத்தை ஈச்சேர் கட்டில் பலது சென்றமீச்சு
தட்டுமுட்டும் பெட்டிஇருப்ஞுதண்ணீரிலாச்சு
தாலி தப்பி வாழ்வதர்க்கே சந்தேகமாச்சு

தட்டார வீதியிலே பலேபா வென்ற மெட்டு

1. திருச்சிநகர் வெள்ளப்பிரளயத்தால்
திரைபோல் தெரியவெங்கும்
அறித்து உலசிகுடிகெடுத்த
அடுத்த நகரை எல்லாம்

2. பெண்டு பிள்ளை தத்தளிய மனைகள்
பேர்மலைபோல் கீழ்விழுக
கண்டோர் வயரெரிந்தார் புலம்பி
கதரிபதரிடவே

3. சந்தணமரங்களுடன் தேக்கு
சகலவிதமாமரங்கள்
வந்த–வணி வணியாய் பார்க்க
வயர்பற்றிவேகுதையோ

4. மலையோரம் மேய்ந்த பெருந்தேக
மதயானைக் கூட்ட மொன்று
அலைசேர் பிரளயத்தேகி வந்த
அதிசயத்தை பார்க்கலுற்றார்

5. எண்ண வொண்ணா நாடு நகர் களுற்ற
ஏராள கால்நடைகள்
தண்ணீரில் மாண்டு மடிந்து வந்த
தப்பியதும் நூற்றிலொன்றே

6. கொள்ளடமும் காவேரியும் இடையில்
கொண்ட புண்ணிய ஸ்ரீரெங்கமும்
செல்லரெங்கர்வாடி வானைக் காவல்
ஜெம்புலிங்கர் வீடு சென்றார்

7. திருவாணைக்காவை வளைத்த வெள்ளம்
தெள்ளி தெருத்தெருவாய்
பெருவாய் குடாக்கடல் போல்வளைய
பெண்டு பிள்ளை வாடலுண்டார்

8. லாலுகுடிபக்கம் துடந்திருக்கும்
ரஸ்தா கிராமமெலாம்
பாழாய் பரதவித்தார் ஜனங்கள்
பாவம் பகரவொண்ணா

9. இடுப்புதுணியுடனே ஜனங்கள்
இழந்தார் ஏராளபொருள்
துடுப்புமிலா காவேரி கொள்ளடமும்
துடைத்தோடி சென்றதுவே

10. மக்களுடன் பெண்டுகளை அணைத்து
மரமேரி தத்தளித்தார்
சிக்கிமரம் பிடுங்கவேணா்
ஜென்மமிழந்தனராம்

காணவேணும் காணவேணும் என்றமெட்டு

1. கோயம்புத்தூரும் பவானி சேலம் எங்கும்
கொள்ளையுண்ட வெள்ளமலங்கோலம் – ஆற்றில்
கொண்டவெள்ளம் முன்னவர்கள் கண்டதில்லை என்று
ரைய குலைந்தார் மனங்களைந்தார்

2. மேலசிந்தாமணிக்குள் பூர – வெள்ளம்
மீசுரமாய் சீரி நொடிஏர – ஜனம்
மேங்கிதடுமாரி எங்கும் வோங்கிய ஒப்பாரியுடன்
மிரண்டார் கெலி அரண்டார்

3. போலீஸ்லயன் வெள்ளமதில் மூழ்க – அவர்
போட்டசட்டையும் கழட்டாதாழ்க – தங்கள்
புத்திரர் பெண்டுபிள்ளையை பத்திரமாய் கார்ப்பதற்கு
போனார் தயாரானார்

4. சின்னையாபிள்ளை சத்திரம் ஏகி – அவர்
க்ஷேமமுற்றார் நல்வழியுண்டாகிட – அங்கும்
சீரிவெள்ளம் நேரிவந்து தேருதல் சொல்லவிருக்கார்
சீராய் முன்ன ஷாராய்

5. கோட்டை ரயில் டேஷனிலும் பூர – வெள்ளம்
கொந்தளிய ஷெட்டதெலாமோ – அங்கு
கூடிஸ்டேஷன் மாஸ்டர் டாக்டர் காடு மினிஸ்பெக்டர்
பங்ளா குமிர ஜலம் நிமிர

6. பங்களாவை விட்ட கன்றுபோனார்–வேரு
பக்கிலெங்கே ரஜாகையுரலானார்–ரயில்
பாதைஎலாம் தூள்பரந்து பாரஉடைப்பாக எங்கும்
பறிய பாதை விறிய

7. கொள்ளடம் பாலத்தில் வண்டியேக – ஜலம்
கொண்டகணவாயுடையலாக – எல்லாம்
கூட்டுடன்கயிலை சென்றார் நீட்டிய உயிர்பிரிய
கோரம் ஆர பாரம்

கும்பி

1. குமர பாளையத்தில் வேணவீடுவிழ
கூ கூவென சத்தக்குரல் மிகுந்த
நிமிர பாவானி நகரில் பிரளயம்
நெட்டிவளைத்தே நெளுவெடுத்த

2. தீரர்கள் கட்டிய சோரனூர் பாலமே
தெங்கொண வீழ்ந்த திடுதிடென
வீரர் அநேகர் ஏமபுரம் சென்றனர்
வீறிய வெள்ளம் விரைவதுர

3. கம்பரசம்பேட்டை நொச்சியத்துள்ளும் நம்
காவேரி சென்றே கலங்கவைத்த
தெம்புற்ற கொள்ளடம் பாலம் தூள்பற்றிட
தீர்த்தவாரிக் கிரையானதுவே

4. தேவதானம் பறச்சேரி முழுகிட
சேதவிபரம் தெரியவில்லை
பாவம் கடவுள் நம் மேழைபடுந்துயர்
பார்த்தும் பாராதென்ன பாதகமோ

5. ஆதித்திராவிடர் வாழ்தெரு மூழ்கிய
அப்புர மேகி அவர்களெல்லாம்
நாதியிலாது பொருள்களை போட்டுடன்
மாற்றிசையாலும் வெளியானார்

6. மாமலைபோல்விழும் வீடுகள் தன்னை
மதிப்பிடவொண்ணா மனவருத்தம்
ஜாமான் பலதுடன் சக்கிலியத்தெரு
ஜாடாய் முழுகி, தயங்குதையோ

7. பெண்பாடசாலையை சுற்றிவளைத்திட
பெண்களெல்லோரும் கெலிமிகுந்து
தன்உயிர் தப்பிட மாடிமேலேரியே
தப்பிடதன் தன்உயிர் பிழைத்தார்

8. நேரதாய் இன்னும் அநேக இடங்களில்
தேர்ந்தது வெள்ள நிகழ்ச்சியதே
சோரனூர் கொச்சி லையன்களுடைந்திட
சொல்லொணா நஷ்டமே சூழ்ந்துவிட்ட

9. கல்பாத்தி ஆற்றிலும் முப்பதடி தண்ணீர்
கப்பி நிலமை கவலைசெய்த
பற்பல சேதமே பாலக்காடெங்கிலும்
பார மழை பெய்த பாதகமே

10. கும்பகோணம் லயன் சல்லி சல்லியா
கூடிவரும் ரயில் யாவையுமே
பம்பலாய்வந்து திருவாரூர் மார்க்கமாய்
பாசாகிபோவ தோர்பாக்கியமே

11. பாவலர் மெச்சும் விஜயபுரநகர்
பாக்கியன் சபாபதி பாடலிசை
ஆவலாய் வாங்கி விஷயமரிந்திட
ஆறுமுகமும் நமஸ்கரிப்பேன்.

முற்றிற்று

அ. ஆதிமூலநயினார், பரிதாப சிந்து

உ

ஸ்ரீ ராமஜயம்.

இங்கிலீஷ் 1924௵

ரக்தாக்ஷி வருஷத்தில் நேர்ந்த

பலவூர் வெள்ளச்சேத

பரிதாப சிந்து.

இஃது

காவாளமேடு

ராஜபார்ட்டு

அ. ஆதிமூலநயினார் அவர்களால்

இயற்றியது.

வஸந்தா பிரஸ்,

மாயவரம்.

1924

இதன் விலை] [அணா 1.

காப்பு வெண்பா

அத்திமுகவன் அறுமுகவன் சகோதரனே
பத்தியுடன் கெங்கை பாருலகை – வந்தழித்த
சுத்தகவிபாட சுருதிவரந்தருவாய்
சித்திவினாயகன் காப்பு.

விதிவசம் கேளீர் கெங்கையால் குடிகெட்ட
சதிமோசம்பாரீர்

ஆயிரத்துலாயிறத் திருபத்திநாலினில்
ஆனதூலை இரு பத்தோறாந்தேதியில்
கொங்குவங்காளம் குடாக்கடல் முதலாக
கோலாகலமான
காற்றுமழையாலே

கிளம்பினாள் கெங்கை குடிகெடுப்பதற்கு
கொண்டாளே சிந்தை

ஈரோடுபவானி எங்குமே ஒன்றாகி
ஏகிக்கோயம்புத்தூர் ஜில்லாவைபோக்கியே
சீறான ஸ்ரீரங்கம் மதகை உடைத்துமே
சீறியேகொள்ளிடம் வழியாக வந்துமே

யென்னென்ன செய்தாள் கொடுமையை
எவ்வாறு புகல்வாம்.

அணையென்றுபாறாமல் அடியோடுபெயர்த்தது
அரசாங்கத்தாற்கண்டு ஆனமட்டுந்தடுக்க
தடுக்கவே சினங்கொண்டு தாண்டிக்குதித்தது
தாண்டிக்குதிக்கையில்
தரணிதனிலுள்ளோர்

தலைவிதிகோலம் என்று
தான் ஓடிப்போனார்.

நாத்துநடவுகள் நாசமாய்ப்போச்சுது
நலமான பயிர்களை வேறோடு பிடுங்கிற்று
கூறைவீடுகளை குப்புறத்தள்ளிற்று
குதிர்நெல்விரைகளை தொள்ளையுமிட்டதே

ஆகாசா மோசம் இதுவென்ன
ஆறிட்ட சாபம்.

மைந்தர்மனைவிமக்கள் மார்போடணைத்துமே
மண்முட்டிலேற்றவும் மலரயன் வகுத்தானோ
ஆடுமாடுகளும் அழுந்தியேபோகுதே
அய்யோ வைக்கல்போர் தெப்பம்போலோடுதே

இப்படிக்கொள்ளை உலகினில் இதுவென்ன சள்ளை

மண்முட்டிலிருந்தவர் பசியினால்வாடிட
மதலைப்பிள்ளைகளெல்லாம் உயிர்பிச்சைகேட்டிட
நாளுக்குநாள்ஜலம் மேடாகப்பெருகிட
நாடிசீப்பூலியூரில் தேடிஉடப்பெடுக்க

வக்காறமாறி உடைப்பது வருகுது சீறி

முடிகண்டனூறது முழுகியேபோச்சுது
மேடுகள்பார்த்துமே ஓடியொழியலாச்சு
வல்லம்பரச்சேரி வலசையாயோடிற்று
வாகானமணமேடு வந்துசேரலாச்சு

இன்னமுங்கேளும் பாப்பாகுடி உடைப்பதுநாளும்

றாயசூரியம்பேட்டை நாசமாய்போனது
நஞ்சைநிலமெல்லாம் புஞ்சையோடொத்தது
இலுப்பப்பட்டுஜனம் ஏரினார்கோவில்மேல்
வக்காறமாறியார் வகைதப்பிநிற்கிறார்

ஓடவேஎண்ணி நாளுக்குநாள் வெள்ளம் கூடவே தண்ணீர்

மணமேடுரோட்டெல்லாம் மாரளவுஜலம்
மண்ணியார்பெருகியே அன்னீதம்செய்தது
பாக்கம்பறச்சேரி பஞ்சுபோல் பறந்தது
கோழிக்குஞ்சுகளெல்லாம் கூறைமேல்கூவிட

இப்படிஓட பழவாறு தண்ணீரும் எகிரியேகூட

மண்ணியார் பழவாறும் ஒன்றாகக்கூடியே
மல்லுக்கழைத்தது காவாளமேட்டையும்
அல்லல்படுத்தவே யெல்லாருமொருவீட்டில்
கண்ணில்ஜலம்விட்டு கதரிஅழுதாரே

இப்படி துன்பம் பழவாத்தில் நட்டிட்ட கம்பம்

வாகானவறகடை பிள்ளைமெரெல்லோரும்
வருந்தோடைகுருவையை திருத்தியேநட்டார்கள்
சம்பா விறைகளை சரிவரவிட்டார்கள்
சாஸ்திபறையறாலே ஆஸ்தியைசிலவிட்டார்

இன்னமும்பாறாய் பறச்சேரி வீடெல்லாம் ஆறாய்

தர்மகுணமுள்ள தாழஞ்சேரிபிள்ளை
சம்பாகுருவையை ஜாஸ்தியாய்நட்டார்கள்
கள்ளனைப்போல்வந்து வெள்ளமழிக்கவும்
பள்ளன்பறையன்வீடு கொள்ளையாய்போகவும்

அய்யய்யோமோசம் அன்மதுவீடு அடியோடுநாசமாச்சு

கொண்டல்கடுவங்குடி குதித்துமேதாண்டுது
குருக்கணைபோட்டு மறித்துமேபார்த்தார்கள்
அத்துகள்மீறியே கொத்தனூர்சேர்ந்தது
பண்ணித்தலமோடு பஞ்சாய்பறந்தது

இப்படிவெள்ளம் நாளுக்குநாள்ஜனம் கலங்குதே

மேலமறாந்தூரார் மேவினார் மாயூரம்
மேலானூரனைவரும் புலம்பித்தவிக்கவே
புளியங்குடியதை பெயர்க்குதுஅடியோடு
கன்னியாகுடிபறை காலியாய்போகவே

மந்தையாய்கூட ஜனங்களெல்லாம் மாயூரம்ஓட

துறையூரிலிருந்தவர் தொந்தரைபட்டார்கள்
தோணியிலேறி ஆழிபோய்சேர்ந்தார்கள்
பனமங்கலத்தாரும் பஞ்சாய் பறந்தார்கள்
பண்பாக தோணியி லேறிஅமர்ந்தார்கள்

யேறவே தோணி சீர்காழியிலிரங்கினார் ஊணி.

நடறாசபுறமது திடலாகபோனதே
நாகலிங்கம் பிள்ளை நாட்டினார் குடிகளை
தேனூர் வடவஞ்சாரு திருக்கடகாவலும்
தலைநாயர் திட்டின் மேல் தாவியே யேறினார்

யேறினார் பாரும் அக்கம்பக்கமுள்ள ஆயிரம்பேரும்

வடரெங்கம் உடைப்பது வாறிக்கொண்டோடிற்று
வாகாய் ரெங்கநாதர் கோவில்குளம் போலாச்சு
அனுமாரின் கோவிலும் அடியோடு விழுந்தது
அய்யங்கார் வீடெல்லாம் பொய்யாக போச்சுது

அய்யய்யோ தேரும் ஆறுமயில் தூரம் போகுதே பாரும்

மூலவிக்கிரங்கள் முழுகியேபோச்சுது
முப்பது ஆள்கூடி கைப்பிடியாய்தூக்கி
சாலையில்கொண்டுபோய் சாத்தியேவைத்தார்கள்
ஆலிலைபள்ளிபோய் சாலையில்ஓண்டியாய்

ஓடுதுபாராய் ஓண்ணமறையில்தூறம் உடைப்பது நேராய்

ஆறுநேறான ஊரானதினாலய்யோ
அன்பதுவீடுகள் அடியோடழிந்தது
மாடுகன்றுகளெல்லாம் மாண்டுமடிந்தது
மனிதர்கள்எல்லோரும் மாதலூர்ஓடினார்

இன்னமும்பாறாய் இலத்தூரு உடைப்பதுநேறாய்

இலத்தூருவீடெல்லாம் இடிவிழுந்ததுபோலாய்
மரத்தின்மேலேறினார் மனிதர்களெல்லோரும்
பிரசவமாதர்கள் புலம்பியழுகவும்
பிரம்பூர்மாதலூரு புறப்பட்டுபோகவும்

..........................சீர்காழியில் ஆனதுதண்ணீர்

பட்டிமோட்டாரெல்லாம் திட்டின்மேலேறினார்
பாலூறான்படுகை சாலையிலோடினார்
வாடியிலுள்ளவர் நாடினார்ரோட்டின்மேல்
பறச்சேரிவீடெல்லாம் பாழாகப்போச்சுது

இன்னமும் சேதம் உலகத்தில் இருக்குதனேகம்

கொண்டல்வள்ளுவகுடி குதித்துமேதாண்டுது
கோடங்குடியதை கொள்ளையடிக்குது
அத்தீருஉடப்பினால் அகிணிதென்னங்குடி
அவித்திபத்துகளெல்லாம் அடியோடுஓடுது

ஓடுதுபாரும் தோணிகொண்டு வருகிறார்பாரும்

ஓலையாம்புத்தூரு ஓட்டம்பிடிக்குது
ஓடவேபாதற குடியுமேசேருது
சேந்தங்குடியது சிந்தைகலங்குது
சீர்காழியில்வந்த சேட்டுசிலதர்மம்

செய்கிறார்பாரும் ஆயிரம்ஜனத்திற்கு அன்பாகசோரும்

வெழக்காடுவீடெல்லாம் கிழக்காலேஓடுது
வேட்டங்குடியது ஓட்டம்பிடிக்குது
புதுபட்டணம்தர்காசி புலம்பிஅழுகுது
போட்டார்கள்பறண்களை நீட்டாகமறமீதில்

இப்படித்தானோ இறைவனிட்ட கட்டளைதானோ

சீர்காழிதாலுகா திருமுல்லைவாசலும்
பள்ளிவாசலோடு பதினைந்துவீடுகள்
கடலோடுகடலதாய் காலியாய்போனது
கண்ணால்ஜலம்விட்டு கதறியழுதாறாம்

இதுவென்னவெள்ளம் ஏழைகள் வயிற்றினில் விழுந்ததேபள்ளம்.

காணவேணும் காணவேணு மென்ற மெட்டு

கடலங்குடி திருமேனியார்கோவில் எங்கும்
காணக்கண்கள்கூசுவெள்ளம்பாவி ஆற்றில்
வந்த வெள்ளம் முன்னவர்கள் கண்டதில்லை என்றுறையக்
குறைந்தார் – மனங் – கறைந்தார்.

மணமோடு ராதானூரும்பூர வெள்ளம்
மீசுரமாய் சீறி நொடி யேற ஜனம்
தத்திதடுமாரி எங்கும் மெத்தவும் மனங்கலங்கி
புறண்டார்கெலிஅறண்டார்.

போலீஸ்டேஷன் வெள்ளமது மூழ்க அந்த
புத்தமங்கலம் கொள்ளையாய்ப்போக தங்கள்
புத்திரர் பெண்டுபிள்ளையை பத்திரமாய் காப்பதற்கு
போனார் – உயி – ரானார்.

காருகுடி மிறாசு சின்னையாபிள்ளை பலரை
கார்த்து ரக்ஷிக்க ஏற்றார் தொல்லை எங்கும்

எளியாரின் நேரிலோடி அழுதுபடியும் போட்டார்
சீறாய் – ஈசா – பாராய்.

நொண்டி சிந்து

அவனியில் புலவர்களே–உங்களடி இணைக்கமலநான் சிறமேற்கொண்டேன்– கவலையை நீக்கிக்கொண்டேன்– இனிமேல்–காசினியில் வெள்ளம் வந்த விபரம் சொல்வேன்–நிகழும் ரக்தாக்ஷிதனில்–அதில்நேர்ந்த ஆடி மாதம் ஆறாந்தேதியிலே புகழுஞ்சோமவாரமா– மதில் பூர்த்தியாய் வெள்ளம் வந்த விபரஞ்சொல்வேன்– கொங்கு வங்காளமெல்லாம்–மழைகள் பெய்து நொங்கு நுறையுமாக வெள்ளம் பெருகி–மைசூர் அணை புரண்டு– வருவதால்–மார்க்கமுடன் பவானி யார்கூடி அகண்ட காவேரி வந்து– ஸ்ரீரங்கம்–கோவில் வலமாக வந்து நாசமும் செய்ய–கொள்ளடம் காவேரியாய் உடைப்பெடுத்து– பட்டகஷ்டம் வெகுபேர்கள் மெத்தவுமுண்டாம் ஸ்ரீரெங்கம் பாலமுடைந்து–ஜலம்பெருகி–நடுத்திட்டு நாயகமழிந்ததுவாம்–அழிந்தவிபரம்சொல்ல– என்னொருநாவால்–ஆகாதுமனக்குறை போகாது– சிப்பிலியூர் உடைப்பதனால்–முடிகண்டனூர்– அன்பது வேலி மண்மேடானது–ஆறு நேறானதினால் மணல்களெல்லாம்–அப்படியே வந்து சாய்ந்ததுவே– பாய்ச்சல் வாய்க்கால்களெல்லாம்–மண்மேடாக–பறப்பி இருக்கிறது பாருலகில்–பயிரிடமுடியாதாம்–மிறாசுதார்கள்– பார்த்து மனங்கலங்கி யேங்குகுறார்–அகவிலைஏறினதால்– ஏழை ஜனம்–அல்லோலப்பட்டு சீர்காழி செல்ல– திருநாராயண பிள்ளை செய்த தர்மம்–தோணிமேலேறி வந்த–ஏழைகளில்–ஆயிரம் பேர்களுக்கு–அமுதளித்து– அன்னம் வடித்து போட்டு ஆதரித்தார்–இன்னும் வெகு பேர்கள்–சீர்காழிதனில் ஏழைகளுக்கு அன்ன– தானமுஞ் செய்ய–சாமிநாதசெட்டியார்–தோணிகொண்டு சகலரையும்–மழைத்துவந்தனறாம்–தொண்டர்களுடன்கூடி– அங்கங்கேயோடி–சோர்ந்துகளைத்தவருக்கமுதளித்தார்– எல்லாம் சிவன் செயலே–ஆதிமூலம்–இசைத்ததில் பிழையது பொருத்திடுவீர். (தந்தின)

கும்மி

சப்த மேகங்களு மொன்றாகக் கூடியே
ஜல வருஷம் பொழிந்த தினால்
கெங்கை பவானியுடன்கூடி மைசூர்
அணைபுறண்டதை பாருங்கடி. 1

யானையைப்புறட்டி வந்ததுவாம்
அகண்டகாவேரியில் வந்து சேர்ந்ததுவாம்
யெண்பது டண்ணிறை தேக்குமரத்தையும்
யெப்படியோ கொண்டுவந்ததுவாம். 2

காவேரி உடைப்பு மெத்த பெரியதாம்
கண்ணாலே பார்க்க முடியாதாம்
திருச்சினாப்பள்ளி தெருக்களெல்லாம் ஜலம்
திறண்டு வாரதைப் பாருங்கடி. 3

வீடுகளெல்லாமிடிந்து விழுந்ததாம்
வேணபொருள்களும் சேதமாச்சு
யாறாலும் சொல்லமுடியாதே இந்த
அன்னீத வெள்ளத்தின் சேதி தன்னை. 4

பாதகம் பாதகம் பார்க்க சகிக்காது
பாரமுள்ள பெரும் ஊர்களெல்லாம்
................பாரினில் மறைந்த
..................பெண்ணரசே. 5

இன்னமும் சொல்கிறேன் கண்ணே நீ கேளடி
இன்பமுள்ள பெரும் ஊர்களெல்லாம்
தென்பா யெனக்கு தெரிந்ததை சொல்கிறேன்
தேன் மொழியே கேளாய் உன்னிதமாய். 6

மாளாத தண்ணீரும் தான் வருக வழி
மாடாடு கன்றுடன் தான் விழிக்க
கூட்டுடன் கைலைக்கு போகிறோ மென்றுமே
கும்பலாய் பேசுறார் பாருங்கடி. 7

கொள்ளிட வெள்ளம் குமிழி எழும்பியே
கள்ளனைப்போல் றயில்பால முடைய
கண்ட ரயில்கள் கலங்கி தவிக்கவும்
காலவித்தியாசம் பாருங்கடி. 8

ஆனைதாண்டாபுறம் ஸ்டேஷனிலிருந்து
அணு அணுவாகப் பெயர்த்துபார்
கன்னியாகுடிக்குநேர் பாலம் விழுந்திட
கலங்கி நிற்குது பாருங்கடி. 9

வைத்தீஸ்வரன்கோவில் வடபுறமாகவே
வண்மையுள்ள றயில் பாலமெல்லாம்
யேகமாய்ப் பாலம் மிடிந்து விழுந்திட
யெல்லா ரயில்களும் நின்றதுவே. 10

கோமணாநத்தம் குமிறியெழும்பியே
கொப்பளித்து உப்பனாத்தில்விழ
பக்கென்றுகிளம்பி பனமங்கலம்நேர்
பாலமிடிந்ததைப் பாருங்கடி. 11

ஆணிக்காரன்சத்திரம் கீழ்புறமாகவே
கொள்ளடம்ரெண்டு பிரிவாச்சு
திட்டுக்குள்ளிருந்த ஊர்களெல்லாம்
சேதமானதை பாருங்கடி. 12

நாதலபாடி நடுத்திட்டுவென்பார்கள்
நாயகமே குண்டலபாடியுமே
வீடுகளெல்லாமிடிந்துவிழுந்திட
வேணபொருள்களும் சேதமடி. 13

இன்னுமனேக ஊர்களிருக்குது
எடுத்துரைக்கவும் நேரமில்லை
கெண்ணிதமான திருமுல்லைவாசலும்
கேடு கெட்டதைப் பாருங்கடி. 14

மாயவரம்டவுன் கலெக்டரவர்கள்
மாயமாய்த்தோணி வரவழைத்து
ஆனைதாண்டாபுறம் றேவுதுறையாக
அமைத்து வைத்ததைப் பாருங்கடி. 15

ஆபத்தினின்றிடும் ஊர்களுக்கெல்லாம்
ஆர்டர்பண்ணினார் தோணிகளை
தாமுமொருவறாய் தோணியிலேறியே
தர்மதுரையவர் போவதைப்பார். 16

எந்தெந்த ஊர்களும் தோணிகள் சென்றுமே
யேழைஜனங்களை யேற்றி கொண்டு
மந்தை மந்தையாக தோணியிலேற்றியே
மாயாவரம் வந்து சேர்த்தைப்பார். 17

வந்தவர்களெல்லாம் வயிற்றுப்பசியினால்
வாடியிருப்பதை பார்த்தவரும்
காருகுடிப்பிள்ளை கஞ்சிகொடுத்துமே
களையைமாற்றினார் பாருங்கடி. 18

மண்முட்டிலிருந்த யேழைகளுக்கெல்லாம்
மணியார்டர்போலவே தோணியின்மேல்
அரிசிமூட்டையை யேற்றிக்கொண்டுபோய்
ஆளுக்கொருபடி போடுரார்பார். 19

அன்னீதமான வெள்ளத்தினால்வந்த
ஆபத்துகளெல்லாம் தீர்த்தவராம்
மாயவரம்டவுன் கலெக்டர் துரையை
மகிழ்ந்து கும்மியடியுங்கடி. 20

நாவலர்போற்றிடும் காவாளமேட்டினில்
ஆதிமூலநயினார் பாடலிதை
குற்றம்பொறுத்து குணத்தைக்கிரகிப்பீர்
குவலயத்திலுள்ள நேசர்களே. 21

ரெங்கராஜா, கோலாகலச்சிந்து

உ

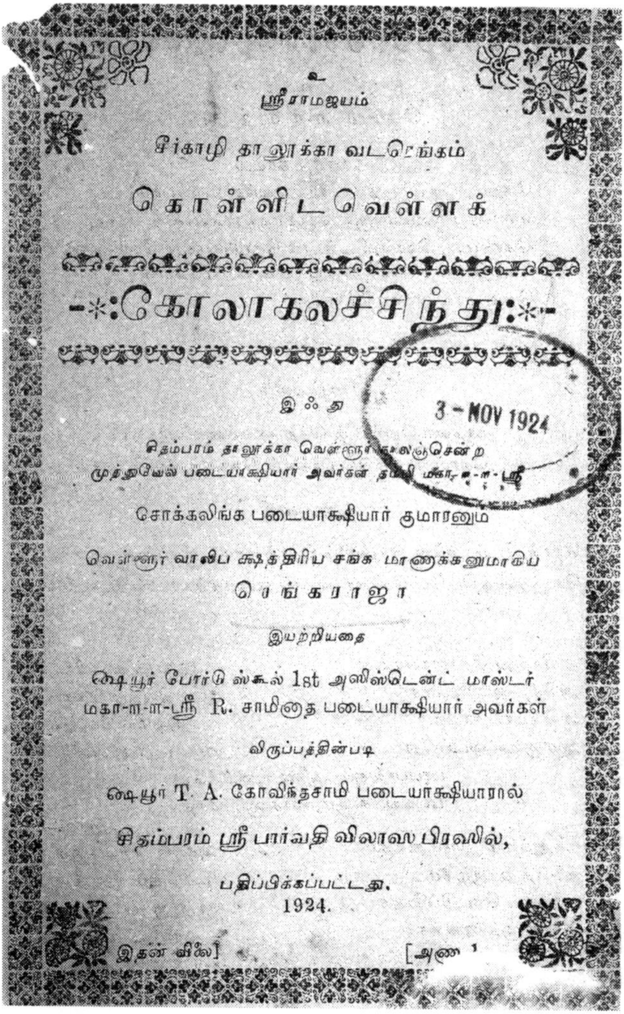

ஸ்ரீராமஜயம்

சீர்காழி தாலூக்கா வடரெங்கம்

கொள்ளிடவெள்ளக்

-:கோலாகலச்சிந்து:-

இஃது

சிதம்பரம் தாலூக்கா வெள்ளூர் காலஞ்சென்ற
முத்துவேல் படையாக்ஷியார் அவர்கள் தம்பி மகா-ள-ள-ஸ்ரீ

சோக்கலிங்க படையாக்ஷியார் குமாரனும்

வெள்ளூர் வாலிப க்ஷத்திரிய சங்க மாணாக்கனுமாகிய

ரெங்கராஜா

இயற்றியதை

ஷை யூர் போர்டு ஸ்கூல் 1st அஸிஸ்டெண்ட் மாஸ்டர்
மகா-ள-ள-ஸ்ரீ R. சாமிநாத படையாக்ஷியார் அவர்கள்

விருப்பத்தின்படி

ஷை யூர் T. A. கோவிந்தசாமி படையாக்ஷியாரால்

சிதம்பரம் ஸ்ரீ பார்வதி விலாஸ பிரஸில்,

பதிப்பிக்கப்பட்டது.

1924.

இதன் விலை] [அணா 1

வெள்ளச்சிந்து

கணபதி காப்பு

சேலம் ஈரோடு முதல் சேர்ந்துவந்த ஜலவிபரம்
சாலமாய் ஜலம்பெருகி தஞ்சாவூர் ஜில்லாவில்
கோலமாய் கொள்ளிடத்தால் கொடுமைகள் நேர்ந்துவிட்ட
செய்தியை யானறிந்து பயந்துநான் பாடுதற்கு
செல்வனடி வணங்கினேனே

சிந்து

பல்லவி

காவேரி வெள்ளம் வந்த காலத்தைப்பாராய்
கொள்ளிட நதிபெருக்கின் கோலத்தைக்கேளாய்

அனுபல்லவி

கொள்ளிடம் அணை இரண்டும் கொள்ளாமல் ஜலம்வர
கொந்தளித்திடவே கோலாகலமாய் ஜனங்கள் மிரண்டோடவே

சரணம்

ஆயரத்து தொளாயிரத்து இருபத்துநாலினில்
அடுத்த ஜூலை மாதம் ஒன்பதில் புதன்வாரம்
அதிகமாய் நாலடி ஜலமிக பெருகிட
அதனால் உடைப்பது தஞ்சாவூர் ஜில்லாவில்

பாப்பாக்குடி அணை உடைத்தே
பலவயல்களும் ஊர்களும் சேதமாச்சே

ஐந்துக்கும் இருபதுக்கும் அகலம் எடுக்கலாச்சு
எடுத்தது ஆழமே எட்டுக்கும் நாலுக்கும்
அதினால் கெட்டுப்போன தைநூரு வேலியாகும்
ஆனதினால் ஜனங்கள் அலரி அழுகலாச்சு

போச்சுது ஊரு இருந்தயிடம் தெரியாமல்
................ச்சுது மண்மேடு

அடுத்த றாயம்பேட்டை எடுத்த உடைப்பு ஒன்று
அதைப் போலவேயெடுத்தது சித்தமல்லி உடைப்பு

அதுவும் அவ்வளவு அகல உடைப்புதான்
அகர எலத்தூரில் அகண்டமாய் பிடிங்கிற்று

இதுபெரும் உடைப்பு இந்த
ஜில்லாவைகெடுத்ததுகா வேரிதலைப்பு

வடரெங்கம் செய்தியை வண்மையாய்ச் சொல்கிறேன்
துடந்த பத்தாந்தேதி ஐந்தடி ஜலம்கூட
கடந்து அணையிறண்டும் திரண்டு விழுந்தது
படர்ந்த மரங்களும் மிதந்து போகலாச்சு

ரோட்டுகள்போச்சே இருந்த
இடந் தெரியாமல் மடுவுகள் ஆச்சே

மாருதிகோவிலும் மாயமாய் போச்சுது
மறையவர்கள் வீடுகள் மடுவாய் யிருக்கலாச்சு
மேளக்காரர் வீடெல்லாம் மேன்கூரை விழலாச்சு
மிகுந்த கூரையெல்லாம் மறைந்துவிடலாச்சு

இதுவென்னக் காலம் இரக்தாட்சி
வருஷத்தில் ஏற்பட்ட கோலம்

கட்டுமரத்தினால் கரைசேர பார்த்தார்கள்
கிட்டி வந்தவர்களை நெட்டியே தள்ளலாச்சு
கட்டிய வேஷ்டியோடு கரைசேரல் அரிதாச்சு
கணக்கில்லா சாமான்கள் ஜலத்தில் போகலாச்சு

வீடுகள் இடிந்து மடுவில்
அழுந்தி ஓடுதே பரந்து

குருக்கள் தெருவிலே இருந்த ஜனமெல்லாம்
குய்யோ முறையோவென்று ஓங்கி அழுகலாச்சு
நாலுபக்கம் பார்த்தாலும் பாழும் மடுவாய்போச்சு
ராமா ராமாவென்று நாமம் ஓதலாச்சு

எங்கே பார்த்தாலும் ஜலமே மனம்
ஏங்கியே ஓடினார்கள் ஜனமே

வடரெங்கம் என்னுமூரு வழிதெரியாமல் போச்சு
வாய்க்கால் வயல்களெல்லாம் மண்மேடாய் இருக்கலாச்சு
வாரசாகுபடி யெல்லாம் சாரமில்லாமல் போச்சு
வரண்ட பக்கமெல்லாம் பிரண்ட வெள்ளமாச்சு

ஆற்றிலேபாதி ஜலமிங்கே
பிரிந்துபோகுதே சீர்காழி

ஐம்பது வீடுகள் மடுவில் அழுந்திப்போச்சு
அழகான தெருவெல்லாம் அடியோடு போகலாச்சு
பக்கத்தில் அரங்க நாதர் கோவிலாச்சு
படபடவென்று கீழே இடிந்துவிழுந்துபோச்சு

தெருவிலே தேரு
தள்ளிப்போகுதே ஆறு

மதில்களெல்லாம் இடிந்து மடுவில் விழ்ந்துபோச்சு
மடப்பள்ளி யழிந்துமே ஜலத்தில் கிடக்கலாச்சு
சபாமண்டபங்களும் சரிந்து விழுந்துபோச்சு
சார்ந்த கெருடன்கோவில் தனியே விழலாச்சு

அர்த்தமண்டபம் போச்சே
அதிலிருந்தசாமான் அனியாயமாச்சே

அம்மன்கோவிலும் தானும் அடியோடு போச்சுது
அடுத்த ராமர்கோவில் அதுவும் விழுந்துபோச்சு
ரெங்கனாதர் கோவிலை நெருக்கி யிடிக்கலாச்சு
றாமசாமியைத் தூக்கி றோட்டில் போடலாச்சு

கேளிக்கைமண்டபம் போச்சே
வாகன கொட்டாயும் தான்விழலாச்சே

அன்னவாகனமும் ஆற்றில் மிதந்தது
அனுமார் வாகனமும் அதன் பின்னால் போனது
ஆனைவாகனத்தை அடித்துக் கொண்டோடுது
அவைகள் மிதந்துமே ஆற்றில் போகும்போது

குதித்தார்கள் ஜனங்கள்
அனைத்தையும் சேர்த்தாரே கரையில்

அனைவரும் கூடியே ஆலயத்தில் புகுந்து
அடிபீடத்தை கிளப்பி சாமியை தூக்கியே
மூலவிக்கிரகமான ரெங்கநாதர் தன்னை
முப்பது ஜனம் தூக்கி ரோட்டில் வைக்கலாச்சு

காலபூஜை போச்சேகண்டாமணி
துண்டித்து விழலாச்சே

ஆருகாலம் பூஜை நடந்தகோவிலும்போச்சு
ஆதியில் முன்னோர்கள் கட்டிய திடியலாச்சு
அனேக ஜனங்கள் அதில் பிழைத்ததும் கெட்டுப்போச்சு
ஆதி நாராயணாவென்று அலறி அழுகலாச்சு

சப்பரம்போச்சே ஜலத்தில்
மிதந்து அழுந்தவுமாச்சே

அழகான கோபுரம் தனித்து இருக்கலாச்சு
அதற்கும் கீழேஜலம் இருப தடியாய்போச்சு
இரங்க விமானமொன்று ஊரைக்காட்டலாச்சு
இரண்டுபக்கமும் ஜலம் இடித்துக்கொட்டலாச்சு

சிகரம் எடுக்கவுமாச்சே அதை
சுற்றிலும் ஆழிபோலாச்சே

மோதும் ஜலத்தினால் முழுரோட்டும் இடியலாச்சு
முன்னே இருந்தரோட்டு ஆழமடுவாய்ப் போச்சு
புதியரோட்டுப்போட துவக்கம் பண்ணலாச்சு
பிழைக்கும் ஜனங்களுக்கு அதுவே வழியாச்சு

இதுஎன்னகாலம் கலிகாலக்
கொடுமையால் நடந்திட்டகோலம்

சென்யநல்லூர் பூங்குடி மாதலூரும் போச்சு
மாத்தூர் ஓலையாம்புத்தூர் மிதக்கவே ஆச்சு
பட்டனாவூர் புத்தூரும் பஞ்சாய் பறக்கலாச்சு
பதமான நடவெல்லாம் ஜலத்தில் போகலாச்சு

குருவை விதைகளும் பேச்சே அனேக
குடிகளுக்குவெகு நஷ்டமாச்சே

எலத்தூரிலேயிருந்து எடுத்த உடைப்பாலே
அடுத்தஊர் ஜனம் அலறி ஓடலாச்சு
அந்தந்த கிராமத்து ஜனமும் நடுங்கலாச்சு
பட்டிமோட்டு ஜனம் மேட்டில் இருக்கலாச்சு

வாடி ஜனமெல்லாம் ஓடியே
தேடி மரங்களின்மேலேரியே

சிலோன் மெயிலும் ஷட்டிலும் நின்றுபோச்சு
சீக்கீரம் ரயில்ரோட்டு முழுதுமே பழுதாச்சு
வல்லம்படுகைபோக வழியே யில்லாமல்போச்சு
வயல்களும் ஊர்களும் கடல்போல் இருக்கலாச்சு

கொள்ளிட ரோட்டுகள் போச்சே
கும்பினி பணத்துக்கு செலவுகளாச்சே

உடப்பில்போகும் ஜலம் சமுத்திரத்தை அடுத்தே
உயர்ந்த திருமுல்லைவாசல் பள்ளிவாசலும் போச்சே
சீர்காழிதனில் இடம் தெரியாமலே அடித்தே
சீக்கிரம் கலைக்டரால் போட்டு வரவழைத்தே

படகுமேல் ஏற்றி ஜனங்களுக்குண்டான
பயங்களை மாற்றி

அனேக புண்ணியவான்கள் அரிசிபடி தந்து
அதற்கான சிலவுக்கு அரையணா ஈந்துமே
அலுத்த ஜனங்களை ஆதரித்தழைத்துமே
அழகான செட்டிநாட்டாரும் கிளம்பியே நல்ல

துணிகளைவாங்கியே தந்தார் ஜனங்களின்
துக்கத்தை மாற்றியே ஓழித்தார்

வெள்ளத்தினால் சேதம் இப்படி யாச்சுது
வெள்ளூரு தோணியோ வழக்கம்போல் வருவது
அபாயமானதினாலே அடிக்கடி தள்ளினார்
அழுகிற ஜனமெல்லாம் படகுமேல் ஏற்றினார்

வெள்ளூரு படகை கண்டவுடன்
களித்தாரே ஜனங்கள்

சிதம்பரம் தாலுக்கா வெள்ளூரிலிருந்து
தாலுக்காபோர்டு மெம்பர் த. ஆதிமூலசேதுராயர்
முக்கியமாய் உள்ள பூங்குடி முதலியார்
தங்கவேல் முதலியார் கோவிந்தசாமி படையாச்சியும்

இவர்கள் நன் முயற்சியால்
இரங்கநாதரை எடுத்துமே வைத்தனர்

இப்படி யிருக்குது | சீர்காழி தாலுக்கா
இதனால் ஜனங்களுக்கு | சாப்பாட்டுக்கு லாக்கா
சிதம்பரம் தாலுக்கா | வெள்ளூரென்றாக்கா
சீக்கிரம் துஷ்டர்கள் | என்பார்கள் மேன்போக்கா

சாதுக்களாச்சே அவர்கள் மேல்பழி
சொல்வதெல்லாம் வீண் பேச்சே

சிதம்பரம் தாலுக்கா | வெள்ளூரிலிருந்து
சீக்கிரம் படகுமேல் | ஏரிநான் பார்த்ததில்
துரிதமாய் வெள்ளூரு | படையரசர் தெரு
ரெங்கராஜா நானும் | நினைத்துப்பாடினதில்

குற்றத்தை பொருப்பீர் குணமாக
கொஞ்சம் பின்னால் சொல்வதை கேட்பீர்.

தெம்மாங்கு

ரத்தாட்சி வருஷமதின் | ஆனி யிருபத் தாறா தேதி
பாப்பாக்குடி உடைப்பெடுக்க | பரந்ததாமே ஜனங்களெல்லாம்

சீப்பலூர் உடைப்பு ஒன்று | சீக்கிரம் எடுத்ததாலே
சீர்காழி தாலுக்காவை | தீவுபோல ஆக்கினதே

பட்டவர்த்தி புலவனூரு | பாங்கான தடுவங்குடி
திட்டமுடன் இன்னம் பல | ஊர்களுமே கெட்டுப்பொச்சு

அனேக கிராமங்களும் | அழுந்தினது ஜலந்தனிலே
ஐந்நூரு வேலி நிலம் | ஆனதாமே மண்மேடாய்

இப்படி போனதினால் | ஏழைகள் படுங் கஷ்டத்தை
இன்னவிதமென்று சொல்ல | என்னாவும் கூசுகிதே

பணக்காரர் ஏழைகட்கு | படியரிசி அரையணாவும்
ஒருவாரம் கஞ்சி காச்சி | ஊற்றினார்கள் பறையருக்கே

இந்தசேதி கேட்டவுடன் | நாட்டுக்கோட்டை செட்டிகளும்
எடுத்துத்தந்தார் சீட்டித்துணி | ஏழை பர ஜாதியர்க்கே

உடைப்பாலே கெட்டுப்போன | ஓவ்வொரு கிராமத்திற்கும்
ஐம்பதாவதாக அளித்தாராம் | தர்மத்திற்கு

திருநாராயணபிள்ளை யவர் | ஸ்ரீமான் சீர்காழி ஸ்தலத்தில்
தினமும் தர்மம் செய்யும் | கனவானவர் குடிகளுக்கே

திருச்சினாப்பள்ளியிலே | பிரிந்துபோன காவேரி
தஞ்சை ஜில்லாதனிலே | தனியேபோக லாகாதென்று

கொள்ளிடத்திலே சேர்ந்து | கொண்டதனால் காவேரியில்
அள்ளி அருந்தகூட | அணுவளவு ஜலமேயில்லை

உலகம் அதர்மத்தினால் | உடனே கெடுத்தது காண்
கெட்டவுடன் கடவுளையே | கிருபை செய்ய வேண்டுகுது

ஆனதால் புவிமேலே அதர்மத்தை செய்யாமலே
சீருடனே தர்ம குணம் செலுத்துவோமே யாவருமே (தன்)

செந்தமிழ் உலகினில் என்ற மெட்டு

ஈரோடு கருவூர்முதல் ஏராள மானவெள்ளம்

எங்கும் பிரண்டு வந்ததால் திருச்சினாப்பள்ளி அணை

தங்காமல் உடைத்தெரிந்ததே

முடுகு

தஞ்சாவூர் ஜில்லாவில் வந்திட்டகாவேரி
தலைப்பை அதிகமாய் துத்ததினாலே
கொள்ளிடத்திலே ஜலமே ரோட்டுகளெல்லாம்
கொள்ளாமல் உடைத்தெரிந்ததே
தஞ்சை ஜில்லா முழுதும் எங்குமே வெள்ளம் வந்து
பஞ்சாய் பரக்கலாச்சுதே—ஏழை ஜனங்கள்
விதைத்த விதைகள் போச்சுதே (ஈரோ)

முடுகு

2. இப்படி கொள்ளிடத்தால் ஏற்பட்ட கஷ்டத்தை
பணிந்து சிறுவன் யான் பயந்துமே சொல்கிறேன்
பாப்பாக்குடியின் உடைப்பு எடுத்த தாலே
கொள்ளிடத்தையே திலுப்பி
பாதி ஜலத்தை யிங்கு நேராய் இழுத்த தினால்
தஞ்சாவூர் ஜில்லாவைப்போல்—இந்தப்பக்கத்தில்
பஞ்சமும் வேறே யில்லை

முடுகு

அதையடுத்த உடப்பு சீப்பலூர் எடுத்திட
அதனாலே ரயில் பாதையை கெடுத்திட
வண்டிகள் நின்றுபோச்சுதே இஞ்சின்டிரைவர்
தந்தியடிக்கலாச்சுதே
சீர்காழியிலிருந்து வல்லம்படுகைபோக
சீக்கிரம் ரயிலில்லையே அங்கங்கு வண்டி
தங்கி கிடக்கலாச்சுதே (ஈரோ)

முடுகு

3. எலத்தூரிலிருந்து எடுத்த உடைப்பாலே
அங்கிருந்த சுப்பிரமண்யர் கோவிலையிடித்தே
தெருவுகள் எல்லாம் போச்சுதே கொள்ளிடம்
ரோட்டு ஆழமடுவாய் ஆச்சுதே
அதினால் ஜனங்களெல்லாம் ஆடுமாடுகளை ஓட்டி
ரோட்டிலேசாகைகள் போட்டே—பதினெட்டாங் குடிவரையில்
பத்தியாய் குடியிருந்ததே

முடுகு

வடரெங்கம் ரெங்கனாதர் கோவிலை யிடித்தே
அக்ராகரத்தை அடியோடு ஒழித்தே
மடுவாக ஆக்கினதாலே சாமியைத் தூக்கி
ரோட்டிலே வைத்தார் பலபேரே
ரெங்கநாதரே உன்னை நீதியாய் அரசர் கட்டிவைத்த
யிடத்திலிருந்தாய்
ரத்தாட்சி ஆனி இருபத்தேழிலெழுந்தாய் (ஈரோ)

4. அலைகடல் தனிலேவீற்றிருந்தவா
பக்தர்களுக்கே முக்தி தந்தவா
வடரெங்கத்திலமர்ந்தவா ஸ்ரீரெங்கநாதா
வகையான கொள்ளிடத்தாலே
வந்திட்டமோசத்தால் சிந்தை கலங்கி நாங்கள்
வாடுகிறோம் ஏழைகளுமே
எங்களைக்கார்த்து ஆதரிப்பாய் ரெங்கநாதரே (ஈரோ)

நொண்டிச் சிந்து

மைசூர் ராஜ்யத்திலே குடகு
நாட்டிலுள்ள மர்க்காராவின் பக்கமதில்
உற்பத்தியாகிவரும் அரிய
அகண்டக்காவேரி யென்னும் நதிதானும்
திருச்சினாப்பள்ளிக்கு மேற்கே கொஞ்சம்
தூரத்திலேயிருந்தே பிரிகிறதே
அதனில் வரும் கிளைக்கு கொள்ளிடமென்று
பெயர்சொல்லவே முறையாச்சு
கொள்ளிடம் செய்கதியை முன்னம்
சொல்லியிருக்கிறேன் பார்த்துக்கொள்ளுங்கள்
இன்னும் ஓர் அதிசயத்தை நான்
யியம்புகிறேன் கொஞ்சம் கேட்பீர்கள்
கொள்ளிடம் வலக்கரையில் வடரெங்கம்
என்னுமோர் க்ஷேத்திரமுண்டு
அதில் ஒருமைல் உடைக்க ஊரெங்கம்
தங்கவிடமில்லாமல் ரெங்கம் போகவே
இடக்கரை தன்னிலுள்ள வெள்ளூர் என்னு
மொருகிராமத்தின் மிராசுதார ர்கள்
வடரெங்கம் செய்தி தன்னை கேட்டவுடன்
பார்த்திடவேணுமென்று ஆவல் கொண்டு
படகு குத்தகைக்காரர் இராமசாமி
சேதுராயரிடம் சென்று வடரெங்கம் செல்ல
படகு தேவை யென்றார் சொன்னவுடன்
அவருமே தோணிகொண்டு நிறுத்தினாரே
வந்தோர் எல்லாரையும் தோணிமேல்
ஏற்றிவந்து அக்கரையில் சேர்த்துவிட்டார்
அவர்களைக்கண்டவுடன் அந்தவூர்
ஜனங்களெல்லாம் வந்து முறையிட்டது

ஐயோ என்னசெய்வோம் நாங்கள்
ஆற்றிலேயே போய்விடுவோம் என்றுசொன்னார்
இந்த உரை கேட்டவுடன் வாருங்கள்
பயப்படவேண்டாம் நாங்கள் பாதுகார்க்கிறோம்
என்றுமே அவர்களைத்தான் தோணியில
ஏற்றிக்கொண்டு வந்துமே கரைசேர்த்தார்
பின்னர் கோவிலேஜண்டு தாங்கள்
கட்டிவைத்த நெல்லு எழுநூருகலம்
ஜலத்தினில் போகுதைய்யா இதை
எடுத்துக்கரை தனிலே சேர்த்துவிட்டால்
வெகுமதியாகவே தான் உங்களுக்கு
நூருகலம் தருகிறேன் என்றுமே சொன்னார்
அந்தவிதமாகவேதான் அதற்காக
பாடுபட்டார் நாற்பதுபேர் விறைவுடனே
இறண்டுநாள் ராப்பகலாய் எல்லா நெல்லும்
எடுத்துக்கொட்டியே கரை சேர்த்தார்கள்
முன் சொன்ன சொல் தவராமல் அப்படியே
கொடுத்தார்கள் நூருகலம் நெல்லையுமேதான்
கொண்டுவந்து தங்களுக்குள் வீதப்படி
கிரமமாய் பங்கிட்டு எடுத்துக் கொண்டார்
பார்த்தவர் மனமகிழ்ந்து இவர்களைப்போல்
தைரியமாய் ஜலத்தில் போவார் அருமைதானே
என்றுமே பேசிக்கொண்டு எல்லோரும்
நீடூழி வாழ்கவென்று ஸ்தோத்தரித்தார்
இவ்விதம் இராப்பகலாய் இரண்டுநாள்
இல்லாவிட்டால் ஜனங்கள் அழிந்துவிடும்
இத்துடன் நிறுத்திவிட்டேன் எந்தன்
குற்றங்குறைகளை பொருத்துக்கொள்வீர்
ஐயனே நானடுமை ரெங்கராஜா
பாடினேனே அங்குசென்று பார்த்தபடியே (தந்தின)

கும்மி

ரத்தாட்சி வருஷம் ஆனிமாதத்திலே
நடந்திட்ட வெள்ள சேதமதை
பக்தியாகவே ரெங்கராஜா நானும்
பாடிவருகிறேன் கேளுங்கடி

ஈரோடு பவானி சேலமுதற் கொண்டு
எங்குமே வெள்ளத்தால் நஷ்டமாச்சு
திருச்சினாப்பள்ளி கொள்ளிடம் அணைக்கட்டை
சிதர உடைத்ததாம் பாருங்கடி

ஸ்ரீரெங்கம் கோவிலின் சுற்று மதிலெல்லாம்
சரிந்து போனதாம் ஜலத்தாலே
ஏழுநாள் ஆலயம் போகமுடியாமல்
அர்ச்சகர் இருந்தாராம் கேளுங்கடி

லோயரணைக்கட்டிற்கு கீழ்புறமிருந்த
நடுதிட்டு நாயகம் ஊர்களெல்லாம்

இடிந்துவிட்டதால் ஜனங்களெல்லாமே
 ஏரிநார் மோட்டிலே பாருங்கடி

தஞ்சாவூர் ஜில்லாவில் சீர்காழி தாலுக்கா
தவழும் கொள்ளிடம் ஐந்துடப்பாம்
சிந்தை கலங்கவே குடிகளுக்கே வெகு
 சேதமாய் போனதாம் கேளுங்கடி

கனதனவானவர் முதலியாருமே
கஷ்ட நிவாரண பண்டிலிருந்து
கணக்குப்படி தொகை தான் கொடுக்க
 கண்டு களித்தார் ஜனங்கள் பாருங்கடி

சென்னையிலிருந்து ஐகோர்ட்டு வக்கீலும்
சீக்கிரம் நாலைந்து பேர்கூடி
வெள்ளத்தால் கெட்டிட்ட ஏழை ஜனங்கட்கு
 வெகுதர்மம் செய்தாராம் கேளுங்கடி

லண்டன் சக்ரவர்த்தி தன் அதிகாரத்தால்
சென்னை மாகாணத்தின் கர்த்தாவான
சுந்திரகவர்னரும் வடரெங்கத்திற்கு
 வந்துமே சென்றாராம் பாருங்கடி

கெங்கை புகுந்துமே வீடு வாசலெல்லாம்
கீழேபுதைந்துமே சாமான்களை
கொண்டுபோய்விட்டது சமுத்திரமென்று
 கும்மியடித்துமே பாடுங்கடி

வெள்ளச்சிந்து முற்றிற்று

கூடியசீக்கிரம் இதன் இரண்டாம்பாகம் வெளிவரும்

முத்தையாபிள்ளை, தத்தளித்துமீண்ட சிந்து

உ

சிவமயம்

தாங்காத வெள்ளத்தால் கொள்ளிடம்

உடைப்பாகி சீர்காழி டவுன்,

தத்தளித்துமீண்ட சிந்து

இவை

சீர்காழி டவுன் திரௌபதையம்மன் கோவில்தெரு,

வேங்கிடாசலம் பிள்ளை குமாரர்

முத்தையாபிள்ளை அவர்களால்

இயற்றியதை.

சீர்காழி

...த்த விலாஸ அச்சுக்கூடத்தில்

...பிக்கப்பட்டது.

1924

வெண்பா

வெள்ளமது சீர்காழி விரைந்துவந்த செய்திதனை
உள்ளமதறிந்துவர் உரைசெய்ய – தெள்ளழதாய்
பாருவையாரீரனுக்குப் புகூழள்ளயானைழகா
நேர்மையாக யென்னவில்தில்

(காலத்தைபாரீர் – கங்கையார்செய்திட்டக் கோலத்தைக் கேளீர்)
சரலவேரக்தாகக்ஷிவருஷம் ஆனிமாதம்
ஜலமில்லாமல் நெல்லு பயிரெல்லாம் வெகுசேதம்
ஆலவிஷம்போல அடித்தகாற்றுகீதம்
அடுத்த ஆடி ஐந்தாந்தேதி ஜல..தம்

(வந்ததே வெள்ளம் – வாயாலைச்சொல்லவேகலங்குதே உள்ளம்
காவேரியில் ஜலம் கணக்கில்லாதிரளவே
கடுமையாய் கொள்ளிடம் இருகரைபிரளவே
மாவேகமதாக மண்டல் உருளவே
மனிதர்உயரம் அலைசுழல்களும் சுருளவே

(கொர்ப்..கலங்க–யெங்குபார்த்தாலும் ஜலம் அற்புதம் விளங்க
பாப்பாக்குடிகிராமம் பாரை இடித்தது
பகல்யெட்டுமணி பரத்தெருவெல்லாம் முடித்தது
தோப்பெல்லாம் ஆடுமாடுதெப்பமாய் துடித்தது
ஞருமெய்லபோல்வந்து பழவாற்றைப்பிடித்தது

(ஓத்துமையாச்சி உப்பனாற்றைப்பார்க்கப்பத்தியேபோச்சி
இரண்டுஜலமுங்கூடி இந்தாற்றில் நாடவே
ஏகவெள்ளமதாய் யெங்கிலும்மூடவே
ஓரண்டிலும்வீடுவாசல் ஓன்றில்லாதேடவே
உள்ளகுடிகளெல்லாம் உயிர்பிழைத்தோடவே

(வந்தாரேபிழைத்து – தண்ணீர்வருகின்ற பிரமையால்களைத்து
சிலபோ்களாடுமாடு கையில்பிடித்துக்கொண்டு
சேர்த்துவைத்திருந்த பொருளெல்லாமெடுத்துக்கொண்டு
தலையில்சட்டிபானை பாய்முதலிழுத்துக்கொண்டு
தம்பிதாயார் தங்கைதகப்பன் முதலிழுத்துக்கொண்டு

(ஓடியேசென்றார் – சீர்காழியெல்லையை நாடியேநின்றார்)
சேர்ந்துமேவெள்ளமும் சீர்காழிதாக்கவே
திரமானரயுல்வே கெருடரைநோக்கவே

நேர்ந்துபரவி லயனையேபேர்க்கவே
நிமிஷம்நிமிஷம் தண்ணீர் இரண்டடிதூக்கவே

(கடல்போல ஆச்சி – கண்ணால்காண திகில்குடல்நெருப்பாச்சி)
எஸ்ஸய் பார்தந்திமேல்தந்திப்பரந்திட
இருந்தஉத்தியோகஸ்தரெல்லாம் வந்திரங்கிட
பீஸ்ஓட்டுபழஞ்சாக்குக்கச்சாரம் தந்திட
பெரிய இஞ்சின்பூட்டி மணல்வந்துநிரைந்திட

(முழித்துமேநின்றார் – முட்டுமுட்டாகப்பாம்பைவழித்துயே கொன்றார்)
ஆறாந்தேதி பகல்பனிரண்டுமணிநேரம்
அடிக்கடி துரைகள் பந்தோமஸ்து வெகுதீரம்
நேறாய்லயனிடம் நெருங்கிற்று கொஞ்ச தூரம்
நிமிரநிமிரதண்ணீர் நினைத்தது வெகுகோரம்

(பகைத்தவர்பலனை – பார்க்கவேவேணுமென்று உதைத்ததுலயனை)
கள்ளர்கள் கன்னக்கோல் வைத்தாலும் களைக்கிது
கவலையேயில்லாமல் சல்லிசாய்துளைக்கிது
உள்ளதுவாரத்தில் வல்லமைநுளைக்கிது
ஒருமிக்கபிடுங்கியே ஊர்களைவளைக்கிது

(இதற்கென்ன பெலமோ – ஈஸ்பரன் தந்திட்ட அதற்கென்ற நலமோ)
உதைத்துஉதைத்துலயனை ஒருபக்கம்பரித்தது
ஒன்றிரண்டுமூன்றுயென்று பங்கிட்டு பிரித்தது
பதைத்தவர்பக்கமெல்லாம் தண்ணீறாய்நிரைத்தது
பார்வைசட்டனாதபுரம் பாலத்தைகுரித்தது

(பிறளுதேகெங்கே – ரோட்டுடன்வீடுவாசல்உருளுதேஅங்கே)
தாசில்தார்மேசற்றுகலெக்ட்டருமிறங்கிட
தடவிக்கொண்டேவெள்ளம்தென்பாதிவிரைந்திட
கச்சேரிரோட்டெல்லாம் தண்ணீரும் பிரண்டிட

(பக்கங்கள் வீட்டார் – பலமாகதெருவாசலணைகளைபோட்டார்)
வைத்தீஸ்பரன்கோவில்பாதைவருவோமென்றாலெண்ணி
வருகும்சீர்காழிரோட்டுவாயளவுதண்ணி
கைதிபோலிருவறாய் கைபிடியாகபின்னி
கைவிளரஞ்சேரியைக்காணகவலைபட்டாரேகுன்னி

(ஓடமுமில்லை – போலீஸ்பாறாவில்ஜனம்நாடவுமில்லை)
பட்டணம்மெயில்ட்ரெயின் பாஸ்டாகவந்திற்று
பலமான உடைப்பினால் சீர்காழிதங்கிற்று
எஸ்ஸய்யாருடய ஓர் ஆர்டரைவாங்கிற்று

(போகவழி இல்லை – சிலவுக்குமேல்சிலவுஆக இதுதொல்லை)
சாதிஜனக்ஷேமமவிஜாரிக்கமுடியாது
தபால்மணியார்டர் ஒன்றுமேகிடையாது
நாதியற்றவர்போல ஆனதுபெருஞ்சூது
நாழிக்கிநாழி அகவிலைஏற்றமிகதோது

(இவ்வாருஇருக்க – இன்னொருஉடப்பொன்றுஎடுத்ததுகுருக்க)
வடரங்கத்தைகொள்ளிடம்வாட்டமாய்பேர்த்தது
வடக்கில்வெகுதூரம்வீடுவாசலெல்லாந்தூர்த்தது

இடஞ்சொச்சமிருந்தகா ழியெல்லையைபார்த்தது
இருந்தமிதிறயில்வேஇஞ்சின்ரோட்டைதீர்த்தது

(சீகாழிதழப்ப – சுற்றிலும் சமுத்திரமாகவேகுழம்ப)
துரைகள் றயிலுடைப்பைதுர்க்கப்பார்த்தார்பெரிய நோட்டம்
சுற்றிலும் வெள்ளத்தைக்காணயெடுத்தார்பெரிய ஓட்டம்
பதரிபுலம்பிகொண்டு அழுதகண்ணீர்வாட்டம்

(தெருமுதல்கிடந்தார் வீடுவாசல் கொல்லை திண்ணைகளடைந்தார்)
ஒவ்வொருகிறாமத்தார் வறாமல்சுத்தவே
உடனேவெள்ளஞ்சேர்ந்து அவ்வூரும்நத்தவே
குய்யோமுறையோவென்று கூச்சலாய்கத்தவே
கூட்டிவந்துசேர்க்கும் ஆள்கள்கூலிரூபாய்பத்தவே

(இப்படி அழைத்தார் இரண்டுமூன்றுநாளிந்த உத்தியோகம்பிழைத்தார்)
தாலுக்கா போலீஸில் ஜலமெல்லாம்ஏறிற்று
தகுந்தறிக்கார்டூரும் பந்தோமஸ்தாயிற்று
மேலுக்குமேலாக தண்ணீரும்ஏறிற்று
மீண்டவீடுகளெல்லாம் உள்ளுக்குப்போயிற்று

(வீடுகள் சேதம் கணக்கில்லை ஜனம் பட்டபாடுகள் போதும்)
சர்க்கார் உத்தியோகஸ்தர் சம்மாஜிஸ்ரேட்டாரே
தவிக்கும் ஜனற்றைகார்க்கத்தானுடன்பட்டாரே
உருக்கமாய்கடல்கரைக்கொருஆர்டர்போட்டாரே
உள்ளதோணிகளெல்லாம் தள்ளிவந்திட்டாரே

(தவித்தோரைப் பார்த்தார் – தோணிலேற்றி ட்டவுனக் கழைத்துமே சேர்த்தார்)
சீர்காழி ட்டவுன் சுத்திதுரைமுகமாச்சிது
தெருமேலும்வயல்மேலும் போட்டுகள் போச்சிது
பேர்வழிசிலபேர்க்கு கட்டுமரம்வாச்சிது
பிரியமாய்சுத்திவர கன்னாவும்ஆச்சிது

(யெண்ணவாய்க்காது – மெட்றாஸ்துரைமுகபீச்சும்முன்னால் நிய்க்காது)
பானைகளினால்சில பரிசுகள் பரந்ததாம்
பனைமரதுண்டெல்லாம் ஓடமாய் முரைந்ததாம்
ஆனைஉயரம்பீப்பாயடுக்கியே விரைந்ததாம்
அவரவர்தக்கப்படி தெப்பங்கள் நிரைந்ததாம்

(மனம்புண்ணாய்சோர – நடுவிலிதுவேடிக்கை அதுதன்னாலார)
மங்கியேஏழைகள் பசியாலேகத்தினார்
மகராஜர்கடைவீதில் கஞ்சிகாச்சூத்தினார்
யெங்கிலும் சிலர்கள் சாப்பாடிட்டு தேத்தினார்
இருளுக்குப் பிரகாசலைட்டுகள் ஏத்தினார்.

(தற்செயல்கெதி ஏர்ப்பட்டசமயம் வந்தார்லெக்ஷாதிபதி)
பம்பாய் ஷேட்டொருவர் றாமேஸ்பரம்போவ
பாதிவழியில் சீர்காழி உடைப்பாவ
அன்பாய் யிரங்கியே ஜாகை செய்யமேவ
அளவில்லா ஜனம் வாடி பசியினாலே கூவ

(பரிதாபப்பட்டார் பசியாற்ற சமயலாள் துரிதாகவிட்டார்)

மூட்டைகணக்காக அரிசிவடித்தார்கள்
மூன்றுகரியுடன் சமயல் நொடித்தார்கள்
ரோட்டை பரப்பியே பந்தி ஜோடித்தார்கள்
நூற்றுக்கணக்காக போட்டு முடித்தார்கள்

(தென்பாதிஸீமான் – திருநாறாயணப்பிள்ளை திவ்வியபூமான்)
தருமத்தில்கர்ணன்போல் கியாதியைபெற்றவர்
தரணிமுழுவதும் சகலற்கும்உற்றவர்
கிரமத்தில்சலவிட்டு தர்மத்தைபற்றுவர்
கீர்த்தி அன்னசத்திரம் வாழ்த்தகொடி நட்டவர்

(ஜனங்களைப் பார்த்தார் – சத்திரத்தில் கரிகாய்கள் சாப்பாடும் சேர்த்தார்)
அன்னங்கள் வயிறாற அன்புடன் போட்டார்கள்
அதும்போறாமலரிசி அளந்துமேயிட்டார்கள்
இன்னும்சில தர்மங்கள் செய்யத்தலைப்பட்டார்கள்
இருக்க இடங்கள் ஜாகை ஏற்படுத்திவிட்டார்கள்

(களைகொஞ்சம் ஆர – கடைஜாமானரிசி முதல்விலை பஞ்சம்யேர)
உப்புவிலை ஓண்ணறையணாவாச்சி
உள்ளஜாமான் கிறையமதர்க்கு மேலேரிபோச்சி
குப்பைக்கீரைத்தண்டும் முக்காலணாபேச்சி
கொடுமைவிலையென்றால் கொள்ளிடத்தை வைத்தார் சாக்ஷி

(முழித்தாரேஏழை – முக்கண்ணை நொந்துகழித்தாரே நாளை)
தண்ணியும் டவுன்யேர சமயங்கள் பார்த்தது
தாடாளங்கோவில் மேலவீதியும் தீர்த்தது
குன்னிய ஜனத்திற்குக் குப்பென்று வேர்த்தது
குரல்போக தினம்கத்த ரத்தமும் நீர்த்தது

(அய்யய்யோபாவம்–இந்த அனியாயம்னேர யார்செய்தாரோ சாபம்)
ஓடுவோமென்றாலும் ஓடவழியில்லை
ஓருறயில் வந்தும் நின்றதுமிக தொல்லை
கூடுபிழைத்தாலும் போதுலரமதம்யெல்லை
கோரின வெள்ளமும் விடலையே சள்ளை

(..........சென்றார்–பரமன் சட்டனாதரிடம் கதரியேநின்றார்)
ஏழைஜனங்கள் பரிதாபத்தைபார்த்தார்
இரங்கிமலையைவிட்டேல்லோரையும் கார்த்தார்
பாழாய்ச்செய்த வெள்ளம் பலற்றையெல்லாம் தீர்த்தார்
பாடிபரதேசிகள்போகுயெல்லையை சேர்த்தார்

(தண்ணீரும் இரங்க–டவுன்ஜனம் அன்றுதான் உன்னிற்றே உறங்க)
மூன்றுசம்மந்தம் போட்ட முதியோர்களும் நின்றார்
முன்காலங்கூட இந்தவெள்ளம் போல்காணோமென்றார்
ஆண்டவன் கிருபையால் அவ்வெள்ளத்தைவென்றார்
அதிசயமாய்பேசி அவரவர்வீடுசென்றார்.

(இதுமட்டும்தானா – இன்னுமனேகர்கள் கதரிட்டார் வீணா)
சில ஊரில் சீர்காழி போச்சுதென்று சொல்ல
சேர்ந்த பந்துஜனம் வயரிலரைந்து கொள்ள
நலமாய் விச்சாரணை செய்தார்களேமெள்ள

(இப்படியாச்சி – இங்குநடந்த வெள்ளம் அற்புதபேச்சி)
வந்தவெள்ளமதை வர்ணிக்க முடியாது
வரியவேண்டுமானால் இடமுங்கிடையாது
ஏத்தபிழையானாலும் முத்தையன்மீது
யெஜமான்கள்சிறுனைகார்கவேணும்பாது

காலத்தைப்பாரீர் கங்கையால் ஏற்பட்டு கோலத்தைக்கேளீர்

வெள்ளச்சிந்து

முற்றிற்று

(இந்த புஸ்தகம் வேண்டுவோர்கள் அடியில்கண்ட விலாஸ..ரிடம் பெற்றுக் கொள்ளலாம். சோ.வே.நாறாயணசாமி வன்னியர், சுருட்டு கம்பெனி கடைவீதி, சீர்காழி)

மாணிக்க நாயகர், வெள்ளவிபத்துச் சிந்து

உ

கடவுள் துணை.

திருச்சி மதுரை தென்மேற்கு

கொள்ளிடங்காவே

வெள்ளவிபத்துச் சிந்து

இஃது

ரூவிளா - மாணிக்க நாயகரவர்களால்

இயற்றப்பட்டு,

சென்னை ரூவிளா

பெரியநாயகியம்மன் அச்சுக்கூடத்தில்

பதிப்பிக்கப்பட்டது.

இதன் விலை] 1924. [அணா

ரிஜிஸ்டர் காப்பிரைட்.

சீக்கிரம் இரண்டாம்பாகம் வெளிவரும்.

முக்கிய அறிக்கை விருத்தம்

அவனவன் தந்தைவிந்துக் கவனவன் பிறந்திருந்தால்
அவனியில் யெந்தனூலை யச்சிட மனதிலெண்ணான்
மூவரைக் சேர்ந்துபிள்ளை முண்டச்சி பெற்றிருந்தால்
ஆவலா யச்சிலிட்டு அழிநர கடைவார்தானே.

விநாயகர் துதி வெண்பா

தென்னாடு மேற்கு திசைமுழுதுங் காவேரி
தன்னோடு கொள்ளிடமுந் தான்கலந்து—நன்னகரில்
வெள்ளத் திரளான விபத்துசிந் தைப்பாட
வள்ளல் கஜமுகநீ வா

விருத்தம்

உயிர்பிழைக்க மழைபொழிய ஒன்றுங்காணம்
பயிர்செழிக்க ஏரிகுளம் நிரம்பக்காணோம்
துயருற இரத்தாக்ஷி வருடஞ்சேதி
நயங்கூற முதற்பொருளை நாடுவோமே

எண்சீர் ஆசிரியவிருத்தம்

நாற்றிசையுங் கீர்த்தியுறும் தென்னிந் யாவில்
  நற்புகழாய் பெயர்வகித்த ரயில்வே பாகம்
சீர்ததும்ப சென்னைமுதல் சேது செல்லும்
  சிறப்புபெறும் போட்மெயிலும் எக்ஸ்பிரஸ் வண்டி
காற்றடிக்க மழைபொழிய மகமேர் போல
  கம்பிகளும் ரயில்பாலம் களமாய்ப்போன
காற்றதனை யனைவர்களு மறியவேண்டி
  கூட்டினேன் பாட்டாயின் னாட்டில் நானே.

வெள்ளம்வந்த விந்தையக் கேளும் என்ற மெட்டு

பல்லவி

கொள்ளிடங்காவேரியார்மோசம்—குடிகள்நாசம். ....

அநுபல்லவி

வள்ளிமணவாளன்தந்தை கள்ளமனதோடுவிந்தை
வெள்ளந்திரளமுந்த அல்லல்படநோர்ந்ததிந்த கொ....

சரணங்கள்

கூற்றுவனுங்கோபங்கொண்ட டானோ அல்லதுபிரம்மன்
சத்யங்கெட்டு சதிதான்செய் தானோ சங்கரனுமை
புத்தின்வழிபா தாளஞ்சென் றாரோ மாலும்லட்சுமி
மத்யபாற்கடல் தனிலொளித் தாரோ
மற்றுந்தேவர்முனிவர்முதலாய்சற்றுங்கவலைவையாதாலே
இத்ததியிலிந்தவெள்ளம் பற்றியேதொடர்ந்தின்னாலே கொ....

பத்தொன்பது பனிரெண் டிரண்டில் வருஷம் நன்று
பார்ஜூலையிருபத்தி யொன்று திங்கள்நாளன்று
மெத்தவுக்ரங்களைக் கொண்டு வருணன்சென்று
சித்தங்களிக்கவே வுண்டு
இத்தரையில்வாழும்நல்லஉத்தமர்களையும்கொல்ல
சத்தமிடிமின்னலில்லை சர்ஜ்ஜனரேகேளென்சொல்லை கொ....

மேற்குமழைமுன் பொழிந்து வெள்ளமுமக
மேருபோல்வாரதைக் கண்டு ஜனங்கள்நின்று
பார்க்கபயங்கரங் கொண்டு பாலர்களன்று
பதைத்தவர்வேணபே ருண்டு
தீர்க்கமுடியாதுயரம்தேயத்தில்விளைந்ததையோ
தென்னமரம்காவேரியில் தெப்பமாடினதுபொய்யோ கொ....

கன்னிகுழைகேசு என்ற மெட்டு

1. மத்தூர்ஸ்ரீரங்கப்பட்டணம் மைசூர்நஞ்சுண்டங்குடி
சுத்துகிராமங்களை சூழ்ந்ததுகாவேரிவெள்ளம்
காலன்வரும்வேளை கண்டவரார்முன்னாலே

2. சேலம்சத்யமங்கலம் சேர்ந்தயீரோடுபவானி
பாலமுடைப்பெடுத்து பாய்ந்தது அன்னசர்முழுதும்

(இதன் தொடர்ச்சி கிடைக்கவில்லை)????????

கும்மி

தொந்திகணேசாநின் வல்லப்பைபாதம் தொழுதேன் துணையாய் ஜகமதிலே, முந்திகும்மிபாட முஷிகாநீயென்முன் வந்துவரந்த தரவேணுமென்றேன் 1

கட்டினவீடெங்கும் பாழாச்சு சிலர் காலத்தைநொந்து அழலாச்சு, பட்டினிகிடந்துவூர்முழுதும்ஜனம் பாதைபடுவதையென்ன சொல்வேன். 2

வீடுகள் வீழ்ந்துசிதைந்தார்கள் – சிலர் வேதனைபட்டு யிறந்தார்கள்,
காடுமேடெங்கும் பிணங்களின்நாற்றமே கண்டதாய்சொல் குறார்
நேசர்களே.   3

நாக்கைகடித்து சிலரிறந்தாரங்கே நாடியேசேத்தில் புதைந்திருந்தார்,
பார்க்கபயமாய் மடிந்திறந்தார்சிலர் பாதைபட்டங்கு பிழைத்திருந்தார்.
                                                                                                      4

அண்ணனைகாணோமென் றேயழுவார் – சிலர் ஆச்சியும்
போனாளென்றேவிழுவார், பெண்ணையுங்காணோமென் றேயழுவார்
சிலர் பிள்ளையிரந்தானென் றேதொழுவார்.   5

தந்தையிரந்தாரென்றேயழுவார் சிலர் தாரமடிந்ததென்றே விழுவார்,
மந்தையாடுகாணோ மென்றழுவார் சிலர் மாயனேகாரு மென்
றேதொழுவார்.   6

பார்த்தவர்கேட்டவர் தானமுவார் சிலர் பாதைபட்டே
கண்ணில் நீர்விடுவார், துஸ்திரமாகவே யெண்ணற்ற ஜனங்கள்
நாஸ்தியானதாய்சொல்நேசர்களே.   7

வாழைமரங்களை தெப்பமாக க்கட்டி வந்துஜனத்தைபடகேற்றி
ஏழையெளியோர்க்கு அன்னமிடவெகு ஏற்பாடுசெய்குறார் நேசர்களே.
                                                                                                      8

நேயர்கட்கின்று வுதவிபுரியுமோர் நன்னடக்கையுள்ள புண்ணியர்க்கு,
மாயனவர்பதம் பெற்றுவுலகினில் மாக்ஷிமையாயா சாக்ஷிசெய்வார்.
                                                                                                      9

பாட்டையுங்கண்டுபிறட்டாதீர் பெரும் பாவலர்பேரையெடுக் காதீர்,
யேட்டையும்வீணாய்கெடுக்காதீர் நல்ல யோக்கியரக்கி லடிக்காதீர்.
                                                                                                    10

ஒயிற்கும்மி

1. எத்தனைநாளைக் கிருப்பினுமோர்நா
   ளிறப்பதற்கைய மிலையதனால்
   இனியாகிலுந் துணிவாய்மனங் கனிவாய்சிரம் பண......
   என்றும்புரிவோர்க் கின்பமதனால்

2. இரணியன்ராவணன் கும்பகர்ணன் மற்றும்
   ஈரேழுலகாண்ட தூரபத்மன்
   எல்லோர்களும் பொல்லாங்குண முன்னோர்மிக நல்......
   இம்சைபடுத்தி யழிதனர்முன்

3. இன்னுமெத்தனையோ துஷ்டருலகினில்
   எந்தனுக்குநிக ரில்லையென்று
   இருமாப்படைந் தமரேசெய திருமால்சிவ பெருமான்சரம்
   ஏவ்விடுத்தன ராவியன்று

4. ஆதலினாலிந்த பூதலமேல்வைத்த
   ஆசையைநீக்கி யனுதினமும்
   அரனார்குரு பரனாரைங் கானாரிவ ரருளாலினி
   அன்புடன் தர்மம் புரிந்திடுவீர்

5. சுந்தரேசன்செய்த இந்தக்கவிதனில்
   வந்தப்பிழைதள்ளி சந்ததமும்
   சுகமாகவே அகமாமதில் பகவானடி மிகவேதொழும்
   சுத்தசன்மார்க்க தன்மையடைவீர்

பவுன்சீட்டு பரிதாபப்பாட்டு

முற்றுப் பெற்றது

லெக்ஷ்மி அம்மாள், கொள்ளிடப்பெருக்குக்
கும்மிப்பாட்டு

உ

கணபதிதுணை

இஃது

கொள்ளிடப்பெருக்குக்
கும்மிப்பாட்டு

லாலுகுடி போர்டு ஹைஸ்கூல் தமிழ்ப்பண்டிதர்

பிரும்மஸ்ரீ அமிர்த இராமஸாமி அய்யரவர்கள் சகோதரி

லெக்ஷ்மி அம்மாள்

இயற்றியது.

ஸ்ரீரங்கம் :

ஸ்ரீ வாணீ விலாஸ் பிரஸ்

1924

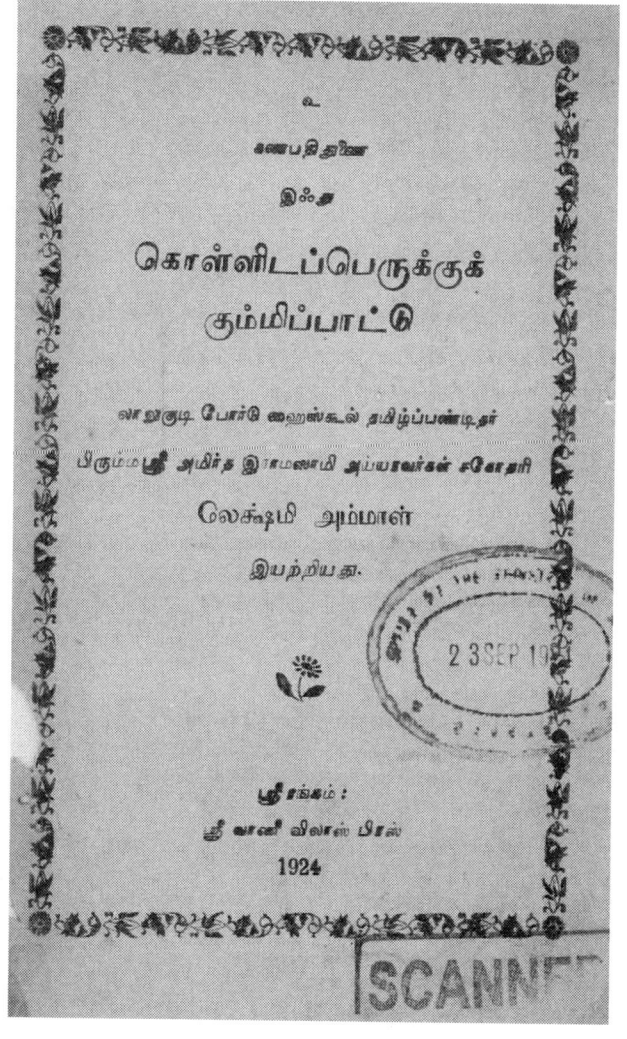

முகவுரை

ஸ்ரீரங்கனாதன் துணை

இஃது

ரக்தாக்ஷி வருஷம் அடிமீ 3ந்தேதி வெள்ளிக்கிழமை மாலை 3க்கு, கொள்ளிடம் காவேரி இரண்டும் பெருகி யப்ரவாகத்தினால் சில குடிகள் பொருகள் சேதமானபோதும் வெகுகுடிகளை, சேயைத்தாய் அணைத்துக் காப்பாற்றுவதுபோல் அலையென்னும் திருக்கையால்தழுவி, கஷ்டமில்லாமல் காப்பாற்றிய கருணையையும் திருச்சியின் சிறப்பையும் சிறிது இச்செய்யுள் சொல்லும். நஷ்டம் வந்ததெல்லாம் கலியுகதருமம். நாம் சுபத்தையே கோறுவோம்.

ஸ்ரீராம ஜெயம்

காப்பு

ஆத்தின்பெருக்கின் அதிசயத்தை அன்புடனே
எத்திச்சிலகலியாய் யானிசைக்க – ஆத்தி
மலர்மாலை யணி ஐங்கரனை
நிலையாக நெஞ்சே நினை.

அவையடக்கம்

ஏட்டின்எழுத்தை இன்னதென்று பார்த்தரியாள்
நாட்டின்வளப்பம் நவிலுவதோ – கேட்டமட்டும்
பெண்பாலுளருவதை பிழைகள்தனை நீக்கி யருள்
கண்பார்த்து கொள்வார் கவிஞ்ஞர்

1. நாட்டுவளப்பம்

தேவாரம் – கண்களிரண்டு மவன்கழல் – என்ற மெட்

தெங்குலில் வம்பனை கோங்கிளமூங்கில் விண்
ணோங்கிவளர் நாடே
தேக்குவிளா மாபாக்கொடு வாகை
செழித்து வளர் நாடே

எங்குமணங்கழ் சண்பகைமல்லி
   இரைந்து திரும் நாடே
ஏகமதாய் மது மாரிபொழிந்து
   இனிக்கும் வளந் நாடே

2

வேதியர் மாதவர் வேதமோதோசை
   விண்ணேறும் வளந் நாடே
வித்வகவித்வர்கள் வீணைபல் கானம்
   விளங்கிடுமென் நாடே
ஜாதிகுலாஸ்ரம நீதி விடாமல்
   தழைக்கும் வளந் நாடே
தத்வவிஜாரணை முற்றும் வழங்கித்
   தவஞ் செய்யுமன் நாடே

3

மாமகன் மாமகள் நாமகன் கூடிப்
   பந்தாடும் வளந் நாடே
பாக்கியமாம் சுபசோபன மங்கையர்
   பாடிடுமந் நாடே
நோக்குமுன் காதலன்பாக்கிய மென்று சோ
   றாக்கிமணம் பெ றவே
நுண்ணிடை கன்னியர் மன்னவநோம்பு
   நுகர்ந்திடு மந் நாடே

வேறு

திருச்சியின் சிறப்பு

இங்கிலீஷ் நோட்மெட்

சலங்கைமாலைகள் கல கல கல வெனும்
அலம்பு வண்டிகள் அதிரவரும்
பலங்கொள் போகிகள் பகேகுகும் என
இலங்கு தண்டிகை எதிரவரும்

2

பட பட பட பட பெகுவரு போனிகள்
நடைவரும் நட மிடு வது போலே
திடு திடு திடு வென வருபரி களையொலி
கட கட கட வெனு மடிபோலே

3

திடும் திடும் திடும் திடும் யென
தேசிகள் ஓடும் ஓர் பாலே
கடங்கொள் யானைகள் கணாம் கணாம் என
நடந்திடுந் தெரு ஊர் மேலே

காவேரிப் பெருவெள்ளம் (1924)

4

பின்னின்னோர் சேவகன் போம் போமென
மின்னுடா கார்டு சிர் ரென் றோடும்
பன்னும் பைஸர்கள் பலகிணுகிணு வென
தன்னந்தனில் சர் ரென் றோடும்

5

ஓய் ஓய் யார் யார் போம் போம் போமென
ஓடிமுன் சேவகர் ஓதுக்கி டவே
பாய்வாய் நுரைவரு டப்பிள் ஹார்ஸுகள்
பையில் வரு கோசு பரந்து வரும்

6

வண்டிகள் பெண்பரி குண்டுடா கார்டுகள்
தண்டிகைகோசுகள் ஸைகிள்கல்
பண்டரு மந்த மடம் தெரு சந்துகள்
அண்டையிலங்கணு மெங்கணுமெ

7

கட கட கல கல பட பட திடு திடு
கர கர ககே குகும் சர சர சர
கடகரி பிளரொலீ எதிரொலீ யொருவழி
கடலொலி யெதிர்கொடு மதிரிடுமே

வேறு

பிறவாகச் சிறப்பு

திருப்புகழ் – திருமகளுலாவு மென்ற மெட் 3

மருமலர்ப் பூஞ்சோலை இருபுறமுலாவி
பெருங் கருணைவாரி வருவாள்பார்
பெருமகைகளோடு உரும்புள் மதயானை
தருக்களுடன் சாடி வருவாள்பார்

2

திருமுக விலாசி பெருமைபெருல் லாசி
திருச்சிலம்பு பேச வருவாள்பார்
கருமுகில் பிரகாச மென இருகண் கூச
கதிர்மணிகள் வீச வருவாள்பார்

3

சய்யமலை மீதில் சேயுருவதாகி
துய்ய மணிமாலை துயிலாட
தெய்வமுனி நாதர் கைலந்துலாவி
திவ்யதிருமாது வருவாள்பார்

வேதமறையோதும் நாதனரிபாதம்
மீதிலிருந்தூரிப் பரிவாக
காதலுடன் கோடி பாதகங்கள் தீர்க்க
காவேரி கண்மாது வருவாள்பார்

இதுவுமது

வேறு

பாரததேசம் என்ற மெட் 4

மங்கைவாராள் பார் காவேரி
மங்கைவாராள் பார் சுந்திர
மங்கைவாராள் பார் சந்தோஷமாய்
பொங்கிவாராள் பார்

சரணம்

செங்கைவிளை குலுங்க
அங்கமதில்பணி துலங்க (செ)
மங்களமாகிய ஸ்ரீ
ரங்காணிந்த காவேரி

(மங்கை)

தேவர்கள் துந்துபி முழங்க
திக்குபாலர் ஜெயஜெ யங்க
மூவர் மலர்வ ழங்க
மோக்ஷ சாமராஜ்ய காவேரி

(மங்கை)

காலமெனுங்கடுங் கொடிய
பாலமதைபரித்து தைத்து
ஓலமிட ஜெனங்க ளெல்லாம
ஓங்காரத்துடனே ஓடி

(மங்கை)

இதுவுமது

சரணகமலாலயத்தை என்ற மெட் 5

கொடிய கடல்போல் முழங்கி
படிதுரையெல்லாம் வழங்கி
நொடியில்யுகமே விழுங்க
ஓங்காரத்துடனே ஓடி
வரவேகண்
டிடிமுழுக்கம் கேட்டரவம்

துடி துடித்துறங் குவபோல்
குடிகுலையெல்லாம் நடுங்கி
குறைகூறும்

2

கரியமத யானை கத்த
காங் கொடுத்து யிர யளித்த
பெருமைத்திரு மாலே உத்த யிறையேஓ
அருமைத்திருவ ராஜன் பெத்த
யிரையென அழைத்த றற்ற
பரிவுடனே எடுத்தணை த்த துறையேஓ

இஃது

பிரஜைகள் கதறுவதைக்கண்டு ஸ்ரீரங்கனாதன்
காவேரியை யமர்த்தல்

ஓலமெனகுடி யழை க்க
மாலறிந் துயிர் பிழைக்க
காலமென அருள் மழைக்கண் மடமானே
லீலையின்னும் புரிவ தென்ன
வாலையமர்ந்திட நில் லென்ன என்
காலருகில் லிருமி னென்ன அமர்ந்தானே

இஃது

காவேரி யமர்ந்ததைக் கண்டு குடிகள் தோத்தரித்தல் 6

அம்மா அம்மா யீனத்துக்கு ஞாயமா என்ற மெட்

பல்லவி

ரங்க ரந்த ரங்கமான நாயகி ஸ்ரீ (ரங்)

அனுபல்லவி

அங்க துங்க வைபவங்கள்
தங்கும் திவ்ய மங்கள ஸ்ரீ (ரங்)

சரணம்

துங்க பத்ரா கங்கை முத்தா
சங்கம சமுத்ரத்தில் சேர்
மங்கைமார்க ளெல்லோரும் உன்
பங்கயப் பாதம் பூஜிக்கும் ஸ்ரீ (ரங்)

2

ஆதிசிவன் சிரசில் வைத்தான்
அகத்தியனும் கடத்தில் வைத்தான்
காதலுடன் இருபுரமும்
காவேரியாய் கவிழ்ந்து வந்த ஸ்ரீ (ரங்)

3

மாடு மலை மரம் முகலாய்
வீடு பல பொருள்களெல்லாம்
சாடிவே வேரோடழைத்துவரக்
கூடுமோ குடலாடிட ஸ்ரீ (ரங்)

4

பூதலத்தோ ரெல்லோரும் உன்
புதுமைதனை பார்த்தருண்டார்
மாதாசே கண் மணியே
மனமகிழ்ந்து அமர்ந்திடு வாய் ஸ்ரீ (ரங்)

இஃது

ஜெனங்கள் ஸ்துதித்ததைக்கண்டு காவேரி சந்தோஷித்தல்

திருப்புகழ் – சீர்சிறக்குமேனி என்ற மெட்டு (7)

சேய்பரந்து பசி யால் வருந்தத்தன்
தாய்சுரந்து வரு மா ரெனக்குடி
வாய்திரந்து கத ரப் பரிவுடன்
வருமாது

பல்லுயிர்க்கு மொரு தாய் பவப்பிறப்
பில்லை யில்லை யெனவே அருள் கடல்
எல்லைவெள்ள மிதுபா ரெனக்கூறி
வருமாது

3

அலை யெனுந்திருக் கையாலணைத் திதோ
நிலை யருமை மக்க ளா அஞ்சே லென
கல கலத்த உரை யோ டின ங்கொடி
வருமாது

இஃது

அங்கங்கு தங்கிய ஜெனங்களை கூட்டிவருமழகு

தேவாரம் – பந்தத்தால் வந்தித்த என்ற மெட் (8)

போட்டுஷ் டீமர் தோ ணி பல்
புதுமையாம் கலம் பல கப்பல் களில்
கூட்டம் கூட்டமாய் அழைத்துவரும்
குதூ கல மது பாராய்

ஹேட் ஜெவான் கள் கலெக்டர்
இன்ஸ் பெக்டர் துரை மார்களுங் கை
காட்டி ஜெனங்க ளை அழைத்து வரும்
கருணை தனைப் பாராய்

.......................டீ மிட்டாய்
.......................பால் ரொட்டியுடன்
.......................ஒத்துக் கொடுத்து வரும்
கொள்கையை நீ பாராய்
.......................மார் பக்கம் பிறந்தோர்
.......................ணயாள் உரவோ ரனை வோரும்
மங்களமாக வே வாழ்ந்திட்டார்
மாதவனருளாலே.

மங்களம்

அங்கனீயரு பன்னிரேஜெய என்ற மெட்டு (9)

ஆதி மறை பணிந்
தோதும் அரிதிரு
பாதமருவும் பூங் காவேரி

சரணம்

மா தரசி புகழ் கா தலுடன் ஓதும்
மங்கையற்கு சுப மங்களம்
பூ தலத்தில் வாழும்வே தியர்கள் முதல்
புண் ணியற்கு சுப மங்களம்
மங் களம் ஜெய மங் களம் சுப
மங் களம் நித்ய மங் களம் (ஆ)
சுபம் சுபம் சுபம்

S.A. ராஜாராம், புழல்மாரி விபத்து சிந்து

உ

புழல்மாரி விபத்து சிந்து.

இதில்
புழல்மழை காற்று விபத்துகளும்
மூத்தாலம்மன் கீர்த்தனையும்
மெய்ஞான கும்மியும்
அடங்கியுள்ளன.

இவை,
திருநீலகண்டபுரம் திருநீலமேக பஜனைபக்தர்
ப. கோவிந்தசாமி செட்டியார், சு. முத்துசெட்டியார்
வெள்ளியம்பலசெட்டியார் முதலியவருடைய
பொருளுதவியால்
திருவனந்தபுரத்தின்கண் இலக்கணவித்வசிரோன்மணி
ஆகிய காலஞ்சென்ற ம-ா-ா-ஸ்ரீ கனம்
S. A. தமிழ் உபாத்தியாயர் புதல்வன்
அமிர்தக்கவி நாவலன்

S. A. ராஜாராம்

அவர்களாலியற்றப்பட்டது.
சென்னை ஸ்ரீ சுப்பிரமணிய விலாசம் பிரஸில்,
பதிப்பிக்கப்பட்டது.
(ரிஜிஸ்டர் காபிரைட்.)

இதன் விலை 1930 அணா 2.

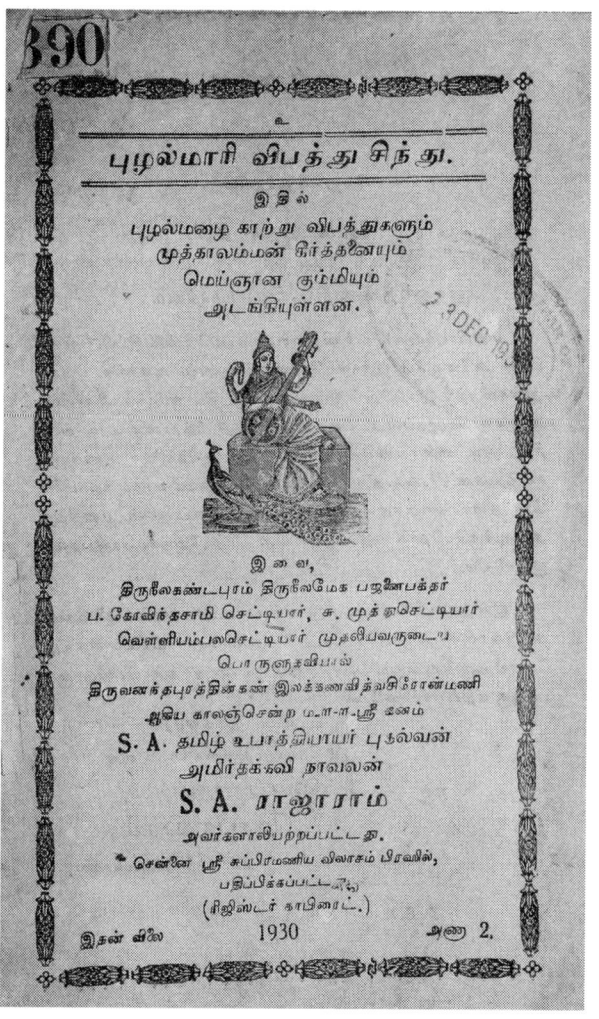

உ

வேலுமயிலுந்துணை

முகவுரை

ஓர் நாடகாசிரியரின் ஒப்பந்தம்

மகாபிரபுக்களுக்கோர் விஞ்ஞாபனம் யாதெனில் இப்பிரபஞ் சத்திலே அனேக கவிராயர்கள் கோடையிடிகளாய் அமைந்த பற்பல நூல்களியற்றி இருப்பினும் இந்நூலாசிரியராகிய அமிர்தக்கவி நாவலர் அவர்களாலெழுதப்பட்ட புழல்மாரி விபத்து சிந்தானது யான் வாசித்து பாடி என் மனமொப்பந்தமானது யாதெனில் புலவர்களுக் கவிழ்தமான சீர் – அடி – தளை – அசை – மோனை – எதுகை – எனும் நல்லமிர்த சொல்களா லமைத்துளதான இன்னூலை படிப்பவரின் மனதிற்கு அறிவுயிரூடுவதோடு அதிபக்திவாய்ந்து மகிழ்ந்தேருவா ரென்பதற்கு ஐய்யமில்லை.

இன்னூலாசிரியர் கு. சாக்ஷாத் உலக மாதாவாகிய கலைவாணி அம்பிகையின் அருளால் இன்னும் கல்விப்பயன் மிகவும் சிறப்புற்றோங்கி வரும்படிக்கும் மேன்மேலும் இவரின் கவிகள் பிரசுரமாகும்படிக்கு எதிர்பார்க்கின்றேன்.

இங்ஙனம்,
ஸ்ரீ கேரள மதுரானந்தகான சபா,
கெம்பீர ராஜபார்ட்டு,
கோபாலராம்,
திரு அனந்தநகர்.

உ

புழல்மாரி விபத்து சிந்து

கலைவாணி காப்பு

வெண்பா

அன்னைகலைவாணி அருட்புரியும் பூமேனி
நன்மணியே நாயகியே நட்புடனே சென்னைதனில்
வின்னயமாய் புயல்காற்றடித்த விபத்துகளை பாடுதற்கு
என்னாவில் வந்தருள்செய்.

(இராகம்நாத நாக்கிரியை ஆதி தாளம்)

பல்லவி

விபரத்தை கேளீர் வர்ணபகவான் செய்த
வினைகளைப் பாரீர்

அனுபல்லவி

விபத்துகள் வந்துதே வையகந்தன்னிலே
வெகுபேர் மழைக்காற்றால் வெளியி லிறங்காத (விப)

சரணங்கள்

விபத்து வினைகளும் வானவன் செய்ததில்
வருட மாயிரத்து தொளாயிரத்து முப்பதில்
வடுத்த நவம்பர்மாத மிருபத்து யெட்டதில்
வண்மை சனியன்று மணிமூன்றரை தன்னில்

வண்மையாய் ஐயா வாகுடன் மழைகாற்று
வந்துதே மெய்யா.

பெரும் மழையும் புயல் காற்றும் வந்துதே
பெருத்த மரங்களெல்லாம் பிரண்டு விழுந்துதே
பேதையர்கள் பெரு மிரைச்சல்களு மிடுதே
பெருத்த கியாஸ்லைட்தூண்கள் பேர்பாதி சாய்ந்துதே

................ற்றலையா புலம்பிநின்றார் ஜனம்
..................மெய்யா.

............................கள் தெருக்களிளுருண்டுதே
.... தெருவெல்லாம் புரண்டுதே
தேசத்தில் பற்பல தீவினைவந்துதே
தெய்வச்செயலால்மழை திரளாக பொழிந்துதே

திசைகெட்டு போச்சே தீவினையதிகமாய்
திகைதப்பி போச்சே

பட்சி பறைவைபாடு பார்க்க சகியாது
பகரவெந்தனாவால் பாரினில் முடியாது
அட்டதிசை யெங்கும் மாபத்தாய் முடிந்தது
அதிகமழையால் மன மலைந்து திரிந்தது

ஐய்யோ பரிதாபம் அனியாய மனியாயம்
யாரிட்ட சாபம்

தஞ்சை திருச்சி ஜனம் தயங்கியே நின்றதாம்
தரணியிலே பல துன்பங்கள் நேர்ந்ததாம்
சிந்தை கலங்கியே சிலபேர்களழுதாராம்
தினமும் மனம்வாடி சிதரியே நின்றாராம்.

விந்தை யிதுவாச்சே வர்ணபகவான் செயல்
வேடிக்கையாச்சே

கோயம்புத்தூர் ஜில்லா கோவை நகரெல்லாம்
குச்சுவீடுகள் பல கூரைவீடுமிடிந்ததாம்
காயம்பட்டுசிலர் கைலாசம் சேர்ந்தாராம்
காற்று மழையில்பல கஷ்டங்கள் நேர்ந்ததாம்

குணம் கெட்டுப்போச்சு குடிஜனங்களின்
மனம் கெடலாச்சு

புள்ளாச்சியிலோற் புகைவண்டி விழுந்ததாம்
போத்தநூரில் வெள்ளம் புழலால் நிறைந்ததாம்
புறையார் புதுவையும் புயலால் பாழாச்சுதாம்
பொல்லா வெள்ளத்தாலே பெருஞ்சேத மாச்சுதாம்

புலம்பிநின்றாரே பேதை ஜனங்கள் மனம்
கலங்கிநின்றாரே

கடலூரிலடித்ததாம் கடுமையான காற்று
கண்ட ஜனங்களெல்லாம் கொண்டமனைகள் விட்டு
தடுமாரிபோனாராம் தயங்கியே நிலைகெட்டு
தத்தளித்தார்பலர் தியங்கிமனம் திடுக்கிட்டு

திகைதப்பி நின்றார் தாரணி தன்னிலே
தவிர்த்துமே நின்றார்.

பட்டணத்தி லிருந்து பதினெட்டு மயிலுக்கப்பால்
பகரவொண்ணாமழை பார்தனில் பெய்ததால்
திட்டமாய் தந்திகள் திடமாய் நின்றுபோனதால்
தயங்கி ஆபீசர்கள் திகைத்துமே நின்றதால்

திகைதப்பி போச்சே தந்திகளறுந்ததால்
தவித்திடலாச்சே

உன்னதமரங்கள்யாவு முருயற்று போச்சுதே
சின்ன பின்னமாகவே சிதரியே விழுந்ததே
தின்னமாயனேக வின்னங்கள் வந்ததே
தெருக்களெல்லாம் தண்ணீராலே நிறைந்ததே

தற்பரன் செயலே தரணியிலிவ்வாறு
நடந்தது புயலே

வில்லிவாக்கம் வண்ணார்பேட்டை கத்திவாக்கம்
வாகான திருஓற்றிவூரும் நந்திபாக்கம்
வரையிலும் வெள்ளத்தின் வருகை பெருநோக்கம்
வைய்யகத்தோர் கண்டு வைத்தார் மனமேக்கம்.

வழிகிடையாது ஜனங்கன் நடப்பதற்கு
மிடங்கிடையாது.

மயிலாப்பூர் சமுத்திர கரையோரமிரண்டுபேர்
மழையும் புயலில் நனைந்தவர் சென்றனர்
மதியாலே நொச்சி குப்பந்தனி லடுத்தனர்
மழைகாற்றுமோதியே மூர்ச்சையாய் விழுந்தனர்

மழை புழல் காற்றால் நடுகுப்பத்தி லோர்வீடு
விழுந்துதே நேற்று

மந்தவளியடையார் பாப்பாஞ்சாவடி
மட்ராஸ் பஸ்கள்தங்கும் பலகை வாராவதி
மரங்களெல்லாம் விழுந்து மாண்டுதையோததி
மாண்புவி தனில்வந்த மழைக்காற்றாலிக்கதி

மடிந்தா ரனேகர் மழைபொழிந் ததினாலே
மாண்டாரனேகர்

பாலவாக்கம் போர்டுஸ்கூல் பதறியே விழுந்ததே
பக்கம் நீலாங்கரையில் பெருங்காற்று மடித்ததே
பச்சை சவுக்கை மரங்கள் பாழாக போனதே
பாதையெல்லாம் தண்ணீர் பரிவாக மூழ்ந்ததே

பரிதாபம்ஐயே பாரினிலிக்கதி
நேர்ந்ததே மெய்யே

(இராகம் சுருளிமலை மீதுமேவும் என்ற வர்ணமெட்டு)

சமுத்திரத்தின் கொத்தளிப்பு தானே அதை
செப்புகிறேன் கவியா லிப்போ நானே நல்ல

சரசமுள்ள நாகை முதல்
காக்கினாடாவரையில் கடல்
தத்தளிப்பு மிக மப்பு

சென்னையின் றுரைமுகத்தில் ஐய்யா புழல்
சேர்ந்தலை யடித்ததினால் மெய்யா அந்த

சேதி தெரிவிக்கும்படி
கோதிலா வதிகாரிகள்

சாற்றி கொடி மாட்டி

கலிகால கொடுமையினால் மிகக்
கஷ்டம் புவியோர்க்குண்டாச்சு தேனே இந்த

காலமலங் கோலமதின்
சேதிதனை தாலமதி

லுரைப்பேனே இப்போ நானே

பேதைகள் பிழைக்கும் வழி தேடி எங்கும்
போகவில்லையே ஜனங்கள் கோடி அந்த

பாதைய னுகாமலிருக்க
பாதுகார்க்கும் கவர்மெண்டாரின்

கீர்த்தி வெகு நேர்த்தி

சிங்காரவன மொன்று......
அங்காரகன் வாழ்ந்திரு.......
தங்கமயமாய் இருக்கும் சிம்ம.........
தளுக்கைப்பாரடி ஞான பெண்ணே...............

ஏழு சமுத்திரத்திர்க் கப்பாலவன்
எட்டியபாழுங் கிணற்றுகே
ஆளுகிரானதில் அன்புடனரசு
ஆதியாகவல்லோ ஞான பெண்ணே

கண்டத்திற்கு மேலே குண்டுமலை அதை
வென்று விட்டால் நல்ல பண்டமாச்சு
தண்டாயுதத்துடன் ஐவர் வருவார்கள்
கண்டறியவேணும் ஞானபெண்ணே 19

பாற்கடல் செல்லவும் பாதையாச்சு அங்கே
நாற்கடலுண்டு நளினமதாய்
ஓற்கடலதை தாண்டினா லல்லவோ
நற்கடல் தாண்டலாம் ஞான பெண்ணே 20

சிவன் ப்ரம்மா விஷ்ணு மூவராச்சு அந்த
சிவலிங்கத்திர்க்குள்ளே ஆதியாச்சு
இவனோ அவனோ எவனோ யதிலே
ஏகப் பொருளுண்டு ஞான பெண்ணே 21

ஐந்து பஞ்சபூத யாளுமோற் கோட்டையில்
ஐம்பத்தோ ராசர் தானிருக்க
அஞ்சாம லவரை தஞ்ச மென்றவற்கு
சொந்தங்க ளேதுக்கு ஞான பெண்ணே 22

மூலப்பதியை யறிந்தாலல்லவோ
முச்சந்திவீதி யறியலாகும்.
வாலவயதை யறிந்துக்கொண்டால் நல்ல
காலம் தவராது ஞான பெண்ணே 23

சூக்ஷவழியாது மோக்ஷமடையவே
சொன்னேன் சொன்னேன் புவிதானரிய
சாக்ஷியாகும் நாளை ராஜாராம் சொல்லிது
சத்தியம் சத்தியம் ஞான பெண்ணே.

விருத்தம்

ராவல்ல பகலில்லை இரவுபகலொன்றில்லை இனியுமுண்டு
ஜாணல்ல எண்ஜாணில்லை என்னுடம்பு ஏகி வளருமிப்புவியில்
ராமல்ல சிவனில்லை ராகவதாரமில்லை யானில்லாமல்
ம்அல்ல உம் அல்லஇம் உம் எதுவுமல்ல இனியேது தானே.

ஸமப்தம்

எஸ்பிளநெட் ரோட்டிலோர்வீடு அது
இடிந்து விழுந்ததினாலே கேடு வந்ததை
எடுத்துரைக்கின்றே னதை

கொடுந்துரய மானதை
நேரே புவி யோரே

இடிந்து விழுந்தது வீடு கீழே அதில்
இருக்கும் புஸ்தகங்கள் பாழே ஐயோ
இன்னம் பற்பலசாமானங்கள்
திண்ணமாக மண்ணுக்குள்ளே
யாச்சே கெட்டு போச்சே.

(அனியாயம் அனியாயம் என்ற வர்ணமெட்டு)

பல்லவி

பரிதாபம் பரிதாம் பாரில்
புயல் மழையால் வந்த (பரிதாபம்)

அனு, சரணங்கள்

புழல்காற்று மப்பு மழை புவியில் பொழிந்ததாலே
சுழண்டு மரங்களெல்லாம் புரண்டு விழுந்து பெரும்

வெள்ளத்தி னோட்டம் மனம்
கலங்குதே வாட்டம் அதை

பார்த்து பயந்து சிலர் மன
வோ்த்து கலங்கினாரே (பரிதாபம்)

பஞ்சமியர் குடிசை எல்லாம் பஞ்சாய்பரந்துபோச்சு
பார்மீது பிழைப்புயற்று பாதவிக்கும் ஜன மதிகமாச்சு

இதுவலங்கோல மாச்சு
ததிவழி கெட்டு போச்சு நல்ல

பாதைஎல்லாம் பாழ்மழையால்
பள்ளமேடு மிகவுமாச்சு (பரிதாபம்)

செங்கற்பட்டு ஜில்லாவை சேர்ந்த பரங்கிமலைவரையும்
தங்கமுடிய வொண்ணா தண்ணீராலே வந்ததுன்பம்.

சாற்றுவேன்ஐயா நேற்று
நடந்தது மெய்யா இதை

கேட்டு மனம் பிரண்டு
வாட்டமாயெழுதி விட்டேன் (பரி)

கும்மி

சமுத்திரவோரத்தி லெஸ்எஸ் ஜாவாஆரா
எண்ணுமோர் கப்பலுக்குள்ளே ஐய்யா
சமுதாயமாகவே பெட்ரோலிறக்கும்
சமயத்தில்நேர்ந்ததை கூருகிறேன். 1

புயல்மழைகாற்று பெருக்கவுண்டாவதால்
பெட்ரோலிறக்க வேண்டாமெனவே
பூர்த்தியாக அதிகாரிகள் செப்பிடும்
வார்த்தைதனைகேட்டு நின்றனவாம் 2

வர்ணபகவான் செயலாலே அப்போ
வந்துதய்யோகேடு கப்பலுக்கு
தருணமீதென்று நங்கூரம்பொடி
தூளாயொடிந்ததாம் கம்பிகளும் 3

நங்கூரம்கம்பி வொடிந்தருபடவே
நாட்டியமாடுதாம் கப்பலங்கே
துங்கமாயடுத்த கரைசுவர்மோதவே
தூளாச்சுதாம்கம்பியும் சொட்டைகளும் 4

ஆபத்துண்டாகுமென பயந்துவுடன்
அதிகாரிகப்ப லப்புறப்படுத்த
ஏகமதாகவே ஏற்றமுயற்சிகள்
எடுத்தும்கப்ப லதிணங்கவில்லை 5

பாபம்பரிதாபம் கப்பலின்கம்பிகள்
பாழாகபோனதா லசையவில்லையென
பார்த்துபயந்து மயங்கியேநின்றவர்
பற்பலயோசனை செய்தனராம் 6

இன்றிரவுத்தேசம் மூன்றரைமணிக்குள்
இரையாகும்கப்பல் கடலுக்குள்ளே
என் றெண்ணியந்த கப்பலைகாப்பாற்ற
அன்றியிருந்த ரனேகபேராம் 7

கப்பலடுத்துஇருந்த சிலபோ்க்கு
கனத்தகாற்றால் காயம்பட்டதினால்
அப்போதாஸ்பத்திரிக் கெடுத்துசென்றார்
அதிலும்நாலுபேர் கபோதிகளாம் 8

வளையற் சிந்து

இன்னும்சிலசெய்திகளை
எடுத்துரைப்பேன் நானே
இந்தநானிலத்தில் தானே
மழையா லின்னபின்னமானதையான்
பாட்டாய் பாடுவேனே

புழல்காற்றால் கப்பலும்புகை
வண்டிகளும் போச்சு
பிழைப்பது மரிதாச்சு
ஏழைகளின் பேச்சு

பேதையர் மனம்பிரண்டு
பிதற்றலு மிகவாச்சு

தெருக்களெல்லாம் வெள்ளத்தாலே
தயங்கி நிற்கின்றாரே
சீரழிந்து நிற்கின்றாரே
சிவசிவா என்கின்றாரே

எமைசீக்கிரமாய் வந்துகாரும்
சிவபெருமானே என்றாரே

நொண்டிச் சிந்து

அதிசயமலங்கோலம் இப்போ
அதிகப்புழல்மழை பெய்ததினால்
சதிவந்து நேர்ந்துதைய்யா சென்னை
தூளையில் நடந்த விபத்துரைப்பேனய்யா (அதி)

விஜய விநாயகர்கோவில் அருகில்
வெகுவாய்வளர்ந்ததோ ராலைமரமாம்
விழுந்துதாம் குடிசைதன்னில் அங்கு
விட்டிருந்தமாடுரண்டு மடிந்தனவாம் (அதி)

பின்னுமிரண்டு மாடுகள் விழுந்து
வின்னமாயிழுத்து கொண்டிருந்தனவாம்

சென்னையில் புழல்காற்றால் மிக
சேனைமரமொடிந்து விழுந்தனவாம் (அதி)

பொன்னேரி நெல்லூரு போகும்
புகைவண்டிகளன்று போகவில்லையாம்
இன்னும்சில விடங்களுக்கு டிராம்பஸ்
செல்லமுடியவில்லை அல்ல லாலையய்யா (அதி)

பிராட்வேரோட்டிலிருக்கும் லைட்டு கம்பி
பெருத்தகாற்றாலே மின்சாரமறுந்து
கறண்றுடனோர் சிறுவன்மீது பட்டு
காயமடைந்து இருக்கின்றானாம் ஐய்யா (அதி)

டிராம்வே முழுதும்நின்று எங்கும்
செல்லவில்லையே யிந்த தொல்லையினாலே
இரும்பின் கம்பிகளும் ரோட்டில்
இன்னபின்னமாகவே கிடந்துதைய்யா (அதி)

ஆரிஸ்பாலத்திற் கருகில் ஐயோ
ஆண்பெண் கிழமிரண்டு செல்லும்போது
நேர்புயல் வந்துமோதி சுவர்தாக்கி
நேர்கதியாகவே மடிந்தாரையோ (அதி)

அமிர்தக்கவிராஜாராமன் இதை
அன்புடனே தமிழ்நாடு பேப்பரைகண்டு
தமியன்கவியாக எழுதி சகலோரும்
தெரிந்து பாடும்படி அச்சிலிட்டேன் (அதி)

திரு நீலகண்டபுரம்

முத்தாலம்மன்மீது ஸ்துதிவணக்க கீர்த்தனை

(இராகம் தசரதராஜகுமாரா என்ற வர்ணமெட்டு)

சுத்தநிற்குண ரூப சவுந்தரியே
சுகிர்த சுந்தரியே
முத்து மாரியே
பதம் பணிந்தேன்

எத்திசைக்கதிபதி ஏகாட்சர சுந்தரி
ஏகபரமேஸ்பரி இலங்குந் தயாபரி
ஏழைகள் மீதுவாது ஏனோபராபரி
ஏனின்னம் எந்தன்மேல் வாது
ததி வோது
மிக சூது
இது தகாது

திருநீலகண்டபுரத்தில்   திலகம்போலமர்ந்தாய்
திகைக்கும் பாலர்கள்   மீது திருவருள்புரிந்தாய்
திரிலோகவாரணியே   திருவாசீர்சொரிந்தாய்
  சேயர்பணியும்   கெம்பீரி
     அலங்   காரி
     முத்து   மாரி
     தயா   பரியே

பத்தினிவுத்தமியே   பார்புகழ் விண்மணியே
பகர்வினைபோகவே   பாதுகார் கண்மணியே
இத்தலத்தினிரிடை   யகற்றுவாய் மாமணியே
  பக்தன் ராஜாராம் சீடன்   நானே
     சாமிகண்   தானே
     ஏழை   யானே
     கவி   பாடினேனே

அறுவுருவானந்த மெய்ஞான கும்மி

விநாயகர் காப்பு

வெண்பா

தித்திக்குந்தேனே தெவிட்டாத தெள்ளமுதே
முத்திக்குவித்தாய் முளைத்தவ்ணேஇத்தரையில்
பக்தியுடன் மெய்ஞான கும்மியதை பாடுதற்கு
அத்திமுகத்தோ னருள்செய்.

கும்மி

ஆதியானதும் வோர்ஜோதி   அதில்
அன்பேவுரு கொண்டநீதி
ஆதிமுதலெழுத்தை யறியவே
ஆராய்ந்துபாரடி ஞானபெண்ணே.   1

ஞானபொருள்களை நாடவேணும் நல்ல
ஞாயமானவழி தேடவேணும்
வானவனின்பதங் கண்டுகொண்டாலல்லோ
வைகுந்தம்சேரலாம் ஞானபெண்ணே.   2

எண்ஜாண்நிறைந்தது வோர்கூடு   அது
ஒன்பதுவாச லுள்ளவீடு
அஞ்சாமல்ஐவர் வாழும்நாடு   அதை
அறிந்துபாரடி ஞானபெண்ணே   3

ஐவர்கள்காவலர் அந்திரமாகவே
ஆங்காங்குகாவல் புரிந்திருக்க
ஆட்டகுதிரையின் மீதினிலோர்துரை
ஓட்டமாய்ஓடுவோர் ஞானபெண்ணே   4

ஓடுங்குதிரை நிறுத்தவேணும் அப்பால்
ஓன்பதுவாசல்கள் தாண்டவேணும்
சாடுங்குரங்கை துரத்தவேணும் மிக
சாத்திரமாகவே ஞானப்பெண்ணே 5

சாத்திரமாகவே சேரவேணுமிக்க
ஆத்திரமில்லாமல் போகவேணும்
சூத்திரப்பாவையின் நூலற்றுபோகாமல்
பாத்திரமாய்பாரு ஞானப்பெண்ணே 6

கார்க்கயிலங்கு பொல்லாவிலங்கினர்
கரடி புலிசிங்க மோடிவரும்
ஆர்க்குந்தெரியாம லஞ்செழுத்தாலதை
அகற்றிடவேணுமே ஞானப்பெண்ணே 7

ஆதிமுதலி லம்பத்தோரட்சரம்
அன்புடனதை தெறிந்தவற்கு
சோதிவெளியை தானேயறிவார்கள்
சேதியைகேளடி ஞானப்பெண்ணே 8

நாசிமுதலடி வாசியாச்சு அதை
பாசப்படுத்தினால் வாசமாச்சு
வாசியாம் வாலையின் கைபிடித்தாலெங்கும்
கூசாமல் போகலாம் ஞானப்பெண்ணே 9

முன்சுழிமுனையரிய வேண்டும் பின்பு
பின்சுழிமுனையை பார்க்கவேண்டும்
கண்காண நாவுக்கு கீழிலிருக்குது
நல்லவழியடி ஞான பெண்ணே 10

......விக்குக் கீழ் உள்ள நல்வழிகண்டாலே
நல்லபாம்பு படமாடி நிர்க்கும்
நாடியே சீரிகொண்டோடி வருமுன்னே
நவின்று நில்லடி ஞானப்பெண்ணே 11

ஆறுகால் பந்தலில் ஆசானிருக்கிரான்
ஆறுலெக்ஷ சீடரோடுகூடி
தாருமாறாகவே செய்குவான் சாத்திரம்
செப்புகிறேன்கேளு ஞானபெண்ணே 12

ஆருகுளத்திர்க்கருகே அவனொரு
ஆழமான ஆற்றிற்குள்ளே நின்று
தாருமாராகவே வந்தவரை ஓட்டி
தானாக நிற்குன்றான் ஞானபெண்ணே 13

கோட்டையிலிருக்கும் ஓர் நாடு அங்கு
கும்பகர்ணன் குள்ளமனையக்காரன்
ஏட்டை யெழுதும் கணக்குப்பிள்ளையோடு
எஜமானிருக்கிறான் ஞான பெண்ணே 14

திருடர்களை வோட்டும் சேவகனோடு
சிறப்புற்ற மாஜிஸ்டிரேட்டு கலக்டர் முதல்
சிறிதும் அஞ்சாகுலை செய்யவே செப்பிடும்
ஜட்ஜி துரையுண்டு ஞான பெண்ணே 15

ராஜனிருக்கிற கோட்டையை சுற்றியே
நாற்பதுனாயிரம் சேனையுண்டு
ரோஜாச்செடியிலிருக்கும் மலரைப்போல்
ராஜனிருக்கிறான் ஞான பெண்ணே 16

இப்பாடலின் தொடர்ச்சி கிடைக்கவில்லை.

கோ. ரகுபதியின் காலச்சுவடு வெளியீடு

ஆனந்தம் பண்டிதர்
சித்த மருத்துவரின் சமூக மருத்துவம்

பதிப்பாசிரியர்
கோ. ரகுபதி

ரூ. 225

பிரிட்டிஷ் இந்தியா உருவாக்கப்பட்ட காலனியாட்சிக் காலத்தில் பல நூற்றாண்டு களாக மக்கள் பயன்பாட்டில் இருந்துவந்த பன்மையான மருத்துவ முறைகள்மீது ஆயுர்வேதமும் அலோபதியும் அவற்றின் ஒற்றைத் தன்மையை நிறுவுவதற்கு எத்தனித்தன. இந்நிலையில் தமிழ்ச் சித்த மருத்துவத்தைப் பாதுகாப்பதற்காக அதன் அறிவுப் பாரம்பரியத்தைத் தான் வெளியிட்டு வந்த 'மருத்துவன்' மாத இதழ் ஊடாக எடுத்துரைத்த ஆனந்தம்பண்டிதரின் அறிவுச் செயல்பாட்டை ஆவணப்படுத்தியுள்ளது இந்நூல். சித்த மருத்துவத்தில் நிபுணத்துவம் பெற்றிருந்த அவர், படிநிலைச் சாதிமுறையின் பாதகமான விளைவுகளை உணர்ந்து, உடல் சீக்குக்குப் போன்றே சாதிச் சீக்குக்கும் சிகிச்சை செய்த சிந்தனைகளையும் இந்நூல் முன்வைக்கிறது.

தலித்துகளும் தண்ணீரும்

ரூ. 135

நீர் புழங்கும் வெளிகளில் சக மனிதர்களுடன் தண்ணீரைப் பகிர்வதில் மூர்க்கம் காட்டும் ஆதிக்க மனநிலை, மனிதத்தின் புதைமேட்டில் ஆர்ப்பரிக்கிறது. ஆயினும் பொது உளவியலில் வலிமையற்றவர்களாகக் காட்டப்படும் தலித்துகள் உரிமைக்கான தாகத்துடன் போரிடுவதை வரலாற்று ரீதியாக இந்நூல் சுட்டுகிறது. மேலும் அதிகாரத்தின் இரண்டகத்தையும் அதிகாரத்துக்குத் தம்மை ஒப்புக்கொடுத்த தலித் பிரதிநிதிகளின் செயலையும் சுய விமர்சனம் செய்கிறது. சாதியம் தொடர்பான ஆய்வுகள் பெரிதும் ஆங்கிலத்தில் அமைய, ஒருபொருள் குறித்து விரிவான ஆய்வாகத் தமிழில் இந்நூல் வெளிவருகிறது.

தலித் பொதுவுரிமைப் போராட்டம்

ரூ. 190

அசமத்துவ சாதி அமைப்பில் தலித் பொருளியல் சீவனத்தைச் சிதைத்து, பிறர் வயிறு வளர்க்க தந்திரமாய் தீண்டாமையைத் திணித்து, மரபுக் காலந்தொட்டு நவீன, பின்நவீனத்துவக் காலத்திலும் தழைத்து இயற்கை ஆதாரம், பொதுக்களம் என சகலத்திலும் பச்சோந்தியாய் அவதரித்து அவதியாக்கும் சாதியைத் தகர்க்க திசையெங்கும் திமிறும் தலித் எழுச்சியை அவதானிக்கிறது இந்நூல்.